નીલા સ્વિમિંગ પુલમાં સરતી સોનેરી બદનવાળી 'શૈલજા સાગર' સાગરમહાલની સામ્રાજ્ઞી છે. ભૌતિક-માનસિક સુખ માટેની તમામ આવશ્યકતાઓ ધરાવતું એ મહાલય ધનાઢ્ય સાગરકુટુંબનું નિવાસસ્થાન છે.

સ્વિમિંગ પુલમાં તરતી ઇન્ફ્લેટેડ મૅટ્રેસ પર ગોઠવેલો ફોન રણકે છે – એ ઘંટડીઓના રણકાર સાથે શયતાનનું સરસંધાન થયું હોય તેમ શૈલજાના જીવનમાં ધરતીકંપ ઊઠે છે. બહેન સમી પ્રેમાના પતિ ઇન્દ્રજિતને કંઈક જોઈએ છે... શૈલજાના ફોટાઓના બદલામાં જોઈએ છે...

એક સામાન્ય ઘટનામાંથી ખડા થતા અસામાન્ય પ્રસંગની આ કથા શૈલજા-સંજીવ, પ્રેમા-ઇન્દ્રજિતને એક એવી આલમમાં ઘસડી જાય છે જેમાં જીવવા માટે ખંજર ચલાવવું પડે અને રસ્તો કરવા માટે પિસ્તોલ ચલાવવી પડે.

સાંપ્રત ગુજરાતી સાહિત્યમાં સર્જાતી
નવલકથાઓમાં સૌથી વધુ વંચાતી
કૃતિઓના સર્જક :

અશ્વિની ભટ્ટની[1]

કલમે સર્જાયેલી અન્ય નવલકથાઓ

નવલકથા

લજ્જા સન્યાલ
શૈલજા સાગર
આશકા માંડલ
નીરજા ભાર્ગવ
ફાંસલો ૧-૨
આખેટ ૧-૨-૩
ઓથાર ૧-૨
અંગાર ૧-૨-૩
કટિબંધ ૧-૨-૩

લઘુનવલ

કસબ
કરામત
કમઠાણ
આયનો

અનુવાદ

અર્ધી રાતે આઝાદી (ફ્રીડમ એટ નાઈટ)

અશ્વિની ભટ્ટ

શૈલજા સાગર

પ્રાપ્તિસ્થાન

નવભારત સાહિત્ય મંદિર

જૈન દેરાસર પાસે, ગાંધી રોડ   ૨૦૨, પેલિકન હાઉસ   ૧૩૪, પ્રિન્સેસ સ્ટ્રીટ
અમદાવાદ : ૩૮૦ ૦૦૧   આશ્રમ રોડ, અમદાવાદ : ૩૮૦ ૦૦૯   મુંબઈ : ૪૦૦ ૦૦૨

બુક શેલ્ફ
૧૬, સીટી સેન્ટર, સ્વસ્તિક ચાર રસ્તા પાસે, સી.જી. રોડ
નવરંગપુરા, અમદાવાદ : ૩૮૦ ૦૦૯

E-mail : info@navbharatonline.com
Web : www.navbharatonline.com

VZ10101926

SHAILJA SAGAR (Gujarati Thriller)
by Ashwini Bhatt
Navbharat Sahitya Mandir, Ahmedabad
2009
ISBN : 978-81-8440-304-6

પ્રથમ આવૃત્તિ : ૧૯૭૯   પુનર્મુદ્રણ : ૧૯૯૦
પુનર્મુદ્રણ : ૧૯૮૫   પુનર્મુદ્રણ : ૧૯૯૮
પુનર્મુદ્રણ : ૧૯૮૭   પુનર્મુદ્રણ : ૨૦૦૯

રૂ. ૧૩૫-૦૦

પ્રકાશક
મહેન્દ્ર પી. શાહ
નવભારત સાહિત્ય મંદિર
દેરાસર પાસે, ગાંધી રોડ, અમદાવાદ : ૩૮૦ ૦૦૧
ટેલિ. : (૦૭૯) ૨૨૧૩૨૯૨૧, ૨૨૧૩૯૨૫૩
E-mail : info@navbharatonline.com
Web : www.navbharatonline.com

ટાઇપ-સેટિંગ
પ્રિન્ટ હબ
અમદાવાદ

મુદ્રક
યશ પ્રિન્ટર્સ
અમદાવાદ

સિદ્ધિને...

સ્ત્રીનું કોઈ પણ ચિત્ર દરેક પુરુષમાં અને પુરુષનું ચિત્ર દરેક સ્ત્રીમાં કંઈક ને કંઈક સંવેદન તો જગાવે છે. એ દરેક સંવેદનમાં નાનકડી વાર્તા સમાયેલી જ હોય છે. કડવા કે મીઠા ભૂતકાળની યાદ કે ભવિષ્યની કલ્પનાના અંતરંગમાં જ એ સંવેદન આકાર લે છે. ક્યારેક ક્ષણિક તો ક્યારેક દીર્ઘકાલ સુધી ટકી રહે છે.

શૈલજાનું પણ કાંઈક એવું જ છે. શૈલજાને હું બરાબર ઓળખું છું. તે કાલ્પનિક છે, છતાં તેનું અસ્તિત્વ મને વરતાય છે. તેના શરીરની સુવાસ પણ હું પારખી શકું. કાર્પેટ પર સૂતેલી – ઊંધી સૂતેલી અને પગ ઉલાળીને, પગની પાનીઓ નિતંબ સાથે અફળાવતી, રમતિયાળ યુવતીને તમે જુઓ અને તમને કંઈ સંવેદન જ ન થાય તો તમે ગમે તે હો, પણ સંત તો હો જ.

'લજ્જા સન્યાલ'ની વાત 'સંદેશ' અખબારની દર સોમવારની આવૃત્તિમાં હપતાવાર છપાઈ રહી હતી ત્યારે જ શૈલજાએ મારા માનસપટમાં પ્રવેશ કર્યો હતો. રોજ સવારે, બસ-સ્ટૅન્ડ પર નિયમિત ઊભેલી યુવતીની જેમ તે સમયસર આવતી. પણ જેમ એ યુવતીને તમે મહિનાઓ સુધી જોતા હો, તેનો ચહેરો, તેનો દેખાવ, તેનાં અંગોનો અભ્યાસ, બસની રાહ જોતાં તમે કર્યો હોય, ક્યારેક તેની સાથે જ એક સીટમાં બેસવાનો મોકો પણ મળી ગયો હોય... બસની મુસાફરી દરમિયાન તમારું સમગ્ર ધ્યાન તેના તરફ રહ્યું હોય... અછડતા સ્પર્શથી તમે પુલકિત પણ થયા હો... પણ જ્યારે તે બસમાંથી ઊતરી જાય અથવા તમારે ઊતરવાનું સ્ટૅન્ડ આવે... ત્યારે તમને ખ્યાલ આવે કે તમારે ઑફિસે જવાનું છે... તમારી પ્રેયસીને મળવાનું છે... તમારી પત્નીને લઈને ગાયનેકૉલૉજિસ્ટ પાસે કે પિક્ચર જોવા જવાનું છે... બસ તેવી જ રીતે મારી પણ હાલત હતી.

લજ્જા તેની વાત કહેતી હતી ત્યારે બસ-સ્ટૅન્ડ પર આવતી અજાણી છતાં પરિચિત છોકરીની જેમ શૈલજા આવતી... થોડી મુસાફરી તેની સાથે હું કરતો અને તે ચાલી જતી... મોકળાશ મળતાં જ મેં તેનો સંપર્ક કેળવ્યો અને તેની પણ વાત લખી.

નવલકથાનાં બધાં જ પાત્રોમાં તમને પરિચિતતા લાગશે, પણ એ અકસ્માત છે. ક્યાંક કોઈ મને કહેશે કે 'હું શૈલજા છું' તો મને આશ્ચર્ય નહિ થાય, પણ સર્જનનો ઈશ્વરસમ ચિદાનંદ થશે.

અશ્વિની ભટ્ટ

અશ્વિની ભટ્ટ : લોખંડી વાચકોનો લેખક

પારો સ્થિર થઈ શકે છે, અશ્વિની ભટ્ટ નહિ. એ ગતિનો માણસ છે. એને વિગતિનો જેમ ભય નથી તેમ પ્રગતિનો મોહ પણ નથી. એને ગતિ જોઈએ. ગમે તે દિશામાં. ગમે તે દશામાં. આ ચંચલપગો માનવી મર્યા પછી ચિતા પર સખણો રહેશે કે કેમ તે પણ એક સવાલ છે.

'લજ્જા સન્યાલ', 'શૈલજા સાગર', 'નીરજા ભાર્ગવ' અને 'આશકા માંડલ' જેવી અત્યંત લોકપ્રિય નીવડેલી ધારાવાહી નવલકથાઓ લખીને 'સંદેશ' સાથે 'સેવક'નો પણ ફેલાવો વધારનાર અશ્વિની ભટ્ટ માત્ર નવલકથાકાર નથી, એ બીજું ઘણુંબધું છે. આં 'ઘણુંબધું'નું લિસ્ટ તૈયાર કરવા બેસીએ તો તે એની નવલકથા જેવું જ લાંબું થઈ જાય.

અશ્વિની ભટ્ટ ઝડપી અનુવાદક છે. એનાં અનુદિત પુસ્તકોની સંખ્યા ઍંસીથી ઓછી નથી. એ સપ્તરંગી પત્રકાર છે. જોઈએ તે રંગની કમાન કાગળ ઉપર ઉતારી શકે છે. એ કાબેલ મૅનેજર છે. પ્રેમાભાઈ હૉલનું મૅનેજમૅન્ટ તેનો બોલતો પુરાવો છે. એ રંગભૂમિનો મજનૂ છે – રંગભૂમિની લયલા માટે પોતાનાં કપડાં ફાડે તેવો. એ અચ્છો અભિનેતા છે, દિલેર દિગ્દર્શક છે (પણ કાયમ નિચોવાતો), નિર્માતા છે. એની ખોપડીમાં ભેજું નથી, કમ્પ્યૂટર છે. ચીવટ અને ચોકસાઈમાં એ રૂક્ષ છે તો લાડ અને લાગણીમાં ઋજુ છે. એની બૌદ્ધિક તીક્ષ્ણતા સુપર બ્લેડને તો એની વિનોદવૃત્તિ વિનોદ ભટ્ટને બેઘડી વિચારમાં મૂકી દે તેવી છે. સૌથી વધુ તો એની યોજનાશક્તિ એવી તો ધારદાર છે કે મને ક્યારેક થાય છે કે નેહરુ, શાસ્ત્રી અને (મિસિસ) ગાંધીને તો જાણે તેની જાણ નહોતી, પણ જો મોરારજી દેસાઈને તેની જાણ થાય અને પ્લાનિંગ કમિશનના અધ્યક્ષ તરીકે એની નિમણૂક કરવામાં આવે તો પહેલાં પાંચ વર્ષમાં જ એ પાંચ પંચવર્ષીય યોજનાઓ પૂરી કરી દેખાડે અથવા પૂરી કરી છે તેવું પુરવાર કરી બતાવે.

અશ્વિની ભટ્ટ લોખંડી વાચકોનો લેખક છે, અને એ પણ એક આકર્ષક અકસ્માત્ છે કે તેની કલમમાં લોહચુંબક પણ ભારોભાર ભરેલું છે.

શેખાદમ આબુવાલા

આછા સોનેરી ગાલીચા પર શૈલજા ઊંધી પડી હતી. તેના ચસચસતા માંસલ પગ પરથી સાડી સરી ગઈ હતી, અને સોનેરી કાર્પેટમાં તેના રેશમ જેવા પગ અદ્‌ભુત રીતે ભળી જતા હતા. શીમળાના નાનકડા ગોળ તકિયા પર તેણે કોણીઓ ટેકવી હતી. કમરાના કોઈક ખૂણેથી સ્ટીરિયો પર કંઈક દિલબર ધૂન ચાલતી હતી. એ સંગીતના સૂર અને તાલ સાથે તેના પગ પણ લયબદ્ધ રીતે ઊછળતા હતા અને પાનીઓ તેના ચુસ્ત નિતંબ પર અથડાતી હતી. તેની આજુબાજુમાં ફોટોગ્રાફ્સના ઢગલા પડ્યા હતા. એક પછી એક ફોટાઓ જોતી શૈલજા ક્યારેક સ્મિત વેરતી, ક્યારેક મુક્ત હાસ્ય કરી લેતી તો ક્યારેક ગંભીર બનીને જોઈ રહેતી. સાગરમહાલની તે સ્વપ્નસુંદરી હતી. સોનેરી મેક્સિકન ઘાસની હરિયાળી વટાવીને, ચકચકતી રંગીન આરસની પગથી પર થઈને એ હવેલીની ફૉયરમાં આવી શકાતું. કાળાધોળા સંગેમરમરથી મઢેલી ફૉયર વટાવીને જ્યારે કોઈ વ્યક્તિ સાગરમહાલના દીવાનખંડમાં પ્રવેશતી ત્યારે અચૂક તેનો શ્વાસ થંભી જતો. સાઠ ફૂટ લાંબા અને ચાલીસ ફૂટ પહોળા એ દીવાનખાનાની દીવાલો પર ખજુરાહોના 'વૉલ સાઈઝ' ફોટાઓ જડેલા હતા. મોગલ સલ્તનતની યાદ આપતું રાચરચીલું અને પગના પહોંચા ખૂપી જાય તેવી સોનલ કાર્પેટ ત્યાં પથરાયેલી હતી. શૈલજા પણ દીવાનખાનાનું કોઈ જીવંત, સંગીતમય અને અલૌકિક રાચરચીલું હોય, તેવી જ રીતે બંધબેસતી હતી.

દીવાનખંડની મધ્યમાં આવેલા કોતરેલા નકશીદાર થાંભલામાં જહાંગીરના જમાનાનું ઘડિયાળ મઢેલું હતું. એ ઘડિયાળના ડંકા જ્યારે વાગતા ત્યારે એ કમરામાં આખાય સૂરસપ્તકના સૂરોનો ગુંજારવ થતો. દર અડધા કલાકે પણ તેમાં એક ડંકો જુદા જ સ્વરે વાગતો. એ ડંકાની થર્રાટી ક્યાંય સુધી દીવાનખંડની દીવાલો સાથે ટકરાતી.

એ ટંકાર થયો. શૈલજાએ ઘડિયાળ સામે જોયું. સાડાચાર વાગ્યા હતા. પડખા પર આળોટીને તે બેઠી થઈ. છાતી પરથી સરી ગયેલો છેડો તેણે સરખો કર્યો. કંચુકીબંધ પણ ઠીક કર્યો. કાર્પેટ પર વેરવિખેર પડેલા ફોટાઓ પર તેણે નજર કરી... સેંકડો ફોટાઓ... આજે જમ્યા પછી તેણે ફોટાઓથી ભરેલી પેટીઓ કઢાવી હતી. એ બધાં જ ફોટાઓ વ્યવસ્થિત રીતે આલબમોમાં ચોંટાડવાની તેની ઈચ્છા હતી, પણ ફોટાઓ જોવામાં જ તે તલ્લીન થઈ ગઈ.

તેના પોતાના નાનપણના ફોટાઓ, પ્રવાસોમાં પાડેલા ફોટોગ્રાફ્સ... તેના પિતા મનમોહનરાય... તેની મા સુમિત્રા... ભૂતકાળની આખીય તવારીખ કડીબદ્ધ ગોઠવાય તેટલી છબિઓ તેની પાસે હતી. પ્રેમા અને ઈન્દ્રજિતના પણ કેટલા ફોટા હતા ! પ્રેમા તો તેની સાથે જ ઊછરી હતી... પ્રેમા ! કેટલી અલ્લડ હતી ! કેટલી શુષ્ક, અરે ઈન્દ્રજિત સાથે પ્રેમ કેમ કરવો તે પણ તેને શિખવાડવું પડતું.

શૈલજા ઊભી થઈ. સાડીની પાટલી બરાબર ખોસી. કૉર્નર-પીસ પર પડેલું ગૉન્ગ વગાડ્યું. બહારથી સોમુ દોડતો આવ્યો.

'જી... બે'નજી...' સોમુ અદબથી આવીને બોલ્યો.

'આ બધું ઠેકાણે મૂક.' શૈલજાએ હુકમ આપ્યો. સોમુ ત્યાં પડેલા ફોટા, આલબમ, કાતર, સ્ટિકર્સ વગેરે એકઠું કરવામાં પરોવાયો. શૈલજાએ શણનાં સ્લીપર્સ પહેર્યાં અને ડ્રેસિંગરૂમમાં ચાલી ગઈ. દરરોજ સાડાચાર વાગ્યે તે તરવા જતી.

તેણે હાથમાં સાડીનો છેડો પકડ્યો. માથા પરથી હાથ ફેરવીને નજાકતથી તેણે સાડી ઉતારી. નકશી કરેલા મેજના ખાનામાંથી તેણે સ્વિમિંગ કોસ્ચ્યૂમ કાઢ્યાં. તેમાંનું એક પસંદ કર્યું. આસમાની રંગનો ટુ-પીસ કોસ્ચ્યૂમ હાથમાં લઈને ઘડીભર તે પૂરા કદના આયનામાં પોતાનું પ્રતિબિંબ જોઈ રહી. હળવેથી તેણે કપડાં ઉતારીને સ્વિમિંગ ડ્રેસ પહેર્યો. આયનામાં દેખાતી શૈલજા સાગર ખરેખર બેનમૂન હતી.

તેનાં લગ્નને પાંચ વર્ષ થઈ ગયાં હતાં, છતાં પણ તે એવી ને એવી જ હતી. તેટલી જ સુંદર... તેટલી જ ચુસ્ત. તેના ચહેરા પરથી કૌમાર્યનું ઓજસ ઊતર્યું ન હતું. તેના ચુસ્ત શરીરમાં ક્યાંય ખોટી ચરબી જમા નો'તી થઈ. તેનું રેશમ જેવું સોનેરી બદન, લંબગોળાકાર ચહેરો, સીધું આર્યન નાક, કંડારેલા તાંબા જેવા હોઠ, સહેજ કથ્થઈ ઝાંયવાળી આંખો, લાંબી સપ્રમાણ ગ્રીવા, પાતળી કમરને ઓપે તેવું વક્ષઃસ્થળ, કાચા રેશમના બુટ્ટા જેવી ચિબૂક અને ગુલાબી ઢોળ પાથર્યો હોય તેવો નાજુક ઉરપ્રદેશ... શૈલજા પોતાના શરીર તરફ અજબ આસક્તિથી જોઈ રહી. બધું જ અદ્‌ભુત હતું. કમબખ્ત વાળ... તેના વાળ ટૂંકા હતા... સુંવાળા પણ નહિ... ભૂરી ઝાંયવાળા વાળ તદ્દન બરછટ હતા... પણ તેમ છતાંય તેની કાયા બેજોડ હતી. તંગ, ખેંચાયેલા, ચસચસતા સ્નાયુઓનું અજીબ શિલ્પ ઈશ્વરે ઘડ્યું હતું. તે કોઈનાય સમણાંની સુંદરી હતી અને એટલે જ કદાચ તે આ સાગરમહાલની રાણી હતી.

●

રાજભવનની પાસે જ આવેલી હવેલીની એ મહારાણી જ હતી. લાલ પથ્થરની બનેલી એ ઈમારતે શાહજહાંના સમયના દિવસો જોયા હતા. અત્યારે પણ એ ઈમારત મોગલ દમામના પુરાવા જેવી અડીખમ હતી. સદીઓ દરમિયાન તેના નામમાં બેલાશક ફેરફારો થયા હતા. આજ તે સાગરમહાલ તરીકે ઓળખાતી હતી.

ભારતભરના અગ્રિમ ધનાઢ્યોમાં જેની ગણના થતી, તેવા એ સાગર કુટુંબની ત્રણ પેઢીઓ આ ઈમારતમાં રહી હતી. શૈલજાનું લગ્ન ચિરંજીતલાલ સાગરના સૌથી નાના દીકરા સંજીવ સાથે થયું હતું. 'સાગર ઔદ્યોગિક સાહસો' ના ચિરંજીતલાલ માલિક હતા. ચિરંજીતલાલ સાગર બે વખત પરણ્યા હતા. તેમની પ્રથમ પત્નીથી તેમને ત્રણ પુત્રો થયા હતા. સૌથી મોટો દીકરો મનોજ કોલકાતા રહેતો. તેનાથી

નાનો વિક્રમ મોટે ભાગે પરદેશ રહેતો અને મુંબઈની ફૅક્ટરીઓ સંભાળતો. સૌથી નાનો સંજીવ અમદાવાદ રહેતો. ચિરંજીતલાલ સાગર પોતે દિલ્હી રહેતા. દિલ્હીમાં તેમનો દબદબો અને મરતબો, તેમની વગ અને દમામ અનેરાં હતાં. બીજી પત્નીથી તેમને બે પુત્રીઓ થઈ. ઉમા અને ઉષા. ઉમા પરણેલી હતી. ઉષા હજુ અભ્યાસ કરતી હતી. મનોજ અને તેની પત્ની કોલકાતા રહેતાં. વિક્રમ પરણ્યો જ ન હતો. પરિણયની પળોજણમાં તે પડવાનો પણ ન હતો. આ હતો એ સાગર પરિવાર...

●

સ્વિમિંગ કૉસ્ચ્યૂમ પહેરીને શૈલજાએ પાંચ-છ વખત હાથ ઊંચા કર્યા, ઝૂકીને અંગૂઠા પકડ્યા. ફરી એક વાર તેણે અરીસામાં જોયું. ખાનામાંથી ટુવાલ કાઢીને તેણે શરીર પર ઓઢ્યો. 'સાગરમહાલ'ના ચોકને છેડે આલિશાન સ્વિમિંગ-પુલ હતો. નીલમ જેવાં પાણીથી ભરેલો એ હોજ લાલ પથ્થર અને ઇટાલિયન માર્બલથી મઢેલો હતો. સાગરમહાલની એ જગ્યા અંગત અને અલાયદી હતી. ટુવાલને હૅન્ગર પર લટકાવીને શૈલજા પાણીમાં ઊતરી. તેના સોનેરી બદનમાં એક આછી ધ્રુજારી પ્રસરી. ઠંડા પાણીમાં ગરમ કાયા, નીલમ પર સોનલ બિંદીની માફક તે નીલા પાણીમાં તરી રહી.

●

સંજીવ બે દિવસ માટે દિલ્હી ગયો હતો. શૈલજા તેની ગેરહાજરીમાં હંમેશાં કંટાળો અનુભવતી. સાગરમહાલના પંચોતેર કમરા અને વીસ એકર જમીનમાં પથરાયેલું ઉપવન સંજીવ વગર હંમેશાં સૂનું લાગતું. સંજીવ ઘેર હોય ત્યારે શૈલજાને માટે તે બને તેટલો સમય ફાજલ પાડતો. સંજીવને માથે અમદાવાદની બે ટૅક્સ્ટાઇલ મિલો અને એક ફાર્માસ્યુટિકલ કંપનીની જવાબદારી રહેતી. સવારના સાત વાગ્યાથી તે કામે ચડી જતો. પણ અચૂક એક વાગ્યે જમવા આવી જતો. અચૂક સાડાચારે તે શૈલજા સાથે તરવા પણ આવી જતો. સવારના સાતથી એક અને બપોરના બેથી સાડાચાર તે ઑફિસમાં ગાળતો. સાડાચારથી છ વાગ્યા સુધી તે શૈલજા સાથે ગાળતો. છથી સાડા આઠ મુલાકાતો માટે આપતો અને બસ સાડા આઠ પછી તે શૈલજા સિવાય અથવા શૈલજા જે કહે તે સિવાય કશું જ કરતો નહિ. સંજીવ ઘઉંવર્ણો હતો. ખાસ રૂપાળો નહિ, પણ તેનામાં નીતર્યું પુરુષત્વ હતું. હરહંમેશ તે કાર્યશીલ રહેતો. તેના સુદૃઢ, સોટા જેવા બદનમાં હેરત પમાડે તેવી તાકાત હતી. જો તેને માથે સાગર ઔદ્યોગિક સાહસોની જવાબદારી ન હોત તો તે જરૂર ટેનિસનો આંતરરાષ્ટ્રીય ખેલાડી થઈ શક્યો હોત. તેને ટેનિસ પ્રત્યે અજબ દિલચસ્પી હતી.

પુરાણી ચીજો સંઘરવાનો તેને શોખ હતો. ઈતિહાસ વિશેનું તેનું જ્ઞાન પણ આશ્ચર્ય પમાડે તેવું હતું.

તે છતાંય તેની સૌથી વધુ આસક્તિ તો શૈલજામાં હતી. લગ્ન પછી આજે પણ તે શૈલજાને એવી નજરે જોતો જે નજરે તેણે લગ્નના પ્રથમ દિવસે જોઈ હતી. શૈલજાના સુંવાળા પગ પર બરછટ દાઢી ફેરવીને, શૈલજાને વિહ્વળ કરી નાખે તેવી રીતે તેને ચુંબનો કરવાં, તેની ગરદન પરની પાતળી ચામડી પર ચુંબનો કરીને ભૂરાં ચાઠાં પાડવાં, તેના ખભા પર દાંત મારીને કૂંડાળાં કરવાં, તેનાં ખુલ્લાં સ્તનોને ઈજન આપવું, તેની છાતી પર બૉલપેનથી ચિતરામણ કરવું, અકળાવી નાખે તેવા બાહુપાશમાં જકડીને, તેને પોતાનામાં સમાવી લેવી... સંજીવ શૈલજાપરસ્ત હતો.

સ્વિમિંગ-પુલનાં શીતલ પાણીમાં તરતી શૈલજા પણ એ જ વિચારી રહી હતી. તેના લગ્નના ફોટાઓએ કંઈક યાદો તાજી કરાવી હતી. પાંચ વર્ષથી તે પરણી હતી. એ પાંચેય વર્ષ અવિરત ચાલતી મધુરજની જેવાં જ હતાં. આજે પાંચ વર્ષે પણ સંજીવનો સોટા જેવો દેહ જોઈને શૈલજાને એવો ને એવો જ ઉન્માદ આવતો. લગ્ન પછી બંનેએ સાગરમહાલમાં જ મધુરજની ઊજવી હતી. તેમણે ઘણી ચર્ચાઓ કરી હતી... લગ્ન કરીને ક્યાં જવું ? ઊટી, કોડૈકેનાલ, સિમલા, કાઠમંડુ કે પરદેશ ? સંજીવ બધે ફર્યો હતો. શૈલજા પણ ઘણું ફરી હતી. પણ આખરે સાગરમહાલમાં જ લગ્નના પ્રથમ દિવસો ગાળ્યા હતા. આ જ સ્વિમિંગ-પુલનાં નીલાં પાણીમાં શૈલજા સંજીવની શય્યાસંગિની બની હતી.

શૈલજાનું લગ્ન મુંબઈમાં લેવાયું હતું. લગ્ન પછી તરત જ સાગર એન્ટરપ્રાઈઝના ખાનગી વિમાનમાં બંને પતિ-પત્ની અમદાવાદ આવ્યાં હતાં. શૈલજા પહેલી જ વાર સાગરમહાલમાં આવી હતી. વિમાનઘરથી મોટર નીકળીને જ્યારે સાગરમહાલના લોખંડના તોતિંગ દરવાજામાં દાખલ થઈ ત્યારે શૈલજાના મનમાં એક આછો ફફડાટ થયો હતો. બંને બાજુએ ઊગેલાં યુકેલિપ્ટસ, સરુ અને અશોકનાં ઉત્તુંગ વૃક્ષો વચ્ચેથી જતો એ રસ્તો શૈલજાને કોઈ બીજી સૃષ્ટિમાં લઈ જતો હતો. શૈલજાના પિતા મનમોહનરાય રૂના વેપારી હતા, પૈસાપાત્ર હતા, ધનિક હતા. પણ શૈલજા જે સૃષ્ટિમાં દાખલ થઈ રહી હતી તે ધનિકોની સૃષ્ટિ ન હતી પણ કુબેરની સૃષ્ટિ હતી.

નવદંપતીની લઈને મોટર સાગરમહાલની ભવ્ય ઈમારત પાસે આવીને ઊભી રહી ત્યારે જ એ લાલ પથ્થરની ઈમારત શૈલજાના હૈયે વસી ગઈ હતી. 'સંજીવ, આપણે અહીં જ સંસાર માંડીશું.' નવદંપતીને નવાજવા આવેલા લોકોની ભીડ વીખરાઈ પછી શૈલજાએ કહ્યું હતું. સંજીવ તેને ઊંચકીને તેમને માટે સજાવેલા બેડરૂમમાં ગયો હતો અને જોરથી જકડી લીધી હતી.

છૂટ બેશરમ !

તે જ રાત્રે, આ જ સ્વિમિંગ-પુલમાં શૈલજા સંજીવની સંપૂર્ણ પત્ની બની હતી. સંજીવ તેને મધરાતે બેડરૂમના પલંગમાંથી ઊંચકીને સ્વિમિંગ-પુલમાં લઈ ગયો હતો. કેટલી આડોડાઈ ! બેશરમ...કેટલી આસક્તિ ! કેટલી નિર્લજ્જતા... તે કેટલી ગભરાતી હતી ! સંજીવે તેને પાણીમાં ખેંચી હતી... સંજીવના ભીના શરીરમાં કેટલી ગરમી હતી !

એ જ આસક્તિ ! એ જ પ્રેમ... એ જ આલિંગન... આજે પાંચ વર્ષે પણ એટલું જ શાશ્વત, એટલું જ ચુસ્ત, એટલું જ આહ્લાદક લાગતું હતું...

ઇન્ફ્લેટેડ વૉટર મૅટ્રેસ પર પડેલો ટેલિફોન રણક્યો. શૈલજા બે જ 'સ્ટ્રોક્સ'માં તરતા ટેલિફોન પાસે પહોંચી, રિસીવર ઉઠાવ્યું.

'બે'નજી, આપને માટે મુંબઈથી કૉલ છે !'

'કોણ છે ?'

'શી ખબર.' સ્વિચબોર્ડ પરથી સોમુએ કહ્યું. 'કહે છે કે બે'નજી સાથે જ વાત કરવી છે. જોડી આપું ?'

શૈલજાએ હા પાડી. સોમુએ ફોન કનેક્ટ કર્યો.

'હલો શૈલજા...' ફોનમાંથી અવાજ આવ્યો.

'કોણ ?'

'ઇન્દ્રજિત' સામેથી જવાબ આવ્યો.

'ઇન્દ્ર ! પણ તારો અવાજ કેમ ઓળખાતો નથી ?' શૈલજાએ પૂછ્યું. 'અત્યારે હું ક્યાંથી યાદ આવી ? પ્રેમા ક્યાં છે અને ટીની ?'

'શૈલજા, મારે તારું ખૂબ અગત્યનું કામ છે. કોઈને પણ કશું કહ્યા વગર તું મુંબઈ આવી જા.' ઇન્દ્રજિતે કહ્યું.

'શું ?'

'શૈલજા, તું આજે જ ત્યાંથી નીકળ. અત્યારે વિમાનમાં અથવા રાતની ટ્રેનમાં... આવતી કાલે સવારે દસ વાગ્યે હું તને લવર્સ નૂકમાં મળીશ.'

'ઇન્દ્ર... પણ છે શું ?'

'મારાથી કંઈ ફોનમાં કહેવાય તેવું નથી.'

'પણ મારો વર દિલ્હી છે.'

'એટલે જ તને બોલાવું છું ને ! કોઈને કંઈ કહેવાની જરૂર નથી.' ઇન્દ્રજિતે કહ્યું. તેના અવાજમાં થડકારો હતો... 'તું મુંબઈ આવ, પછી વાત. સવારે દસ વાગ્યે હું લવર્સ નૂક પર મળીશ...તારા વરને કહેવાની જરૂર નથી.'

'હલો ઇન્દ્ર ઇન્દ્ર...ઇન્દ્રજિત...' શૈલજાએ બૂમ પાડી પણ સામે છેડેથી ફોન કપાઈ ગયો હતો.

ઇન્દ્રજિતે ફોન મૂકી દીધો હતો. 'જસ્ટ સ્ટુપિડ...જસ્ટસિલી.' શૈલજા રિસીવર સામે જોઈ રહી. તેણે ફોન પર રિસીવર ગોઠવ્યું અને મેટ્રેસને હડસેલી. પાણીમાંથી બહાર આવીને તેણે ભીના શરીર પર ટુવાલ વીંટ્યો અને ઝાટકો આપીને તેના વાળ ખંખેર્યા. તેને ખ્યાલ આવતો ન હતો કે ઇન્દ્રજિતે શા માટે તેને ફોન કર્યો હશે ? શા માટે આવી રીતે તેને એ મુંબઈ બોલાવતો હશે ? ડ્રેસિંગરૂમમાં જઈને તેણે ભીનો કૉસ્ચ્યૂમ કાઢીને હાઉસકોટ પહેર્યો. તે બહાર ફૉયરમાં આવી. સ્વિચબોર્ડ પાસે સોમુ બેઠો હતો. તેને તેણે ચા લઈ આવવાનું કહીને ત્યાંથી રવાના કર્યો.

ફોન ઇન્ડેક્સમાંથી નંબર જોઈને તેણે ઇન્દ્રજિતને ફોન જોડ્યો. ઇન્દ્રજિત જે.બી. ઇલેક્ટ્રોનિક લૉકર્સમાં ચીફ એન્જિનિયર હતો. 'હલો' તેણે ઑપરેટરને પૂછ્યું, 'મને ચીફ એન્જિનિયર ઇન્દ્રજિત સેલારકા સાથે વાત કરાવશો ?'

'દિલગીર છું મૅડમ !' સામેથી જવાબ આવ્યો 'મિસ્ટર સેલારકા બે દિવસથી રજા પર છે. આપને કંઈ સંદેશો આપવાનો છે ?'

'રજા પર છે ?'

'જી.'

'સારું, હું પછી ફોન કરીશ.' શૈલજાએ ઝડપથી ફોન મૂક્યો અને ઇન્દ્રજિતના ઘરનો નંબર જોડ્યો. ક્યાંય સુધી ઘંટડી રણકતી રહી. તેને ખૂબ નવાઈ લાગી. ઘરમાં કેમ કોઈ ન હતું ? તેણે ફરીથી ટેલિફોન ઇન્ડેક્સ ઉઠાવી અને પ્રેમાનો નંબર જોડ્યો. ઇન્દ્રજિતની પત્ની પ્રેમા જેસ્મિન હૉસ્પિટલમાં ડૉક્ટર હતી. ત્યાંથી પણ તેને એવો જ જવાબ મળ્યો કે ડૉ. પ્રેમા રજા પર છે.

શી ખબર ! કેમ બંને જણ રજા પર હશે ! તેને જાતજાતના વિચારો આવ્યા.

શા માટે ઈન્દ્રજિતે કશું કહ્યું નહિ ? તેણે ઘડિયાળ જોઈ. ઈન્દ્રજિતને શું કામ પડ્યું હશે ? શા માટે કોઈને કહ્યા વગર તેણે તેને મુંબઈ બોલાવી હશે ! ઘડીભર તેને દિલ્હી ફોન જોડીને સંજીવ સાથે વાત કરી લેવાનું મન થયું. તેને થયું કે ઈન્દ્રજિતના ફોન વિશે તેને વાત કરી દે. પણ પાછો વિચાર માંડી વાળ્યો. સંજીવ નાહક ચિંતા કરશે. તે ક્યાંય સુધી દ્વિધામાં સ્વિચબોર્ડ પાસે બેસી રહી. પાંચ વાગવા આવ્યા હતા. હવે મુંબઈ જતું વિમાન પકડાય તેમ ન હતું. તેણે ક્વિક ટ્રાવેલ્સમાં ફોન જોડીને ગુજરાત મેલમાં ટિકિટ બુક કરાવી. ખૂબ જ દ્વિધા, સંશય અને અજંપા સાથે તે મુંબઈ જવા નીકળી.

ટ્રેનમાં તેને ઊંઘ આવી નહિ. આખી રાત તે વિચારતી જ રહી. ઍરકન્ડિશન્ડ ડબ્બાની મોટી બારીમાંથી બહાર ઘેરા અંધકારમાં પડતા ટ્રેનની બત્તીઓના પ્રકાશનાં ચોકઠાં જોતી તે ચિંતાગ્રસ્તતામાં સરી ગઈ હતી. શા માટે ઈન્દ્રજિત તેને 'લવર્સ નૂક'માં બોલાવી હશે ? શા માટે ઘેર નહિ ?

શૈલજાનું પોતાનું એટલે કે તેના પિતાનું મકાન મરીન ડ્રાઈવ પર હતું. જોકે તેના પિતા મોટે ભાગે લોનાવાલા રહેતા. મનમોહનરાય... શૈલજાના પરણી ગયા પછી નિવૃત્ત જેવું જ જીવન ગાળતા. રૂના ધંધામાં તે સારા પૈસા કમાયા હતા. પણ તેમણે પોતાની પેઢીનો સઘળો કારભાર પોતાના ભાગીદારોને ભળાવ્યો હતો. એ અઠવાડિયામાં બે જ દિવસ મુંબઈ આવતા, બાકીના દિવસો તે લોનાવાલામાં ગાળતા.

પ્રેમા, શૈલજાની સાથે જ ઊછરી હતી. મનમોહનરાય જ્યારે સામાન્ય વેપારી હતા, ત્યારથી જ પ્રેમાના પિતા જદુનાથ તેમને ત્યાં નામું લખતા. પ્રેમાના જન્મ પહેલાંથી જ જદુનાથ મનમોહનરાયની નોકરીમાં હતા. વફાદારી અને પ્રામાણિકતાને કારણે તે મનમોહનના કુટુંબીજન બની ગયા હતા. પ્રેમા ખૂબ નાની હતી ત્યારે જદુનાથનું અચાનક અવસાન થયું હતું. તે દિવસથી જ મનમોહનરાયે પ્રેમાને પોતાને ઘેર રાખી હતી અને શૈલજાની સાથે જ ઉછેરી હતી. પ્રેમાની મા તેના ભાઈની સાથે રહેવા ચાલી ગઈ હતી, છતાં વર્ષોથી મનમોહનરાય તેના નિર્વાહના પૈસા મોકલી આપતા.

પ્રેમા નાનપણથી જ વિચક્ષણ હતી. શૈલજાથી તે મુઠ્ઠી એક ઊંચી હતી. શ્યામ હતી છતાં તેનું વ્યક્તિત્વ મોહક હતું. મનમોહનરાયે તેને કદી પિતાની ઊણપ અનુભવવા દીધી ન હતી. જેટલી સગવડ શૈલજાને મળતી એટલી જ સગવડ પ્રેમાને મળતી, છતાં પણ જાણે કોઈ વારસાગત આદેશને અનુસરતી હોય તેમ પ્રેમામાં સાંપ્રત પરવરિશનાં કોઈ લક્ષણો આવ્યાં ન હતાં. તે સાદી રહેતી. ક્યારેક તેની સાદગીથી શૈલજા મૂંઝાતી પણ ખરી. શૈલજા રૂપવતી હતી. તેને જોતાં જ લોકોની નજર તેની કાયા પરથી હઠી શકતી નહિ. પ્રેમામાં આવું ભડકે બળતું સૌંદર્ય ન હતું.

છતાં કોઈ એક વાર જો તેના પરિચયમાં આવે તો તેના સ્વભાવ, તેની બુદ્ધિ, ભાષા પરની તેની પકડ, તેની આંખમાં દેખાતા ઓજસથી અંજાયા વગર રહેતું નહિ. ઈન્દ્રજીતનું પણ આવું જ બન્યું હતું.

ઈન્દ્રજિત વર્ષોથી પરદેશમાં રહ્યો હતો. ઈલેક્ટ્રોનિક્સ એન્જિનિયર થઈને તેણે અમેરિકાની ઈલેક્ટ્રોનિક્સ લોકર્સમાં નોકરી લીધી હતી. એ જ કંપનીએ ભારતમાં કોલૅબોરેશનમાં જે. બી. ઈલેક્ટ્રોનિક્સ લોકર્સની શરૂઆત કરી હતી અને ઈન્દ્રજિતને ચીફ એન્જિનિયર તરીકે મોકલ્યો હતો. ઈન્દ્રજિત આકર્ષક આદમી હતો. કાળી ફ્રેમનાં ચશ્માં તે વાંચતી વખતે પહેરતો. તેની આંખોમાં હંમેશાં ભલાઈ તરી આવતી. પ્રેમા અને શૈલજા સાથે તેની પ્રથમ મુલાકાત માથેરાનમાં થઈ હતી, શૈલજા તે વખતે બી.એ.ના પ્રથમ વર્ષમાં હતી અને પ્રેમા એમ.બી.બી.એસ.ના પ્રથમ વર્ષમાં હતી. મેટ્રિક પાસ થયા પછી શૈલજા આર્ટ્સમાં ગઈ હતી અને પ્રેમા સાયન્સમાં. પ્રેમાને પહેલેથી જ ડૉક્ટર થવાની ખ્વાહિશ હતી અને મનમોહનરાયે તેને એ મહત્ત્વાકાંક્ષા પરિપૂર્ણ કરવા બધો જ ઉત્સાહ આપ્યો હતો. ભણવામાં પ્રેમા હંમેશાં પ્રથમ જ આવતી.

શૈલજા મોજીલી હતી. ભણવા તરફ તેને કોઈ ખાસ દિલચસ્પી ન હતી. તે વાંચતી ખૂબ, પણ નવલકથાઓ જ. ક્યારેક થોડું લખી પણ નાખતી. પરીક્ષાઓ પતી ગયા પછી બંને બહેનપણીઓ માથેરાન ગઈ હતી. માથેરાન રેસકોર્સના એક ફેસ્ટિવલમાં તેમની ઈન્દ્રજિત સાથે ઓળખાણ થઈ હતી. શૈલજાએ તે દિવસે નીલમ જેવો પોશાક પહેર્યો હતો. ઈન્દ્રજિતે કાળું પાટલૂન અને સિલ્કનું શર્ટ પહેર્યું હતું. હિલસ્ટેશનમાં એકઠા થતા લોકોના મેળાવડાઓમાં જે રંગીની હોય છે તેવી દિલબર મસ્તી ક્યાંય નથી હોતી. સુંદર વસ્ત્રોમાં સજ્જ યુવાનો અને યુવતીઓ એ રેસકોર્સ ફેસ્ટિવલમાં હાજર હતાં. સ્વાભાવિક જ શૈલજા આકર્ષણનું કેન્દ્ર બની ગઈ હતી. ઈન્દ્રજિત તાજો જ પરદેશથી આવ્યો હતો અને માથેરાનમાં 'વીક-એન્ડ' ગાળવા આવ્યો હતો. કોઈ પણ ક્ષોભ વગર એક અમેરિકન આદમીની અદાથી, હાથમાં કોકાકોલાની બે બાટલીઓ લઈને તે શૈલજા પાસે પહોંચી ગયો હતો. નીલમ જેવા ડ્રેસની તળિયે છુપાયેલાં શૈલજાનાં અંગો, કાપડના આવરણ છતાં નીતરતી ચાંદની જેવાં લાગતાં હતાં. 'હલ્લો' તેણે શૈલજાને નવાજી. મારું નામ છે ઈન્દ્રજિત. કોક પીશો ?'

'ઓહ આભાર.' શૈલજાના હાસ્યમાં તેજ-ચમકારો હતો. તેણે ઈન્દ્રજિતના હાથમાંથી બંને બૉટલો લઈ લીધી હતી. તેમાંથી એક તેણે પ્રેમાને આપી હતી. ઈન્દ્રજિત સહેજ ખસિયાણો પડી ગયો હતો અને બંનેની સામે જોઈ રહ્યો.

'આ મારી બહેન છે... પ્રેમા. તેને મૂકીને હું કંઈ જ પીઉં નહિ.' શૈલજાએ કહ્યું.

'ઓહ માફ કરજો, મને ખબર નહિ.' ઈન્દ્રજિતે પ્રેમા તરફ જોઈને કહ્યું.

'હવે ખબર પડીને.' પ્રેમાએ કોકાકોલા પીતાં કહ્યું. 'પરદેશથી તાજા આવ્યા લાગો છો.'

'હેં...હા' ઈન્દ્રજિત પ્રેમા તરફ જોઈ રહ્યો હતો. એ છોકરીનો અવાજ કેટલો સ્પષ્ટ હતો ! તેમાં કેવો રણકો હતો ! હા, ઘણા વખતથી પરદેશ હતો ! શનિ-રવિ ગાળવા અહીં...

'એમ ! પણ જુઓને, આ ફેસ્ટિવલ પતે એટલે અમે ઘેર જવાનાં છીએ. એટલે કે ખાવાનાં પણ ઘરમાં જ છીએ. આવતી કાલે શનિવારે સવારે નાસ્તો પણ ઘેર જ કરવાનાં છીએ. અને શૈલજા, પછી આપણે શું કરવાનાં છીએ ?' પ્રેમાએ ઝડપથી પૂછ્યું.

'પછી રાઈડિંગ અને આરામ...' શૈલજાએ પોતાની લાંબી પાંપણો ભરેલાં પોપચાં આંખ પર નમાવીને કહ્યું.

'ઓહો... ટૂંકમાં તમે આવતી કાલે ફરી મળી શકો તેમ નથી એમ જ ને !' ઈન્દ્રજિતને ખ્યાલ આવ્યો હતો કે આ છોકરીઓ તેને 'ફુટાડવા' માગે છે. 'કોઈ વાંધો નહિ. હું અત્યારે જ તમારી મુલાકાતનો આનંદ લઈશ. મારું નામ છે ઈન્દ્રજિત... હાલ તો રીટ્ઝ હોટલમાં રહું છું. મુંબઈ આંવો તો મળજો...'

'એકલા ઈન્દ્રજિત કે પાછળ કંઈ ખરું ?'

'ખરું ને ઈન્દ્રજિત સેલારકા.' ઈન્દ્રજિતે કહ્યું હતું અને તે ત્યાંથી ચાલ્યો ગયો હતો.

●

આવી તદ્દન સાદીસીધી તેમની પ્રથમ મુલાકાત હતી. પ્રેમા ખૂબ અલ્લડ હતી. 'કમબખ્ત, આ છોકરાઓ શું સમજતા હશે ! સહેજ લાલ-પીળું જોયું કે પાગલ, કોઈ જાતની ગહેરાઈ નહિ...સમજ નહિ.'

'પણ આ પઠ્ઠો... શું નામ કહ્યું તેણે...' શૈલજાએ પૂછ્યું હતું. 'હા... ઈન્દ્રજિત...એ લાગે છે ફાંકડો.'

'એ બધાં કપડાંના પ્રતાપ. બાકી તેનામાં બોલવાના પણ હોશ ન હતા.'

ફેસ્ટિવલ રેસનો કાર્યક્રમ સાંજે સાડા પાંચ વાગ્યે પત્યો. પ્રેમા અને શૈલજા તેમના ઘર તરફ પાછાં વળ્યાં. બંને છોકરીઓ વૅકેશનમાં થોડા દિવસો આનંદમાં વિતાવે એટલે એક નાનું કૉટેજ રૉયલ હોટલની બાજુમાં ભાડે રાખ્યું હતું. કૉટેજની ઓસરી ખૂબ વિશાળ હતી. ઓસરીમાંથી જ સીધા દીવાનખાનામાં પ્રવેશાતું હતું.

પાછળ નાનું રસોડું અને દીવાનખાનાને ફરતા ત્રણ બેડરૂમ હતા. પગી માટે રહેવાની ઓરડી કંપાઉન્ડમાં હતી. ત્રણે કમરા અલગ અલગ હતા. શૈલજા અને પ્રેમા એક જ કમરામાં રહેતાં, બીજા કમરામાં મનમોહનરાયના ભાગીદાર થોડો વખત માટે આવવાના હતા. ત્રીજો કમરો બંધ હતો.

પ્રેમા અને શૈલજા જ્યારે કૉટેજ પર પાછાં આવ્યાં ત્યારે તેમને જિંદગીનું આશ્ચર્ય જોવા મળ્યું હતું...ઈન્દ્રજિત નાઈટડ્રેસ પહેરીને વરંડામાં પડેલી નેતરની આરામખુરસીમાં છાપું વાંચતો પડ્યો હતો. બાજુમાં ટિપોઈ પર ચાની કીટલી અને કપ પડ્યાં હતાં.

'ઓહ... મિસ્ટર...' શૈલજા ગુસ્સાથી બોલી ઊઠી. ઈન્દ્રજિતે છાપું વાળ્યું અને બાજુ પર મૂક્યું. ચશ્માં કાઢીને એક શ્વાસ ભરીને તેણે બંને છોકરીઓ સામે જોઈને કહ્યું હતું.

'વૅલ ! વી મીટ અગેઈન... બેસોને !'

'આ શું ? બેસોને ! એટલે ?' શૈલજા તાડૂકી ઊઠી.

'બેસોને એટલે ! વાહ... બેસો એટલે ખુરશીમાં તમારી સુંદર, નમણી, દિલચસ્પ કાયાને ગોઠવો...'

'એટલે મિસ્ટર... આ કૉટેજ તમારા બાપનું છે ?' પ્રેમાંએ કહ્યું. 'અહીં શું કામ આવ્યા છો ?'

'શું નામ કહ્યું હતું તમારું ?' ઈન્દ્રજિતે ચશ્માં પહેરીને પ્રેમા સામે જોયું. પ્રેમા ગુસ્સાથી લાલચોળ થઈ ગઈ હતી. તેના શ્યામલ ચહેરા પર તાંબા જેવી રતાશ તરી આવી હતી.

'મૂરખની જેમ વાત ન કરો મિસ્ટર... તમે અહીંથી જાઓ છો કે પછી...' પ્રેમાએ કહ્યું અને શૈલજાએ પગીને બૂમ પાડી.

'બૂમો ન મારો.' ઈન્દ્રજિતે શૈલજાને અટકાવી. 'પગીને મેં સિગારેટ્સ લેવા મોકલ્યો છે. અહીં આવ્યો પછી મને ખ્યાલ આવ્યો કે હું સિગારેટ્સ લેતા આવવાનું જ ભૂલી ગયો છું.'

'અહીં આવવાનું તમને કોણે કહ્યું હતું ?'

'મારા પિતાશ્રીએ.' ઈન્દ્રજિતે પ્રેમા તરફ જોઈને કહ્યું. 'તમારે વરંડામાં ન બેસવું હોય તો આપણે દીવાનખંડમાં બેસીએ.'

'શટ અપ...' શૈલજા બોલી.

'એક વાત કહું, તમે ગુસ્સે થાઓ છો ત્યારે ફિક્કાં લાગો છો.' ઈન્દ્રજિતે તે પછી પ્રેમા સામે જોયું. 'પણ તમે ગુસ્સે થાઓ છો ત્યારે વધુ સુંદર લાગો છો... ઓહ.. લ્યો મારી સિગારેટ્સ આવી ગઈ.' બંને છોકરીઓ ઓસરી સુધી દોડી ગઈ. કંપાઉન્ડમાં કૉટેજનો ખાનસામો-કમ-પગી દોન્દુ પ્રવેશી રહ્યો હતો.

'હે સગળા કાય આહે દોન્દુ, એ વડા કોણ આહે?' શૈલજા એકીશ્વાસે બોલી.

'સધ્યા ત્યાલા બાહેર કાઢ.' પ્રેમાએ કહ્યું.

'કુણાલા... યાન્લા?...હે તો આપલે છોટે માલિક આહે... ઈન્દ્રજિત શેઠ.'

'શું કહ્યું?' પ્રેમા અને શૈલજા બંને એકીસાથે બોલી ઊઠ્યાં.

'અરે! દોન્દુ, હે દોધી મેમસાહેબ કરતાં ચાય આણ...' ઈન્દ્રજિતે હસીને કહ્યું અને ત્રીજા કમરા તરફ જોયું. એ બંધ કમરો ખુલ્લો હતો.

આ હતી તેમની બીજી મુલાકાત. ઈન્દ્રજિત પ્રોફેસર માધવલાલ સેલારકાનો પુત્ર હતો. પ્રોફેસર સેલારકા ઈન્ડિયન ઈન્સ્ટિટ્યૂટ ઑફ ટેક્નૉલૉજીમાં ફિઝિક્સના પ્રાધ્યાપક હતા. અમેરિકામાં ઘણી યુનિવર્સિટીઓમાં તો વિઝિટિંગ લેક્ચરર તરીકે જતા. નિવૃત્તિ પછી માથેરાનમાં શાંત જીવન ગાળવા તેમણે એક કૉટેજ બંધાવેલું હતું. એ કૉટેજનો એક કમરો પોતાના કબજે રાખીને બીજા કમરાઓ સિઝન દરમિયાન ભાડે આપતા.

પ્રેમા અને શૈલજાને, ઈન્દ્રજિત આ કૉટેજના માલિકનો પુત્ર હશે તેવી કલ્પના પણ આવી ન હતી. બંને એટલી સ્તબ્ધ થઈ ગઈ હતી કે રાતના જમવાના સમય સુધી કશું બોલી જ શકી ન હતી. કૉટેજ સંભાળતો પગી ચા-નાસ્તો તો કરી આપતો પણ જમવા માટે તો હોટેલમાં જ જવું પડતું યા તો ટિફિન મંગાવવું પડતું. શૈલજા અને પ્રેમા એટલાં તો સંકોચ પામી ગયાં હતાં કે મોડે સુધી પોતાના કમરાનું બારણું બંધ કરીને બેસી રહ્યાં હતાં.

બારણે ટકોરા થયા. અડધી મિનિટ સુધી શૈલજા કે પ્રેમા કોઈએ બારણું ખોલ્યું નહિ. આખરે પ્રેમા ઊભી થઈ અને તેણે બારણું ખોલ્યું.

'માફ કરજો...' ઈન્દ્રજિતે બારસાખ પર ઊભા રહીને જ કહ્યું. 'તમારે જમવું હોય તો...'

પ્રેમાએ વિરોધ કર્યો હતો, પણ આખરે ઈન્દ્રજિતની જીત થઈ ગઈ હતી. અને ત્રણે ડાઈનિંગ ટેબલ પર ગોઠવાયાં હતાં. બસ તે પછીથી તો તેમની મૈત્રી જામી હતી. ટૂંક સમયમાં જ ઈન્દ્રજિતને ખબર પડી હતી કે પ્રેમા શૈલજાની બહેન ન હતી, પણ તેની સાથે ઊછરી હતી. ઈન્દ્રજિત સ્કૉલર હતો. થોડા વખત પહેલાં જ તે જે. બી. ઈલેક્ટ્રોનિક્સ માટે ભારત આવ્યો હતો. તેના પિતા આઇ.આઇ.ટી.ના

કેમ્પસમાં રહેતા હતા. ઈન્દ્રજિતને મુંબઈમાં જોઈએ તેવું મકાન મળ્યું ન હતું એટલે રીટ્ઝ હોટેલમાં રહેતો હતો.

માથેરાનમાં ગાળેલા એ શનિ-રવિ શૈલજાને હજુ પણ એવા ને એવા જ યાદ હતા. ઈન્દ્રજિત ખૂબ વાચાળ હતો. સૂરજ હેઠળના કોઈ પણ વિષય પર તે બોલી શકતો. તેમની પ્રથમ મુલાકાત શુક્રવારે સાંજે થઈ હતી. શનિ અને રવિ બંને દિવસો જુદાં જુદાં 'પોઈન્ટ્સ' પર જવામાં, ઘોડા દોડાવવામાં અને વાતોમાં તેમણે ગાળ્યા હતા.

રવિવારે સાંજે પાંચ વાગ્યે ઈન્દ્રજિત, માથેરાનની નાનકડી ટ્રેનના ડબ્બામાં બેઠો ત્યારે શૈલજા અને પ્રેમા ગમગીન તો નહિ પણ થોડાં હતોત્સાહ થઈ ગયાં હતાં. કારણ ઈન્દ્રજિત નોકરી કરતો હતો અને તેને મુંબઈ ગયા વગર ચાલે તેમ ન હતું. બંને છોકરીઓમાં ઈન્દ્રજિતે નવું જ આકર્ષણ જન્માવ્યું હતું. સ્ટેશન પરથી વળાવીને બંને પોતાના કૉટેજ પર ગયાં.

'શૈલજા, તું ખૂબ રૂપાળી છું... ખૂબ.' પ્રેમાએ કહ્યું. 'ક્યારેક મને તારી ઈર્ષ્યા આવે છે અને ક્યારેક થાય છે, આવી રૂપાળી કાયા કોઈ યોગ્ય પાત્ર સાથે જોડાય તો સારું... નહિ તો કદાચ...'

'શું કદાચ...'

'કદાચ તને ઈન્દ્રજિત જેવો છોકરો પતિ તરીકે ન મળ્યો તો ?'

'એટલે ?'

'શૈલજા... તારે મને કહેવાની જરૂર નથી કે તને ઈન્દ્રજિત નથી ગમ્યો.' પ્રેમાએ ધીરેથી કહ્યું. શૈલજાએ પ્રેમાના ધ્રૂજતા, તાંબા જેવા હોઠ તરફ જોયું.

'હં મને ગમ્યો.'

'તારી આંખોમાં જોતાં જ મને ખ્યાલ આવ્યો હતો કે તને એ ગમશે.' પ્રેમાએ કહેલું. શૈલજાએ કંઈ જવાબ ન આપ્યો. 'તમારી જોડી અદ્ભુત બની રહેશે...'

'પ્રેમા... તું આ શું બોલે છે ? એક આદમીને હજુ બે જ દિવસથી આપણે ઓળખીએ છીએ અને...'

'હું ક્યાં કહું છું કે તું આવતી કાલે તેને પરણી જઈશ ? આપણે તેના વિશે તપાસ તો કરીશું જ. પણ મને ખાતરી છે કે આવતા શનિ-રવિ માટે તે જ્યારે પાછો આવશે ત્યારે તારી પાસે પ્રસ્તાવ મૂકશે...'

'તને ક્યાંથી ખબર ?'

'મને તેની આંખોમાં દેખાતું હતું.' પ્રેમા બોલી.

●

શૈલજા ચાલતી ગાડીના ડબ્બાની બહાર અંધારામાં જોતી એ દશ્યો યાદ કરી રહી હતી.

મોડી રાતે શૈલજાને ઊંઘ આવી હતી. ટ્રેનના ડબ્બામાં બેઠાં બેઠાં તેણે કેટલાય વિચારો કરી નાખ્યા હતા. ઈન્દ્રજિતે શા માટે તેને મુંબઈ બોલાવી હશે તેનો કોઈ ખુલાસો તેને જડતો ન હતો. મહિના પહેલાં તો તે મુંબઈમાં ઈન્દ્રજિતને મળી હતી. અરે ! અઠવાડિયા પહેલાં પ્રેમા સાથે તેણે ટેલિફોન પર વાત કરી હતી. પહેલેથી જ પ્રેમા અને ઈન્દ્રજિત ઝઘડતાં... બંને ફરી ઝઘડ્યાં હશે ? જરૂર કંઈક થયું હશે. તે જ વિચારોમાં તે ખોવાઈ ગઈ હતી. પ્રેમા અને ઈન્દ્રજિતના પ્રેમના દિવસો યાદ કરતાં કરતાં જ તે ઝોકે ચડી હતી.

માથેરાનમાં તેમની પ્રથમ મુલાકાત થઈ હતી. પ્રેમા અને શૈલજાને છોકરો ખરેખર દિલબર લાગ્યો હતો. બંને બહેનપણીઓ તો વૅકેશન ગાળવા માથેરાન ગઈ હતી. ઈન્દ્રજિત કેવળ શનિ-રવિની રજામાં આવ્યો હતો. તે પાછો મુંબઈ ગયો ત્યારે બીજા શુક્રવારે આવવાનું કહેતો ગયો હતો. બીજા શુક્રવારની સવારથી જ પ્રેમા અસ્વસ્થ હતી. સાંજે સાડાચાર વાગ્યે ટ્રેન આવતી. તે દિવસે શૈલજા આખી બપોર ઘોરતી રહી હતી.

'એય... સવાચાર થયા...' પ્રેમાએ શૈલજાને ઢંઢોળીને કહ્યું.

'તે ભલા થયા.'

'પણ ઊભી થાને...'

'એય પ્રેમા...હું તને કહું છું કે આપણે માથેરાન આરામ કરવા આવ્યાં છીએ કે ઘડિયાળ જોવા ?' શૈલજાએ કહ્યું.

'પણ સાડાચાર ને પાંચે ટ્રેન આવી જશે.' પ્રેમા બોલી હતી.

'ટ્રેન... શેની ટ્રેન ?'

'આપણે સ્ટેશને નથી જવું ?'

'શા માટે ?' શૈલજાએ પૂછ્યું.

'કેમ ઈન્દ્રજિત આવવાનો છે ને ! આજ શુક્રવાર છે. તેણે નો'તું કહ્યું, તે શુક્રવારે સાંજે આવી જ જશે ?'

'તે ભલેને આવે. તેણે રસ્તો તો જોયો છે ને !' કહીને શૈલજાએ પાસું ફેરવ્યું.

'ખરી વિચિત્ર છું... આપણે જઈશું તો તેને સારું લાગશે... આમેય ચા પીવાનો સમય તો થઈ ગયો છે ને !'

'તારે જવું હોય તો જા, બાબા, મને તો ઊંઘ આવે છે અને આજે ગરમી પણ ખૂબ છે... જરા પંખો ફાસ્ટ કર.' શૈલજાએ માથા પર ઓશીકું ઢાંક્યું.

'મારે શું કામ જવું પડે ! તું એના પ્રેમમાં પડી છું... અને...' પ્રેમાએ વાક્ય અધૂરું મૂક્યું.

'એ પ્રેમી... હું તેના પ્રેમમાં પડી છું કે નહિ તે વાત જુદી છે. એ ઇન્દ્રજિતનો બચ્ચો મારા પ્રેમમાં પડ્યો હોય તો હું કાંઈ તેની "કદમબોસી" કરવાની નથી. તેને આવવું હોય તો આવે અને નહિ તો ન આવે.'

'મારે શું ?' પ્રેમા બોલી. તેણે પંખો ફાસ્ટ કર્યો અને આરામખુરસીમાં ગોઠવાઈ. તેણે કોઈ સામયિક ઉઠાવ્યું અને તેનાં પાનાં ફેરવતી બેસી રહી. બરાબર સાડાચાર ને દસ મિનિટે ઝાંપો ખખડ્યો. એય... શૈલજા, એ આવ્યો લાગે છે.' તેણે શૈલજાને કહ્યું પણ તેણે સાંભળ્યું નહિ.

●

'હલ્લો' ઇન્દ્રજિતે ખુલ્લા બારણામાં ઊભા રહીને કહ્યું.

'હલ્લો' પ્રેમા બોલી. 'આવો ને અંદર, હું શૈલજાને ઉઠાડું છું.'

'નહિ... નહિ... તેમને ઊંઘવા દો.' ઇન્દ્રજિતે કહ્યું. અને ખરેખર તે પછી દોઢ કલાક સુધી શૈલજા ઊંઘતી જ રહી. પ્રેમા કમરામાંથી બહાર વરંડામાં ચાલી ગઈ હતી. ઇન્દ્રજિત સાથે બેસીને ચા પીતાં પીતાં તેણે અનેક વિષયો પર ગપ્પાં માર્યાં હતાં. જોકે તેમનો મુખ્ય 'ટોપિક' તો શૈલજા જ હતી.

સાડા છ વાગ્યે શૈલજા ઊઠીને બહાર આવી. તેણે લીલી કિનારવાળી આછા ક્રીમ કલરની સાડી પહેરી હતી. સારું એવું ઊંઘવાથી તેના ચહેરા પર તાજગી હતી. તેના બરછટ વાળ વીખરાયેલા હતા. તેમાંથી એક-બે લટો તેના ગાલ અને હોઠ સાથે રમતી લહેરાતી હતી. 'સ્લીપિંગ બ્યુટીની વાર્તા મેં નાનપણમાં વાંચી હતી પણ તેનું પાત્ર જોવાનો લહાવો આજે જ મળ્યો.' ઇન્દ્રજિતે તેને એક નજરમાં આવરી લેતાં કહ્યું હતું.

'એમ ? તો એ લહાવો હું તમને ફરી પણ લેવા દઈશ. એક કપ ચા અને એસ્પિરિન લઈને હું ફરી સૂઈ જ જવાની છું.' શૈલજાએ કહ્યું.

'કેમ... કેમ આપણે ફરવા નથી જવું ?' પ્રેમાએ આશ્ચર્યથી પૂછ્યું.

'ના દોસ્ત... મને માથું દુખે છે.'

શૈલજા સૂતી જ રહી. તે દિવસે સાંજે પ્રેમા-ઇન્દ્રજિત સાથે ફરવા ગયાં. શનિવારે સવારે પણ શૈલજા મોડી ઊઠી. ઊઠીને તેણે એસ્પિરિન લીધી હતી.

'તારી તબિયત સારી નથી, શૈલી ?' પ્રેમાએ આશંકાથી તેને પૂછ્યું. 'જોવા દે તો.' કહીને તેણે શૈલજાનો હાથ પકડ્યો.

'ચલ ચલ હવે, તારે ડૉકટર થવાની ત્રણ વર્ષની વાર છે.' શૈલજાએ હાથ છોડાવતાં કહ્યું.

શનિ-રવિના બંને દિવસો શૈલજા કૉટેજમાં જ રહી. એ બંને દિવસો પ્રેમા અને ઈન્દ્રજિતે સાથે જ ગાળ્યા. રવિવારે ઈન્દ્રજિતને વળાવવા પ્રેમા સ્ટેશને પણ ગઈ હતી. સ્ટેશનેથી તે પાછી આવી ત્યારે તેનો ચહેરો ઉદાસ હતો પણ તેની આંખમાં કોઈ અજબ ચમકારો હતો. શૈલજા વરંડામાં જ બેઠી હતી.

'મૂકી આવી પ્રેમા... પેલા ચશ્મીસને ?' શૈલજાએ પૂછ્યું.

'હા.' પ્રેમાએ ટૂંકો જવાબ આપ્યો.

'હાય અલ્લાહ.' સિનેમાની અદાથી શૈલજા બોલી, 'આ વખતે હું તેને બરાબર મળી નહિ તેથી બિચારાના જિગરના ટુકડા થઈ ગયા હશે નહિ ?'

'તારામાં જરા પણ ઠરેલતા નથી.' પ્રેમા બોલી.

'અચ્છા... તો એ તને ઠરેલપણાનો પાઠ શીખવતો હતો ?' શૈલજા હસીને બોલી.

'તું ચૂપ રહે.'

તે દિવસે માથેરાનમાં બંને સખીઓ વચ્ચે કંઈક દીવાલ આવી ગઈ હતી. પ્રેમા કમરામાં ચાલી ગઈ અને શૈલજા મોડે સુધી હસતી હસતી વરંડામાં જ બેસી રહી હતી. રાતે સૂવા ટાણે પ્રેમા પલંગ પરની ચાદરો સરખી કરતી હતી ત્યારે શૈલજાએ એલાર્મની ચાવી આપવા માંડી હતી.

'ઘડિયાળને મેં ચાવી આપી છે.'

'પણ હું તો એલાર્મ ગોઠવું છું.' શૈલજાએ જવાબ આપ્યો.

'કેમ ?'

'સવારના સાત વાગ્યે એક ગાડી જાય છે.' શૈલજાએ કહ્યું, 'આપણે એ ગાડી પકડીને પાછાં જઈશું.'

'આપણે ? કેમ પણ ?'

'તારે ના આવવું હોય તો કંઈ નહિ, પ્રેમી... પણ મારાથી આવતા શનિ-રવિ સુધી રાહ નહિ જોવાય.' શૈલજાએ ગંભીરતાથી કહ્યું.

'શેની રાહ ?'

'ઈન્દ્રજિતની.' શૈલજાએ જવાબ આપ્યો. 'જો પ્રેમા... મેં બે દિવસ ખૂબ વિચાર કર્યો. મને તારા શબ્દો યાદ આવ્યા. તારી વાત બરાબર છે. ઈન્દ્રજિત જેવો છોકરો મળવો મુશ્કેલ છે. તેની સાથે મેં વર્તન પણ સારું ન કર્યું. મને લાગે છે તેને મળવું જોઈએ.'

'પણ... પણ... શૈલી... તું...'

'નહિ, તું કશું બોલીશ નહિ. હું ખરેખર મૂરખની જેમ જ વર્તી હતી... મારે તેની સાથે —'

'શૈલજા... શૈલી... તારે ઉતાવળ કરવાની જરૂર નથી.' પ્રેમા બોલી ઊઠી. 'આપણે હજુ તેને બરાબર ઓળખતાં પણ નથી— ' પ્રેમાના ચહેરા પર અસ્વસ્થતા આવી.

'નહિ પ્રેમી... મારે તો તેને મળવું જ પડશે... તેની માફી માગવી પડશે...' શૈલજા પોતાની જાતને ગાળો દેતી રહી.

'પણ તેં એની સાથે ક્યાં ખરાબ વર્તન કર્યું છે ?'

'નહિ, કર્યું છે... કર્યું છે. બિચારો કેટલો સાલસ છોકરો છે ! અને મેં તેના તરફ લક્ષ પણ ન આપ્યું ! નોંધ પણ ન લીધી ! ઓહ !' શૈલજા બોલતી હતી અને પ્રેમાના જિગરમાં તેલ રેડાતું હતું.

'નહિ પ્રેમા, આપણે કાલે જ તેનો ફેંસલો લાવીશું...'

સવારે એલાર્મ વાગે તે પહેલાં જ શૈલજા ઊઠી ગઈ હતી. તેણે પ્રેમાને ઝડપથી ઉઠાડીને તૈયાર થવા માટે બાથરૂમમાં ધકેલી દીધી. 'પણ તું સ્વસ્થતાથી વિચારી લે શૈલી...'

'વિચારવાનું કંઈ નથી. મેં નિર્ણય લીધો છે પ્રેમા, મારે ઈન્દ્રજિત જેવો જ પતિ જોઈએ.' શૈલજાએ કહ્યું.

'પણ શૈલજા..., એ તને... એ તને...'

'મને ખબર છે. એ મને ખૂબ ચાહે છે.' શૈલજાએ કહ્યું અને સૂટકેસ પેક કરવા માંડી. 'પણ અભિમાનમાં જ મેં તેની લાગણીને ઓળખી નહિ. ઓહ ભગવાન ! મને પણ તારી માફક આંખમાંથી ભાવો પિછાનવાની આવડત હોત તો —'

'શૈલજા તું —'

'પાગલ છું એમ જ ને ! ભલે આખું જગત મને પાગલ કહે. મને પરવા નથી. પ્રેમ આગળ કોઈ ચીજ કીમતી નથી અને માઈ ગૉડ ! ઈન્દ્રજિત જેવા છોકરાને, તેના પ્રેમને મેં ઓળખ્યો નહિ !' શૈલજા બોલતી રહી. બંને સ્ટેશને પહોંચ્યાં અને મુંબઈ પહોંચ્યાં ત્યાં સુધી પણ તે પાગલની માફક ઈન્દ્રજિતનું નામ રટતી રહી. ટ્રેનમાંથી ઊતરીને જ્યારે તે ટેલિફોન બૂથ તરફ ગઈ ત્યારે તો પ્રેમાની આંખમાં ઝળઝળિયાં આવી ગયાં.

'ઓહ ! પ્રેમા...' કોઈ શાશ્વત બાહુપાશથી અલગ થઈ હોય, અળગી રહી હોય તેમ નિઃશ્વાસ નાખીને શૈલજા સ્ટેશન પરના ટેલિફોન બૂથમાં પ્રવેશી હતી. રીટ્ઝ હોટલમાં ફોન કરીને તેણે ઈન્દ્રજિતની ઑફિસનો નંબર મેળવ્યો હતો.

'પણ આટલી ઉતાવળ શી છે ?' પ્રેમાએ તેને રોકતાં કહ્યું.

'ઉતાવળ ! ઓહ પ્રેમા... મને તો એમ થાય છે કે આ ક્ષણે આ ટેલિફોન કેબિનમાં, તારે બદલે જો ઈન્દ્રજિત ઊભો હોત તો હું તેને ચુંબનોથી નવરાવી દેત, મારી છાતીસરસો ચાંપી લેત.' કહીને શૈલજાએ ફોન જોડ્યો. પ્રેમાની આંખ તે વખતે ભીની થઈ હતી. શૈલજાએ ઈન્દ્રજિત સાથે કનેક્શન માગ્યું.

'હલો, ઈન્દ્રજિત, સ્પીકિંગ.' થોડી વારે સામે છેડેથી ઈન્દ્રજિતનો અવાજ આવ્યો.

'ઓહ ! ઈન્દ્ર...ઈન્દ્ર... ઓહ માઈ...' શૈલજા બોલી.

પ્રેમાએ તેના હાથમાંથી રિસીવર છોડાવવા પ્રયત્ન કર્યો, "ઓહ ઈન્દ્ર... હું કોણ છું તે પૂછે છે ? અરે ઈન્દ્રાણી... તારી અપ્સરા..."

'મને સમજાતું નથી. તમારે કયો નંબર જોઈએ છે ?' ઈન્દ્રજિતે પૂછ્યું.

'પહેલો જ નંબર... જોઈએ છે.'

'પણ કોણ છો તમે ?' ઈન્દ્રજિતે પૂછ્યું. શૈલજાએ રિસીવર પ્રેમાના હાથમાં મૂક્યું.

'પ્રેમા... પ્રેમા, તું જ એને સમજાવ. મારાથી વાત નહિ થાય.'

'હલો...જી, હું પ્રેમા બોલું છું.' પ્રેમાએ ફોનમાં કહ્યું.

'પ્રેમા ! તું ક્યાંથી ? હમણાં તું વાત કરતી હતી ?'

'ના, શૈલજા હતી.' પ્રેમાએ કહ્યું. તરત જ શૈલજાએ રડમસ અવાજે પ્રેમાને કહ્યું : 'તું એને કહે કે એક જ કલાકમાં, જો તે મેટ્રો થિયેટર પાસે નહિ આવે તો તે જિંદગીભર પસ્તાશે તેવું હું કંઈક કરીશ.'

'અરે.. પણ...' પ્રેમા બોલી.

'પણ બણ નહિ. તું એને કહી દે.' શૈલજાએ જીદ પકડી.

'હલ્લો ઈન્દ્રજિત, તું મેટ્રો પર આવીશ ? એક કલાકમાં મારે ખાસ કામ છે.' પ્રેમાએ ઝડપથી તેને કહ્યું. ઈન્દ્રજિતે ઘણું પૂછ્યું પણ તેણે રૂબરૂમાં જ વાત કરીશું તેમ સમજાવ્યું અને ફોન મૂક્યો.

'શું કહ્યું એણે ? પ્રેમા, શું કહ્યું ?'

'ચૂપ કર...' પ્રેમાએ ગુસ્સાથી કહ્યું. 'એ મેટ્રો પર આવે છે. અને આમ બાળકીની માફક વાત ન કર. આ નાટક નથી, સમજી ?'

'હા પ્રેમા, મને સમજાય છે કે આ નાટક નથી. ઓહ ! ચાલ જલદી આપણે ઘેર જઈ કપડાં બદલીને મેટ્રો પર પહોંચીએ. તેં કહ્યું ને કે આપણે સિનેમા જોઈશું ?'

'શું કહ્યું ?' પ્રેમા તાડૂકી. 'તે પંદર મિનિટ માટે જ મળવા આવશે. પાગલ થઈ ગઈ છે કે શું ?'

'બસ... પંદર મિનિટ...'

●

મરીન ડ્રાઈવ સી વ્યૂના છઠ્ઠા માળે મનમોહનરાય... શૈલજાના પિતાનું મકાન હતું. પ્રેમા અને શૈલજા ત્યાં પહોંચ્યાં. શૈલજાએ મીની સ્કર્ટ પહેર્યું. પાતળું સ્લીવલેસ બ્લાઉઝ પહેર્યું. ગો ગો ગોગલ્સ અને કેડ પર મોટો ચામડાનો પટ્ટો બાંધ્યો.

'તું શું પહેરે છે, પ્રેમા ?'

'કંઈ નહિ...' તેણે ખિજાઈને જવાબ આપ્યો.

'કંઈ નહિ એટલે !' શૈલજાએ 'જોક' કરી અને કબાટમાંથી પ્રેમાને ખૂબ જ ગમતું રૉ સિલ્કનું કુરતું અને સફેદ સરવાલ કાઢ્યો. પ્રેમાને ખૂબ જ ખીજ ચડતી હતી. શૈલજા ખરેખર બેફામપણે વર્તતી હતી. સિનેમાના ડાયલોગ્સ બોલતી હતી અને ભયાનક નખરાં કરતી હતી. ઈન્દ્રજિત પાછળ તે આવી રીતે પાગલ થઈ જશે તે તેની કલ્પનામાં આવતું ન હતું. બંને તૈયાર થયાં. શૈલજાએ પ્રેમાને જ મોટરના સ્ટિયરિંગ પર બેસાડી.

'પ્રેમા... ડિયર... જો કદાચ તે ફિલ્મ જોવા બેસે તો તું મોટર લઈને પાછી આવીશને ! તારા દેખતાં મારાથી તેનો હાથ પણ નહિ પકડાય. આપણે રસ્તામાંથી ફૂલ પણ લેતાં જઈએ.'

'શૈલજા, હવે હદ થાય છે. તારે આવી નાદાનિયત કરવાની જરૂર નથી.'

'ઓહ પ્રેમા, તને કઈ રીતે સમજાવું કે ઈન્દ્રજિત વગર મારાથી જીવી શકાય તેમ નથી.'

પ્રેમાએ મોટર હંકારી. મેટ્રો થિયેટરમાં સાઉન્ડ ઑફ મ્યુઝિકનો મૅટિની શો હતો. શૈલજાએ મોટરમાંથી ઊતરીને બાલ્કનીની બે ટિકિટો લીધી. પ્રેમા મોટર પાર્ક કરીને સૂનમૂન તેની પાસે આવીને ઊભી રહી. થોડી વારમાં જ ઈન્દ્રજિત આવ્યો. બ્લૂ પૅન્ટ, યલો સિલ્કનું શર્ટ... ઈન્દ્રજિત મોહક લાગતો હતો.

'હલો... ઈન્દ્ર...' શૈલજા તેની સામે દોડી. થિયેટરની ફૉયરમાં જ તેણે ઈન્દ્રજિતને બાથમાં લીધો. પ્રેમા સમસમી ઊઠી. પણ શૈલજા તો ઈન્દ્રજિતને ખેંચીને ડૉરકીપર પાસે પહોંચી. તેણે એ આદમીને સમજાવ્યું કે તેની બહેનપણી પાછી જવાની છે, પણ ઉપરના મજલે સ્નેકબાર સુધી તે આવશે. ડૉરકીપરે મર્માળુ સ્મિત કરીને ત્રણે જણને અંદર જવા દીધાં.

ઈન્દ્રજિત મૂંઝાતો હતો. તેનો હાથ પકડીને શૈલજા દાદર ચડી. અડધે દાદરે સામી દીવાલ પરના અરીસા આગળ તે ઊભી રહી. પાતળી કેડ પર ચામડાનો પટ્ટો તેના સ્તનયુગ્મને વધુ મોહક બનાવતો હતો. મીની સ્કર્ટ હેઠળ દેખાતા તેના સોનલ પગ જિગર હલાવી નાખે તેવા જિન્સી લાગતા હતા. 'હું કેવી લાગું છું, ઈન્દ્ર ?' શૈલજાએ પૂછ્યું. પ્રેમા એ સાંભળીને હેબતાઈ ગઈ.

'ઓહ... ખૂબ બહેતરીન...' ઈન્દ્રજિતે કહ્યું.

'અને આ પ્રેમા ?' તેણે હસીને કહ્યું. 'તે પણ રૂપાળી લાગે છે નહિ ? અત્યારે તેનો ચહેરો તો જો... આટલી લાલઘૂમ તો તે ક્યારે પણ લાગતી ન હતી.'

ત્રણે જણ સ્નેકબાર પાસે આવ્યાં. શૈલજા ઈન્દ્રજિતને અડીને બેઠી. પ્રેમા થોડે દૂર બેઠી. શૈલજાએ આઈસક્રીમના કોન્સ મંગાવ્યાં. ઈન્દ્રજિત હજુ પણ સ્તબ્ધતામાં હતો. બારમૅને કોન્સ આપ્યાં. બરાબર તે જ વખતે શૈલજાના હાથમાંથી કોન પડ્યો અને તેના સ્કર્ટ પર આઈસ્ક્રીમ ઢોળાયો. 'ઓ..' કહીને તે ઊભી થઈ ગઈ અને ઝડપથી ટૉઈલેટ તરફ દોડી.

પ્રેમા ખરેખર ક્ષોભ અનુભવતી બેસી રહી.

'આ બધું શું છે ?' ઈન્દ્રજિતે પૂછ્યું, પણ પ્રેમા બોલી નહિ. તેના ગળામાં ડૂમો ભરાયો હતો. તેની જમણી આંખમાંથી એક આંસુ સરીને ગાલ પર આવ્યું.

'શું થયું પ્રેમા ?' ઈન્દ્રજિતે વિહ્‌વળતાથી પૂછ્યું.

'કંઈ નહિ.' પ્રેમાએ પર્સમાંથી મોટરની ચાવી કાઢીને ઈન્દ્રજિતના હાથમાં મૂકી. 'આ ચાવી શૈલજાને આપી દેજે.' પ્રેમા ઊભી થઈ ગઈ.

'તું ક્યાં જાય છે પ્રેમા ?' ઈન્દ્રજિતે પ્રેમાનો હાથ પકડ્યો. 'તમે મને શા માટે બોલાવ્યો ?'

'મને કશું પૂછવાની જરૂર નથી. મેં તને નથી બોલાવ્યો. તું શૈલજાને પૂછી લેજે. પ્રેમાએ પોતાના હાથમાં પકડેલો આઇસ્ક્રીમ કોન સ્પિટૂનમાં નાખી દીધો. ત્યાં જ પેલો ડૉરકીપર આવ્યો. તે પ્રેમા તરફ જોઈ રહ્યો અને પછી ઓળખાણ પડી હોય તેમ નજીક આવ્યો.

'એક્સક્યૂઝ મી... આપનું નામ પ્રેમા મહેતાને ?'

'હા કેમ ?' પ્રેમાએ પૂછ્યું.

'મારે તમને આ ચિઠ્ઠી આપવાની છે અને આ ફૂલ.' કહીને તેણે એક કાગળ અને એક સુંદર રાતું ગુલાબ પ્રેમાના હાથમાં મૂક્યું. પ્રેમાએ ઝડપથી પરબીડિયું ખોલ્યું... અંદર કાગળ હતો.

> 'મારી પ્રેમુ,
>
> આંખમાંથી વાત જાણી લેવાની તારામાં જ કોઈ આવડત નથી પણ હું તેમાં નિષ્ણાત છું. મને પહેલે દિવસથી ખાતરી હતી ઈન્દ્રજિત વગર તું રહી શકવાની નથી... ગુડલક. હવે મજા કર. તેને જવા ન દઈશ.
>
> તારી શૈલી.'

પ્રેમા કાગળ તરફ જોઈ રહી. તેના હોઠ ફરક્યા અને ઝાકળપિછોડીમાં સંઘરી રાખેલું સ્મિત વેરાઈ ગયું.

બારીની બહાર દૃશ્ય પલટાયું હતું. હરિયાળી છોડીને ટ્રેન ધમાલિયા ગંદા શહેરમાં દાખલ થઈ રહી હતી. બોરીવલી સ્ટેશન આવવાને થોડી વાર હતી. ઈન્દ્રજિતે તેને 'લવર્સ નૂક' પર બોલાવી હતી. ત્યાં જ ઊતરવાનું કહ્યું હતું. શા માટે એ હલકી આબરૂવાળી હોટેલમાં તેણે બોલાવી હશે ? એ હોટેલ બાન્દ્રા લિંકિંગ રોડ પર આવેલી હતી. સીધા જ જો ત્યાં જવું હોય તો બોરીવલી ઊતરી જવું ઠીક પડે. પણ શૈલજાએ ઈન્દ્રજિતને ઘેર જવાનો નિર્ણય લીધો હતો. આખી રાત તેણે ઈન્દ્રજિત અને પ્રેમાના જ વિચારો કર્યા હતા. પાલઘરથી લીધેલા છાપામાં પણ તેને રસ ન હતો. તેણે છાપાનાં પાનાં નીરસતાથી ઉથલાવ્યાં. તેની નજર સિનેમાની જાહેરાતો પર પડી. મેટ્રો થિયેટરમાં ફરી વખત 'સાઉન્ડ ઑફ મ્યુઝિક' મેટિની શોમાં આવ્યું હતું.

તે દિવસે મૅટ્રોમાં જ પ્રેમાને તે ઈન્દ્રજિત પાસે છોડીને ખૂબીથી ચાલી નીકળી હતી. મૅટ્રો પરથી છેક સાંજે સાડા છ વાગ્યે પ્રેમા પાછી આવી હતી. તેના શ્યામલ ચહેરા પર કોઈ અજબ સુરખી આવી હતી. તેની આંખોમાં પ્રણયભીની ચમક નીતરતી હતી. પ્રેમાએ આવતાંની સાથે શૈલજાને બાથમાં ભીડી લીધી હતી.

'શૈલી... શૈલી... હરામખોર...' કહીને પ્રેમાએ શૈલજાના હોઠ પર જોરથી ચુંબન કર્યું હતું.

'એય છોકરી, તારા એઠા હોઠ મને લગાડ નહિ.' શૈલજાએ તેને અળગી કરી હતી.

'ઓહ, શૈલી મને તો એમ હતું કે ખરેખર ઈન્દ્રજિત પાછળ તું પાગલ બની ગઈ છું...' કહીને પ્રેમાએ તેના ખભા પર માથું ઢાળી લીધું. 'એવું થયું હોત તો ?'

'તો ખબર પડત કે કોનો પ્રેમ વધે છે... બહેનપણીઓ કે પ્રિયતમનો... ખેર ! પ્રેમા, તેં મને કહ્યું કેમ નહિ કે ઈન્દ્રજિતે તને પ્રપોઝલ કરી હતી ?' શૈલજાએ પૂછ્યું.

'તને ક્યાંથી ખબર પડી ?'

'તારી આંખોમાંથી.' શૈલજાએ જવાબ આપ્યો, 'તને એમ હતું કે હું તારા ઈન્દ્રજિતને છીનવી લઈશ ?'

'એમ નહિ... ઓહ ! તને શું કહેવું શૈલી... તું એટલી રૂપાળી છું કે... જવા દે ! તે દિવસે રવિવારે જ્યારે હું તેને માથેરાન સ્ટેશન પર મૂકવા ગઈ ત્યારે તેણે મને કહ્યું કે તે મારા પ્રેમમાં પડ્યો છે. શી ખબર મને તેણે કેમ પસંદ કરી ?' પ્રેમાએ કહ્યું.

'કેમ ? અરે હું જો છોકરો હોત તો મેં પણ તને જ પસંદ કરી હોત. ઈન્દ્રજિત સાચો પારખું છે. પહેલી વાર જ્યારે રેસ ફૅસ્ટિવલમાં, તેની બાજુમાં ઊભા રહીને મેં તને કોકાકોલા પીતી જોઈ ત્યારે જ મને થયું હતું કે તમારા બંનેની જોડી ખૂબ જામે...' શૈલજાએ કહ્યું.

... અને ખરેખર એ જોડી જામી હતી. લગ્ન પહેલાં તેમનો સંવનનકાળ ત્રણ વર્ષ રહ્યો હતો. પ્રેમા તો એટલી આસક્ત થઈ ગયેલી હતી કે જો ઈન્દ્રજિત સજ્જન ન હોત તો ભારે મુસીબત થાત. શનિ-રવિ સિવાય તે પ્રેમાને મળતો નહિ. પ્રેમા એમ.બી.બી.એસ. થઈ તે દરમિયાન ઈન્દ્રજિત બે વખત પાછો પરદેશ પણ જઈ આવ્યો હતો. પ્રેમાનો અભ્યાસ બરોબર પૂરો થાય તેની ખૂબ કાળજી શૈલજા અને ઈન્દ્રજિતે રાખી હતી. ઈન્દ્રજિત પોતે પણ મહેનતકશ આદમી હતો. તેની કંપનીનો એક વિભાગ ઈલેક્ટ્રોનિક્સ લૉકર્સ બનાવવાનું કામ કરતો. મોટી પેઢીઓ, સરકારી દફતરો, ટ્રેઝરીઓ, મિન્ટ નાસિક, મિગ ફૅક્ટરી વગેરે અનેક જગ્યાએ કંટ્રોલ્ડ

ટ્રાન્સિસ્ટરરાઈઝ્ડ લૉકર્સ, એલાર્મ સિસ્ટમ ગોઠવવાનું, તેની ડિઝાઈનો બનાવવાનું અને તેનાં ફાઈનલ સર્કિટો જોડવાનું કામ ઈન્દ્રજિત કરતો.

●

શૈલજા બૉમ્બે સેન્ટ્રલ પર ઊતરી. ટૅક્સી પકડીને તે સીધી પેડર રોડ પર પહોંચી. ઈન્દ્રજિતે પદમ ટેકરી પાસે ગ્રીન ઍપાર્ટમેન્ટ્સમાં ચોથા માળે ફ્લૅટ લીધો હતો. લિફ્ટની સામે જ તેનો દરવાજો પડતો. બારણા પર તાળું જોઈને તે આશ્ચર્યમાં પડી ગઈ હતી. આટલી સવારે પ્રેમા અને ઈન્દ્રજિત ક્યાં ગયાં હશે ? પ્રેમા હૉસ્પિટલમાં ગઈ ન હતી. ઈન્દ્રજિત ઑફિસમાંથી રજા પર હતો. તો બંને ઘેર કેમ નથી ? કદાચ બંને ઈન્દ્રજિતના પિતા, પ્રોફેસર સેલારકાને ત્યાં ગયાં હશે ? પ્રો. સેલારકા આઇ.આઇ.ટી.ના પવાઈ કેમ્પસમાં રહેતા. પણ તો પછી ઘરમાં નોકર તો હોય ને ? પ્રેમાને બે વર્ષની પુત્રી હતી. તેની આયા હોય કે પછી બધાં માથેરાન ગયાં હશે ! તેમ હોય તો ઈન્દ્રજિત તેને મળવા કેવી રીતે આવવાનો ? કે પછી ઈન્દ્રજિતને બદલે કોઈ બીજાએ તેની મજાક કરવા ફોન કરીને તેને બોલાવી હશે ! આવા કંઈક વિચારો કરતી શૈલજા લિફ્ટમાં જવાને બદલે દાદરો ઊતરી.

એકાએક ફર્સ્ટ ફ્લૉર પર તે અટકી. ત્યાં કોઈના ફ્લૅટના બારણાનો કૉલબેલ દબાવ્યો. કોઈ બહેને બારણું ખોલ્યું. 'માફ કરજો. હું અમદાવાદથી આવું છું. ઉપર ડૉક્ટર પ્રેમા રહે છે તેમની ખાસ બહેનપણી છું. પણ તે ઘેર નથી... મારે એક ફોન કરવો છે.' પેલાં બહેને ક્ષણભર શૈલજા સામે જોયું.

'આવોને અંદર.' એ બહેને કહ્યું.

શૈલજાએ ફરી જેસ્મિન હૉસ્પિટલ પર ફોન જોડ્યો. ત્યાંથી પણ એ જ જવાબ મળ્યો કે ડૉ. પ્રેમા આવ્યાં નથી અને થોડા દિવસ આવવાનાં પણ નથી. તે ક્યાં છે તેની માહિતી હૉસ્પિટલમાં ન હતી. શૈલજાએ હતાશ થઈને ફોન મૂક્યો. શૈલજાએ પેલાં બહેનનો આભાર માન્યો અને બહાર નીકળી. એક સીડી ઊતરીને તે ગ્રાઉન્ડફ્લૉર પર આવી. ત્યાં જ લિફ્ટમૅને બૂમ પાડી :

'મેમસાહેબ... તમારો શૉફર તમને શોધતો હતો.'

'મારો શૉફર ! પણ હું ગાડી લઈને નથી આવી.' શૈલજાએ કહ્યું.

'નહિ મેમ ! અરે એ માણસ દોડતો આવ્યો. તેણે મને પૂછ્યું કે મેમસાહેબ ક્યાં ગયાં ? હું તેને ચોથે માળ પણ લઈ ગયો પણ તમે ન હતાં.' લિફ્ટમૅને કહ્યું.

'પણ ભાઈ, હું તો એકલી આવું છું. એ માણસની કદાચ ભૂલ થઈ હશે. શી ખબર... મારો ડ્રાઈવર અહીં છે જ નહિ.'

'નહિ મેમસાહેબ...' લિફ્ટમૅને હઠાગ્રહથી કહ્યું. 'સફેદ યુનિફૉર્મ પહેરેલો આદમી હતો. મારા જેવો જ લગભગ... તમારી પાછળ જ આવ્યો... કમાલ છે...'

'પણ હું તો અમદાવાદથી આવું છું. અને ટૅક્સીમાં અહીં આવી હતી...' શૈલજાએ કહ્યું. લિફ્ટમૅને આશ્ચર્યથી ખભા હલાવ્યા. શૈલજા મકાનનું નાનકડું કંપાઉન્ડ વટાવીને રસ્તા પર આવી. ટૅક્સી માટે તે થોડી વાર ફૂટપાથ પર ઊભી રહી. ખાલી ટૅક્સી ક્યાંય સુધી આવી નહિ. તેણે ફિલ્મ્સ ડિવિઝન તરફ ચાલવા માંડ્યું. બેસ્ટના બસ-સ્ટૉપથી થોડે દૂર અલ્ટમાઉન્ટ રોડ પરના ખચકામાં એક ટૅક્સી ઊભેલી હતી. પણ તેનું મીટર પાડેલું હતું. બસ-સ્ટેન્ડ આગળ એક આદમી ઊભો હતો. તેણે ડ્રાઈવરો પહેરે તેવો સફેદ યુનિફૉર્મ પહેર્યો હતો. શૈલજાએ તેની તરફ નજર કરી. એ આદમી તદ્દન સ્વાભાવિકતાથી ઊભો હતો.

થોડી સેકન્ડોમાં એક ખાલી ટૅક્સી આવી. શૈલજાએ હાથ કરીને ઊભી રાખી. હાથમાંની નાઈટ-બૅગ ટૅક્સીમાં મૂકી અને તેણે પણ બેઠક લીધી. 'મરીન ડ્રાઈવ... સૂરજ કોર્ટ...' તે બોલી. ડ્રાઈવરે મીટર પાડ્યું અને ટૅક્સી ઉપાડી. અનાયાસે જ તેની નજર બસ-સ્ટૉપ પર ગઈ. પેલો શૉફર જેવો આદમી દોડીને ત્યાં ઊભેલી 'ઍન્ગેજ્ડ' ટૅક્સીમાં ગોઠવાતો હતો. શૈલજા કુતૂહલથી તે જોઈ રહી. થોડી પળોમાં એ ટૅક્સી તેની પાછળ જ સરી રહી. શૈલજાને સહેજ નવાઈ લાગી. તેણે પોતાના ટૅક્સી-ડ્રાઈવરને ગાડી ઝડપથી હાંકવાં કહ્યું. પાછળ આવતી ટૅક્સીએ પણ ઝડપ વધારી. કૅમ્પસ કૉર્નર પરનો બ્રિજ વટાવ્યો ત્યારે પણ પેલી ટૅક્સી પાછળ આવતી હતી. શૈલજાએ બાબુલનાથ પરથી વળાંક લઈને ભવન્સના ખાંચામાં ટૅક્સી લેવરાવી. ત્યાંથી આગલી લેનમાં ટૅક્સી ઊભી રખાવી. પેલી ટૅક્સી પણ થોડે દૂર જઈને ઊભી રહી. એ માણસ તેનો પીછો કરતો હશે ? શૈલજાને વિચાર આવ્યો. છટ્, એવું તો સિનેમાઓમાં બને. શા માટે તેનો કોઈ પીછો કરે ? તેણે ટૅક્સીમાંથી ઊતરી પૈસા ચૂકવ્યા અને ત્યાં આવેલી એક નાનકડી રેસ્ટોરામાં ગઈ. એક્સપ્રેસો કૉફી મંગાવીને તે થોડી વાર બેસી રહી. તે બહાર નીકળી ત્યારે પણ પેલી ટૅક્સી ત્યાં ઊભી હતી. હવે ખરેખર તેની શંકા દૃઢ થઈ.

તેણે ઘડીભર આજુબાજુ જોયું અને તેણે ભવન્સ તરફ ચાલવા માંડ્યું. પેલો શૉફર જેવો આદમી મૂંઝાયો હશે, કારણ તેની ટૅક્સી વાળવી શક્ય ન હતી. એ 'વન-વે' તે ટૅક્સીમાંથી ઊતર્યો અને શૈલજાની પાછળ ચાલ્યો. ટૅક્સી બીજી તરફ ઝડપથી ઊપડી. ભવન્સથી બહાર નીકળીને તે મેઈન રોડ પર આવી. તેનાથી પચાસ કદમ દૂર પેલો માણસ પાછળ જ આવતો હતો. શૈલજાને ખાતરી થઈ ગઈ હતી કે એ ખરેખર તેનો પીછો કરે છે. તે બસ-સ્ટેન્ડ પાસે ઊભી રહી. પેલો આદમી રસ્તાની પેલી તરફ પાનના ખૂમચાવાળા પાસે ઊભો રહ્યો.

ત્યાં જ બસ આવી. પણ બસ-સ્ટૉપ પર ઊભી ન રહી. ટ્રાફિક સિગ્નલ પાસે જઈને બસ અટકી. શૈલજા દોડી અને બસમાં ચડી ગઈ. કન્ડક્ટરે તેને ઊતરવા માટે કહ્યું પણ શૈલજાએ સ્મિત વેર્યું. '... આ બસ ચૂકી જઈશ તો ખૂબ મોડું થશે... તેમ છતાં તમે ના કહો તો હું ઊતરી જઈશ.' શૈલજા જેવી સુંદર સ્ત્રીને આ જગતનો કોઈ પુરુષ કોઈ વાતની ના કહી શકે તે શક્ય ન હતું. થોડી વાર પછી બેસવાની જગ્યા મળી ત્યારે જ તેને ખબર પડી કે તે હાંફતી હતી. તેના મગજમાં ઘમસાણ મચી ગયું હતું. એ માણસ તેનો પીછો કરતો હતો. તેમાં તેને કોઈ શક રહ્યો ન હતો. હજુ પણ કદાચ તે બસની પાછળ આવતો હોય ! શૈલજાને નવાઈ લાગતી હતી. શું બૉમ્બે સેન્ટ્રલથી જ એ માણસ તેનો પીછો કરતો હશે ! કે પછી ઈન્દ્રજિતને ઘેર આવ્યા પછી તેણે પીછો કર્યો હશે ? પેલા લિફ્ટમૅને તેને કહ્યું ન હોત તો તેને હજુ પણ ખબર ન પડત.

ઈન્દ્રજિતનો અજુગતો ફોન... તેની ગેરહાજરી... પ્રેમાની ગેરહાજરી, ઘરને તાળું અને અત્યારે તેની પાછળ આવતો આદમી... શું આ બધું કંઈક યોગાનુયોગ છે ? તેને કાંઈ જ સમજાતું ન હતું. બસ કોલાબા સુધી જતી હતી. તેણે છેલ્લા સ્ટૅન્ડની ટિકિટ લીધી હતી. બસ તેના ઘર પાસેથી પસાર થતી હતી. ઘડીભર તેને ઊતરવાનું મન થઈ ગયું, પણ એ વિચાર તેણે દાબી દીધો. જો કદાચ પીછો કરનાર આદમી તેને ઓળખતો હશે તો ? તો જરૂર એ પોતાના ઘર પાસે... સૂરજ કોર્ટ આગળ પહોંચ્યો હશે અથવા નજર રાખશે. પણ કોઈ તેનો પીછો શા માટે કરે ? કૉલેજમાં ભણતી હતી ત્યારે ઘણા છોકરાઓ તેનો પીછો કરતા... પણ આવો શૉફર જેવો આદમી ! એ કોઈ જિન્સી આવેગને કારણે પીછો કરતો હશે ? શૈલજા મૂંઝાતી જ રહી. તેને ચોક્કસ લાગતું હતું કે ઈન્દ્રજિતે તેને ફોન નહિ કર્યો હોય... કોઈકે તેના અવાજની નકલ કરી હશે ? નહિ, એ અવાજ ઈન્દ્રજિતનો હતો. એકાએક શૈલજાને બીજો વિચાર આવ્યો. તેણે વાંચેલી નવલકથાઓમાં આવા પ્રસંગોમાં હંમેશાં બે કે તેથી વધુ માણસો પીછો કરવાનું – શૅડોનું કામ કરતા હોય છે. તે થડકી ઊઠી. ખરેખર એક જ માણસ પીછો કરતો હશે ?

તે રીગલ સિનેમા પાસે ઊતરી. આજુબાજુ જોઈને તે ચાલતી ખૈબર પાસે આવી. ખૈબરમાં પેસતાં પહેલાં તેણે ખાતરી કરી જોઈ કે તેની પાછળ કોણ આવે છે. તેના દિલમાં ફફડાટ થતો હતો. સ્વસ્થતા જાળવી રાખવા જ તેણે નાસ્તો મંગાવ્યો. થોડી વાર પછી તેણે ડિરેક્ટરીમાંથી 'લવર્સ નૂક'નો નંબર શોધ્યો અને ફોન જોડ્યો.

'હલો...' તેણે રિસેપ્શનિસ્ટને કહ્યું, 'તમે થોડી તકલીફ લેશો ? મારે મિસ્ટર સેલારકા...ઈન્દ્રજિત સેલારકાને અત્યારે લવર્સ નૂક પર મળવાનું હતું. તે કદાચ ડાઈનિંગ હૉલમાં કે હોટેલની લાઉન્જમાં બેઠા હશે...'

'અચ્છા... જો એવા કોઈ સજ્જન હોય તો હું બોલાવું છું. તમે દસ મિનિટ પછી ફોન કરો...' લવર્સ નૂકના ઑપરેટરે કહ્યું. શૈલજાએ દસ મિનિટ પછી ફરી ફોન જોડ્યો. રિસેપ્શનિસ્ટે થોડી વાર થોભવાનું કહ્યું.

'હલો... વાત કરો...'

'હલો...' શૈલજા બોલી.

'હું ઈન્દ્રજિત... તું હજુ સુધી આવી કેમ નથી ? ક્યાંથી બોલે છે ?'

'જહન્નમમાંથી બોલું છું. આ બધું શું છે ઈન્દ્રજિત...' શૈલજાએ પૂછ્યું.

'તું ક્યાંથી વાત કરે છે ? મારું નામ દીધા વગર વાત કર.' ઈન્દ્રજિતે કહ્યું. 'અને મેં તને ચુપચાપ અહીં આવવાનું નો'તું કહ્યું ?'

'પણ શા માટે લવર્સ નૂકમાં ? મારે ઘેર તું કેમ નથી આવતો તારું ઘર કેમ બંધ છે ? પ્રેમા ક્યાં છે ?'

'તું મારે ઘરે જઈ આવી ?' ઈન્દ્રજિતના અવાજમાં નવો જ પલટો આવ્યો.

'નહિ તો શું ? તારે ઘેર તાળું... નીચે ઊતરી તો મારી પાછળ કોઈ શૉફર જેવો આદમી પડ્યો હતો.'

'શું કહ્યું શૈલજા ?'

'નહિ તો શું... મને લિફ્ટમૅને કહ્યું.'

'એ આદમી અત્યારે ક્યાં છે, શૈલી ?'

'મને શી ખબર ?... પણ આ શું વાત છે ? ઈન્દ્ર...' શૈલજાએ અકળાઈને પૂછ્યું.

'તું પૂછ નહિ. મારે તને તદ્દન એકાંતમાં મળવું છે. સમજી ?'

'હું મળવા નથી માગતી. જ્યાં સુધી ખુલાસો નહિ કરે ત્યાં સુધી નહિ. તારે મળવું હોય તો તું મારા ઘેર આવ. હું મારા બાપાને ઘેર, મરીન ડ્રાઇવ પર જાઉં છું.' શૈલજાએ કહ્યું.

'શૈલી... જો તું સીધેસીધી અહીં નહિ આવે તો તું જિંદગીભર પસ્તાઈશ. શૈલજા, હું તદ્દન ગંભીરતાથી કહું છું. તારું જીવન બરબાદ થઈ જશે.'

'ઈન્દ્રજિત... ઈન્દ્ર, તેં પીવાનું તો ચાલુ નથી કર્યું ને ? પ્રેમા ક્યાં છે ?'

'પ્રેમા બહારગામ ગઈ છે.'

'બહારગામ ! એટલે ?'

'તું ચૂપ કર. એક જૂના મિત્ર તરીકે તને ચાહું છું. તું અહીં આવી જા. અને તારો પીછો કોઈ ન કરતું હોય તેનો ખ્યાલ રાખજે. મેં અહીં તારે નામે રૂમ બુક કરાવી છે. રૂમ નંબર ૩૭. કાઉન્ટર પરથી ચાવી લઈને તું રૂમમાં ચાલી જજે અને મારી રાહ જોજે. તું જો નહિ આવે શૈલજા, તો તું ખરેખર મુસીબતમાં મુકાઈશ.'

'હું મુસીબતમાં...' શૈલજા બોલે તે પહેલાં ઈન્દ્રજિતે ફોન મૂકી દીધો હતો. શૈલજા સમસમી ઊઠી. તેને કંઈ સમજાતું ન હતું. તેને પોતાના પર જ ચીડ ચડી. તેણે પહેલેથી જ પોતાના વરને ફોન કરીને જણાવી દેવા જેવું હતું. ઈન્દ્રજિતે શું કામ બોલાવી હશે ? કેમ તેના અવાજમાં આટલી નિષ્ઠુરતા હતી ? કેમ તે જીવન બરબાદ થશે તેવું કહેતો હતો ?

ભારે હૈયે તેણે નાસ્તો પતાવ્યો. બહાર આવી તેણે ફરી નજર ફેરવી. 'મેટ્રો સિનેમા' સુધી તે ટેક્સીમાં ગઈ. ત્યાં થોડી વાર સમય વિતાવીને બીજી ટેક્સી પકડી. 'લવર્સ નૂક' હોટેલ ઉપર પહોંચતાં તેણે ત્રણ વખત ટેક્સીઓ બદલી. કોઈ તેનો પીછો કરતું હોય તેવું તેને લાગ્યું નહિ, અથવા તો તેને ખબર પડતી ન હતી.

ઈન્દ્રજિતનો ફોન... તેનો અવાજ...! લવર્સ નૂક પર આવવાનું તેનું આમંત્રણ... તેના ઘરથી કોઈએ કરેલો તેનો પીછો... આ કેટલું રહસ્યમય હતું ! કોઈ થ્રિલરનાં પાનાંઓમાં તે જકડાઈ ગઈ હોય તેમ શૈલજાને અજબ ફફડાટ થતો હતો. ઈન્દ્રજિતની સૂચના મુજબ તે લવર્સ નૂક પર પહોંચી હતી. બાન્દ્રા લિંકિંગ રોડ પર આવેલી સિઝર્સ પેલેસ હોટેલથી પશ્ચિમ બાજુએ એકાંત લેન છે. એ લેનને છેડે લવર્સ નૂક હોટેલનું જૂનું પણ નવો ઓપ આપેલું મકાન આવેલું છે. વર્ષો પહેલાં તે એક વખત એ હોટેલમાં આવી હતી. મોટા કાચના દરવાજામાંથી તે પ્રવેશી. હોટેલની લાઉન્જમાં ત્રણ પુરુષો અને એક ઓરત બેઠી હતી. શૈલજાએ એક નજર ફેરવી લીધી. રિસેપ્શનિસ્ટ પાસે જઈને તેણે ધીરેથી રૂમ નં. ૩૭ની ચાવી માગી. રિસેપ્શનિસ્ટ અજબ કુતૂહલતાથી તેના ચહેરા તરફ જોઈ રહી. તે સ્તબ્ધ થઈ ગઈ હોય તેમ તેણે શૈલજાના હાથમાં ચાવી મૂકી. શૈલજા અવળી ફરીને દાદર તરફ ચાલવા માંડી, ત્યારે એ રિસેપ્શનિસ્ટે હળવો નિસાસો નાખ્યો અને બોલી : 'સ્ટુપિડ ગર્લ.'

શૈલજાને કાને એ શબ્દો અથડાયા. 'લવર્સ નૂક'માં કંઈ ને કંઈ લફરાં ચાલતાં. સામાન્યતઃ એ હોટેલમાં કમરો લઈને પોતાના જિન્સી આવેગો શમાવવા જ લોકો આવતા. ખાનગી વેશ્યાવૃત્તિ કરતી, પતિને છેતરીને કે પત્નીને છેતરીને કે અણસમજમાં

ત્યાં જુવાનો-યુવતીઓ આવતાં. ક્યારેક બેલગામ ઓરતો પણ અહીં આવતી. જુવાનીનો જશન મંડાતો, છૂટથી દારૂ પીવાતો અને રાતે નગ્નતમ જાતની જાતીય રમતો ખેલાતી. શૈલજાને એ હોટેલમાં આવતાં પણ શરમ આવતી હતી. જો તેને પ્રેમા અને ઈન્દ્રજિતની ચિંતા ન હોત, કે પારાવાર જિજ્ઞાસા ન હોત તો તે કદી અહીં આવી ન હોત. તેને ભય લાગતો હતો. પોતાને માટે નહિ, ઈન્દ્રજિત માટે... પ્રેમા માટે... ઈન્દ્રજિત... સાદો સીધો વિદ્વાન... વિવેકી ઈન્દ્રજિત કોઈ લફરામાં તો ફસાયો નહિ હોય ને ? તે દાદર ચડી. હોટેલની જમણી પાંખમાં આવેલી ૩૭ નંબરની રૂમ પાસે પહોંચી તે પહેલાં તો તેના મગજમાં કેટલાય વિચારો આવી ગયા.

હોટેલની આબરૂ ત્રીજી કક્ષાની હતી છતાં તેના કમરા સુંદર હતા. મોટું, સફેદ અને સોનેરી પટ્ટીવાળું બારણું ખોલીને તે કમરામાં દાખલ થઈ. તે 'સુટેન' હતો. સિંગલ બેડરૂમ હતો. તેનું રાચરચીલું સુંદર હતું. ડ્રેસિંગ ટેબલ પર તેણે ઓવરનાઈટ બૅગ મૂકી. તેની પાછળ આવેલા હોટેલ પોર્ટરને ચા મોકલવાનું કહ્યું. થોડી વારમાં ચા લઈને બૅરા આવ્યો. શૈલજાએ કીટલીમાંથી ચા રેડી.

●

દિનેશે તેને અને પ્રેમાને ગેલૉર્ડમાં બોલાવ્યાં હતાં. દિનેશ તેની જન્મતિથિ ઊજવતો હતો... લવર્સ નૂકમાં ઈન્દ્રજિતની રાહ જોતાં શૈલજાને એ દિવસ યાદ આવ્યો. એ દિવસે તે પોતાના વર સંજીવને પ્રથમ વાર મળી હતી. સાચું પૂછો તો દિનેશે સંજીવ સાથે તેની મુલાકાત કરાવવા માટે જ એ પાર્ટી યોજી હતી. દિનેશ, મનમોહનરાયના એક મિત્રનો દીકરો હતો... વિશાળ ટેબલ પર સાંપ્રત સમાજનાં વીસેક યુવક-યુવતીઓ એકઠાં મળ્યાં હતાં. શૈલજા જ્યારે ગેલૉર્ડમાં પ્રવેશી ત્યારે આખીય હોટેલની નજર તેની સામે ચોંટી ગઈ હતી. શૈલજાએ ખરબચડો કુરતો પહેર્યો હતો. બરછટ વાળને એક ગાંઠમાં બાંધ્યા હતા. તેના સીના પર ચાંદીના બુટ્ટાવાળો તોરો લટકતો હતો. સીના પર ચમકી રહેલો તોરો દમ-બ-દમ ઊંચા થતા તેના વક્ષઃસ્થળ સાથે લયબદ્ધ રીતે ચળકતો. પ્રેમાએ તે દિવસે આસમાની કુરતો અને સફેદ સલવાર પહેર્યો હતો. એક સેરમાં ગૂંથેલા તેના વાળ કુરતાની ધારથી પણ નીચે જતા. બંને છોકરીઓને ત્યાં બેઠેલી મંડળીએ અજબ આવકાર આપ્યો હતો. ટેબલની આસપાસ મઘમઘતી સુવાસ રેલાતી હતી.

દિનેશે હસીને શૈલજાને ઓળખાણ કરાવી હતી. 'શૈલજા, આ છે મારો મિત્ર સંજીવ.'

સંજીવે ઊભા થઈને અભિવાદન કર્યું હતું. ક્ષણ માટે તેની આંખો શૈલજા તરફ ચોંટી રહી હતી.

'આ છે મારી બહેન પ્રેમા.' શૈલજાએ પ્રેમાની ઓળખાણ કરાવી.

ઈન્દ્રજિત સાથેની બંને છોકરીઓની મુલાકાતની સરખામણીમાં આ મુલાકાત તદ્દન 'અન્રોમૅન્ટિક' હતી, પણ શૈલજાને તે દિવસે ખબર ન હતી કે આ મુલાકાત લગ્નમાં પરિણમશે. સંજીવ ખૂબ ધીરેથી બોલતો. બોલતાં પહેલાં વિચારતો. એ દિવસે જોકે શૈલજા સાથે ખાસ વાત કરવાનો મોકો તેને મળ્યો ન હતો. અથવા તો એ મોકો તેણે લીધો ન હતો. દિનેશની પાર્ટી દરમિયાન તેણે પ્રેમા સાથે જ વાત કરી હતી. પ્રેમા ચપડ-ચપડ તેની સાથે વાતો કરતી હતી. ડિનર પત્યું તે પહેલાં તો પ્રેમાએ સંજીવને કેટલીય વાતો પૂછી લીધી હતી. તેને દસ જ મિનિટમાં ખબર પડી હતી કે સંજીવને ટેનિસનો શોખ છે. જૂની ચીજો તે સંઘરે છે અને તેને ઈતિહાસ પ્રત્યે દિલચસ્પી છે. પ્રેમાએ જોતજોતામાં તો સંજીવને તેના ગમતા વિષયો પર લાવી દીધો હતો. પછી તો પૂછવું જ શું ? આખાયે ડાઈનિંગ હૉલમાં કેવળ પ્રેમા અને સંજીવ વાતો કરતાં બેઠાં હોય તેમ તેમણે વાતો કરી હતી.

પાર્ટી પત્યા પછી દિનેશ અને તેની પત્નીને મુબારકબાદી આપીને સૌ વીખરાયાં.

'તમારી ગાડીનો નંબર કહો... મારો શૉફર ગાડી ઘેર મૂકી દેશે. હું તમને મૂકી જઈશ.' સંજીવે પ્રેમાને જ કહ્યું. શૈલજાને ખરેખર પ્રેમાની ઈર્ષ્યા આવતી હતી. પ્રેમા જેટલી વાતો કરતાં તેને આવડતું ન હતું. અને સંજીવ પણ એમ જ સમજીને વર્તતો કે પ્રેમાની નાની બહેન ખૂબ શરમાળ છે. તેણે પોતાના ડ્રાઈવરને સૂચના આપી. પોતાની ચકચકિત કૅડિલૅકમાં આગલી સીટમાં પ્રેમા અને શૈલજાને બેસાડ્યાં. પ્રેમા સંજીવની બાજુમાં બેઠી હતી. સંજીવે ગાડી ચાલુ કરી.

'આપણે થોડું ફરીને જ જઈશું...' તેણે છોકરીઓ શું જવાબ આપે છે, તે સાંભળ્યા વગર જ ગાડી નરીમાન પૉઈન્ટ તરફ હંકારી.

'એક મિનિટ. જરા ગાડી થોભાવશો ?' શૈલજા બોલી.

'કેમ શું થયું ?' ગાડીને ફૂટપાથ તરફ લઈ જઈને સંજીવે મોટર થંભાવી. શૈલજાએ જવાબ આપ્યા વગર બારણું ખોલ્યું. નીચે ઊતરીને તેણે પ્રેમા સામે જોઈને કહ્યું :

'મને કોઈ Taken for Granted ગણી લે તે પસંદ નથી.' બારણું જોરથી અફળાવીને તે રસ્તાની સામેની બાજુ ચાલી ગઈ. સંજીવ વિચારમાં પડી ગયો. પ્રેમા તેની પાછળ ઊતરી પણ તે પહેલાં તો મારામાર જતી એક ટૅક્સી શૈલજાએ ઊભી રખાવી હતી. ટૅક્સીનું બારણું બંધ કરતી હતી ત્યાં પ્રેમા આવી... પણ તે કંઈ કહે

તે પહેલાં જ શૈલજાએ તેને કહી દીધું, 'એન્જોય યૉરસેલ્ફ' અને ટેક્સીડ્રાઈવરને મોટર ઉપાડવાનો હુકમ આપી દીધો. પ્રેમા ખિન્ન થઈને સંજીવની મોટર પાસે પાછી પહોંચી. 'હું દિલગીર છું. શૈલજા જરા...'

'નેવર માઇન્ડ' સંજીવ હસીને બોલ્યો. પ્રેમા મોટરમાં ગોઠવાઈ. 'તમે મારું એક કામ કરશો ?' સંજીવે મોટર ઉપાડતાં કહ્યું.

'શું ?'

'મારે તમારી એ બહેનને પરણવું છે. તમે મને મદદ કરશો ? મને લાગે છે કે શૈલજા જેવી છોકરી જ મને મળવી જોઈએ.'

'એ મારી સગી બહેન નથી.' પ્રેમાએ કહ્યું અને પછી તેણે પોતાનો અને શૈલજાનો ઈતિહાસ કહ્યો.

રાત્રે બાર વાગ્યે પ્રેમા ઘેર આવી હતી. શૈલજા તો ક્યારની આવીને ઊંઘી ગઈ હતી.

'આટલી રાત સુધી ક્યાં ગઈ હતી, બેટી !' મનમોહનરાય જાગતા જ બેઠા હતા.

'પપ્પા...' પ્રેમા મનમોહનરાયને પપ્પા જ કહેતી. 'પપ્પા, મારે તમને એક વાત કહેવી છે... પણ તમે ગુસ્સે નહિ થાઓને ?'

'તારા પર કદી ગુસ્સે થયો છું, બેટા ? બોલ શું છે ?'

'પહેલાં તમે એ કહો કે મારી નિર્ણયશક્તિ બાબત તમારો શું અભિપ્રાય છે ?' પ્રેમાએ પૂછ્યું.

'કેવી અગડંબગડં વાતો કરે છે ! તારે શેનો નિર્ણય લેવાનો છે ?' મનમોહનરાયે હસીને પૂછ્યું.

'પપ્પા, તમે ચિરંજિતલાલ સાગરને ઓળખો છો ?'

'અંગત રીતે તો નહિ. તે ઉદ્યોગપતિ છે. મોટા માણસ છે. ચેમ્બર ઑફ કૉમર્સની મિટિંગોમાં તેમને મળ્યો છું. પણ તારે કામ શું છે ? શા માટે આ બધું અત્યારે પૂછે છે ?'

'પપ્પા, આપણી શૈલજાને ચિરંજિતલાલ સાગરના કુટુંબમાં પરણાવીએ તો કેવું ?' કહીને પ્રેમાએ પાર્ટીમાં મળેલા સંજીવની વાત કરી. શૈલજા મોટરમાંથી ઊતરીને ચાલી આવી તે પણ કહ્યું. 'સાચું કહું પપ્પા... એ દિનેશના બચ્ચાએ એટલે જ પાર્ટી રાખી હતી. સંજીવ શૈલજાની સાથે ઓળખાણ કરવા માગતો હતો. ત્રણ મહિના

પહેલાં સંજીવે શૈલજાને બૉમ્બે સેન્ટ્રલ પર જોઈ હતી. અને... ઓહ, તમને શું કહેવું પપ્પા ! પેલા રાજકુમાર જેવી વાત છે. સંજીવ, શૈલજાને જોઈને ગાડીમાંથી ઊતરી ગયો હતો. ઘડીભર તેને શૈલજાનું નામ પૂછવાનું મન થઈ ગયું હતું, પણ તેણે હિંમત કરી ન હતી. તેણે પોતાની બૅગ પોતાના ચપરાસીને ભળાવી દીધી હતી અને શૈલજા પાછળ ચાલ્યો હતો. તે જાતે જ શૈલજા કોણ છે તેની તપાસ કરવા માગતો હતો. ત્યાં જ ફર્સ્ટક્લાસના કાઉન્ટર પાસે દિનેશ ઊભો હતો.' અને તેણે શૈલજાને બોલાવી હતી. સંજીવ દિનેશને ઓળખતો હતો. તે વખતે તેણે દિનેશને પૂછ્યું ન હતું. વળી તેના જેવો કોઈ છોકરો કોઈ છોકરી માટે પૂછપરછ કરે તે વાજબી ન હતું. વળી દિનેશ સાથે તેના એટલા ઘનિષ્ઠ સંબંધો પણ ન હતા. ખેર ! ત્રણ મહિનાની મહેનત પછી તેણે શૈલજા સાથે તેની ઓળખાણ થાય તેવો પ્રબંધ કર્યો હતો...' પ્રેમાએ ઉત્સાહથી કહ્યું હતું.

'જો બેટી... આપણા કુટુંબ કરતાં એ લોકો ઘણા ઘણા પૈસાદાર છે. ક્યારેક જ્યાં લક્ષ્મી હોય છે ત્યાં માનવીઓનાં હૃદય પણ સોનાનાં બની જાય છે એટલે...'

'એટલે તો પપ્પા મેં તમને પૂછ્યું હતું કે, મારી નિર્ણયશક્તિ વિશે તમારો શું અભિપ્રાય છે ?' પ્રેમા બોલી. 'મારું માનવું છે કે આખા જગતના ધનકુબેરો એકસરખા હોય તો પણ સંજીવ તેવો નથી. તે શૈલજાને ખૂબ જ પ્રેમ આપી શકશે.' કહીને પ્રેમાએ પોતાના અભિપ્રાયો આપ્યા હતા.

'જોઈશું દીકરી.. તારી મમ્મીને વાત કરવી પડશે.. અને હાં... તારું લગ્ન થાય તે પહેલાં મારે શૈલજાને પરણાવવી નથી. મને નવાઈ લાગે છે. સંજીવે તને કેમ પસંદ ન કરી...' કહીને મનમોહનરાયે આશ્ચર્ય ઠાલવ્યું. 'તારી મા પણ હંમેશાં મને લખે છે...'

'તમે પ્રોફેસર સેલારકાને ઓળખો છો ?' પ્રેમાએ પગના અંગૂઠા તરફ જોઈને કહ્યું.

'પ્રોફેસર સેલારકા ! અરે કેમ નહિ ? તેમનું જ કૉટેજ આપણે માથેરાનમાં ભાડે રાખીએ છીએ. એ પ્રોફેસર ગમે તેટલો હોશિયાર હોય પણ પાંચમી ચોપડીમાં અમે સાથે ભણતા ત્યારે તેને હું ગણિત શીખવતો... પણ તેનું શું છે બેટા ?'

'કંઈ નહિ. મેં અમસ્તુ જ પૂછ્યું હતું.' પ્રેમા બોલીને બેડરૂમમાં ચાલી ગઈ હતી. ક્યાંય સુધી મનમોહનરાય માથું ખંજવાળતા બેસી રહ્યા હતા. એકાએક તેમના ચહેરા પર સ્મિત ફરક્યું અને છોકરીઓના બેડરૂમમાં ગયા. પ્રેમા ઓશીકાના કવર બદલતી હતી.

'તું ભારે ઝડપથી નિર્ણયો લે છે, દીકરી…' મનમોહનરાયના ચહેરા પર આનંદ ઊભરાતો હતો. 'એ સેલારકાને મને યાદ છે ત્યાં સુધી… તેમના જેવો ગાંડિયો છોકરો છે. નાનો હતો ત્યારે કમબખ્ત નાકમાંથી ગૂંગા કાઢીને ખાતો. શું નામ છે એનું ?'

પ્રેમાએ ઓશીકામાં મોં છુપાવીને કહ્યું : 'ઈન્દ્રજિત.' મનમોહનરાય હસતા હસતા પોતાના કમરામાં ચાલી ગયા.

પ્રેમાએ એટલી ખૂબીથી આખીય યોજના પાર પાડી હતી કે ધનકુબેર ચિરંજિતલાલ અને તેમનાં પત્ની, બંને સામેથી મનમોહનરાયની પાસે શૈલજાનું માગું કરવા આવ્યાં હતાં. સિનેમાના દૃશ્ય જેવું જ દૃશ્ય હતું. સૂકા મેવાની ડિશ લઈને શૈલજા પ્રવેશી હતી. સંજીવે બધાની નજર ચુકાવીને પ્રેમાને આંખ મારી હતી. તે દિવસે ચા હલાવતાં શૈલજાના હાથમાંથી ચમચો ઊડ્યો હતો. પ્રેમા મોં દાબીને નફ્ફટની જેમ હસી હતી.

●

શૈલજાના હાથમાંથી ચમચો ઊડ્યો, ચા ટ્રેમાં ઢોળાઈ, તે ઝબકી ઊઠી. એકાએક તેને ખ્યાલ આવ્યો કે તે લવર્સ નૂકના ૩૭ નંબરના કમરામાં બેઠી હતી. તેની સાડી પર પણ ખાસ્સી ચા ઢોળાઈ હતી. તે ઊભી થઈ. તેણે નાઈટ બૅગમાંથી કપડાં અને રૂમાલ લીધાં અને બાથરૂમમાં ગઈ. ઈન્દ્રજિત હજુ આવ્યો ન હતો. તેણે સ્નાન કરી લેવાનો નિર્ણય કર્યો.

ત્યાં જ હોટેલનો બેલ-બૉય આવ્યો. 'મેમસાહેબ, આપને માટે કોઈ સેલારકા સાહેબનો ફોન આવ્યો હતો. તેમણે સંદેશો આપ્યો છે કે જ્યાં સુધી તે મળવા ન આવે ત્યાં સુધી તમારે રોકાવું.'

'સારું, જા.' શૈલજાને ગુસ્સો તો ખૂબ ચડ્યો. એક મિનિટ તો તેને થયું કે તે ત્યાંથી ચાલી જાય. પણ ઈન્દ્રજિતને મળ્યા વગર હવે જવું તે બરાબર ન હતું.

ચિરંજિતલાલ શૈલજાને મળ્યા પછી ત્રણેક દિવસ બાદ શૈલજાની સગાઈ કરવાની વિચારણા કરાઈ હતી. પણ બીજે દિવસે મનમોહનરાયે અજબ સનસનાટી મચાવી હતી. તે સવારના પહોરમાં જ પ્રોફેસર સેલારકાને મળી આવ્યા હતા. અને પ્રેમાનું પણ નક્કી કરી આવ્યા હતા. એક જ દિવસે પ્રેમા અને શૈલજાની સગાઈ થઈ હતી. ઈન્દ્રજિત અને સંજીવ તે જ દિવસે એકબીજાને મળ્યા હતા. સગાઈ-સમારંભ તાજમાં રખાયો હતો. તે દિવસે પ્રથમ વાર શૈલજા સંજીવની સાથે ફરવા ગઈ હતી.

બંને જૂહુ ગયાં હતાં. ઢળતા સૂરજનાં કિરણો નીલા પાણી પર સુરખી વેરતાં

હતાં. સંજીવે મોટરને છેક દરિયાના પાણી નજીક લીધી હતી. 'તને ખબર છે શૈલજા... તારા જેટલી સુંદર સ્ત્રી મેં આજ સુધી ક્યાંય જોઈ નથી.'

શું બોલવું તે શૈલજાને સમજાતું ન હતું. તેણે આંખો નીચી ઢાળી દીધી હતી. સંજીવ તેને ગમતો હતો, તેમ છતાંય તે અજાણ્યો લાગતો હતો. તેને અઠવાડિયા પહેલાં તો તેણે જોયો પણ ન હતો... એ આદમી તેના સર્વસ્વનો માલિક બનવાનો હતો.

'શૈલજા...' સંજીવ બોલ્યો. નીરવ શાંતિમાં સમંદરની લહેરોનો ઘુઘવાટ શૈલજાના અંતરમાં પણ અજબ કોલાહલ મચાવતો હતો.

'હં' તે બોલી.

'શું વિચારે છે ?'

'કંઈ નહિ...' તેણે જવાબ આપ્યો. બાજુમાં બેઠેલા સંજીવે તેની હડપચી પકડીને માથું ઊંચું કર્યું. શૈલજાએ આંખો મીંચી. ગુલાબની નાજુક કળીઓ પરનું ઝાકળ પીને તરસ ઠારતો હોય તેમ સંજીવ તેના ચહેરા પર ઝૂક્યો.

શૈલજાના વક્ષઃસ્થળ પર આછી ઝણઝણાટી જેવો થબકાર થયો. સીનામાં જાણે નવો જ શ્વાસ ભરાયો હોય તેમ તે તંગ થઈ... રોમેરોમમાં કંઈ નવી જ અનુભૂતિ થઈ. શૈલજા કોઈ અવકાશી સૃષ્ટિમાં ચાલી ગઈ હતી જ્યાં એકમાત્ર અસ્તિત્વ હતું આવેગનું... શાશ્વત આવેગનું...

શૈલજા રાહ જોતી જ રહી હતી. ઈન્દ્રજિતનો સંદેશો આવ્યો હતો પણ તે હજુ આવ્યો ન હતો. લવર્સ નૂક જેવી ત્રીજી કક્ષામાં એક સંનિષ્ઠ ગૃહિણી તરીકે રોકાવું તેને પસંદ પણ ન હતું. ઘડીભર તેને ત્યાંથી ચાલ્યા જવાની ઉત્કંઠા થઈ આવી. પણ ઈન્દ્રજિત જેવો સમજુ માણસ તેને લવર્સ નૂકમાં મળવા બોલાવે અને તે પણ બીજા કોઈનેય જાણ કર્યા વગર તે જેટલી અજુગતી વાત હતી તેટલી જ ગંભીર હોવી જોઈએ તેવી શૈલજાને ખાતરી હતી. કંટાળીને તેણે બાથરૂમમાં જઈ સ્નાન કર્યું. હાઉસ કોટ પહેરીને તે બહાર આવી. એ નાનકડા બેડરૂમના ડ્રેસિંગ ટેબલના અરીસામાં પોતાનું પ્રતિબિંબ જોયું તે એટલી જ ફ્રેશ લાગતી હતી. પોતાનો ખુશનુમા ચહેરો જોયો... એ જ પ્રતિબિંબની પાછળ કોઈ ચલચિત્રના ફ્લેશ-બેકની માફક તેને એ દિવસ યાદ આવ્યો.

●

'મારી જિંદગીની તું સર્વશ્રેષ્ઠ સિદ્ધિ છું... ઈશ્વરે આપેલી ભેટ... હર જન્મે તું મને મળી રહે... બૉમ્બે સેન્ટ્રલના પ્લેટફૉર્મ પર જ્યારથી મેં તને જોઈ ત્યારથી...' જૂહુના દરિયાકિનારે સંજીવે તેને કહ્યું હતું... તેની પહેલી મુલાકાત લીધી હતી... સાંજે મોડેથી જ્યારે સંજીવ તેને ઘેર ઉતારી ગયો ત્યારે તેની આંખમાં આંસુ હતાં અને મોં પર હાસ્ય હતું. તેને પોતાને પણ સંજીવ ગમ્યો હતો. આજેય તે સંજીવ વગર જીવી શકે તેમ ન હતી, પણ સગાઈની રાતે તે કશું બોલી શકી નહિ.

'આવી ગઈ બેટી ?' તેની મા સુમિત્રાએ પૂછ્યું હતું.

'હા મમ્મી.'

'જો દીકરી, ત્રીજનું મુહૂર્ત નીકળ્યું છે.'

'હવે એ બધું તેને શું કહે છે ?' મનમોહનરાયે કહ્યું હતું અને શૈલજાને તેના રૂમમાં મોકલી આપી હતી. શૈલજા કમરામાં ચાલી ગઈ ત્યારે પ્રેમા ઘરમાં ન હતી. ક્યાંય સુધી તે એકલી, શૂન્યમનસ્ક થઈને બેસી રહી હતી.

લગભગ સવા બારે રાતે પ્રેમા આવી હતી. 'ક્યાં ગઈ હતી પ્રેમા ?'

'જાઉં ક્યાં બીજે...! અમે પિક્ચર જોવા ગયાં હતાં. ઈન્દ્રજિત પરમ દિવસે અમેરિકા જશે. છ મહિને પાછો આવશે. ત્યાં સુધી કોણ જાણે હું શું કરીશ ! તારે મજા, કોઈ જાતની ચિંતા નહિ, કોઈ વેદના નહિ... ખબર છે દેવશંકર જોષીએ ત્રીજનું મુહૂર્ત કાઢ્યું છે... માઈ સ્વીટ...આવતા મહિને તો ભાઈ તું પરણી ગઈ હોઈશ.'

'હા...પરણી જઈશ...' શૈલજાએ શાંતિથી કહ્યું.

'મારે એક વર્ષ અને આઠ મહિના રાહ જોવી પડશે અને તેમાં છ મહિના તો એકલાં !' પ્રેમાએ રંજ ઠાલવ્યો. ડૉક્ટરી પાસ થયા પહેલાં તેને પરણવાનું ન હતું. 'કમબખ્ત ઈન્દ્રજિત પણ ઘણી વાર નિર્લજ્જ વર્તન કરે છે. સ્ટ્રૅન્ડમાં છેક ખૂણાની સીટોની ટિકિટ લઈને આવ્યો ત્યારથી જ મને શંકા હતી. તને ખબર છે એણે શું કર્યું, શૈલજા...' કહીને પ્રેમાએ શૈલજાના કાનમાં કહ્યું. પણ શૈલજાએ ગમગીન આંખે તેની ચોળી તરફ જોયું... 'અને હવે બીજી ઉપાધિ... મારે કાગળ લખવાના... તને ખબર તો છે કે મને કાગળ લખતાં આવડતા નથી. અને કેટલું "બોર" કામ ! હું કાગળમાં લખીશ પણ શું ?' બસ પ્રેમા તો એક કલાક સુધી ઈન્દ્રજિતની જ વાત ઝીંક્યા કરતી હતી. શૈલજાની આંખમાંથી આંસુ સર્યાં કરતાં હતાં તે પણ તેના ધ્યાનમાં કેટલા વખતે આવ્યું.

'શું થયું શૈલજા ?' પ્રેમાએ પૂછ્યું : 'કેમ રડે છે ?' શૈલજાએ કશો જવાબ ન આપ્યો. આજે તેની સગાઈ થઈ હતી, છતાં પ્રેમા અને તેની માનસિક સ્થિતિમાં

કેટલો ફેર હતો ! પ્રેમા કેટલી ઉત્સાહથી વાત કરતી હતી અને પોતે કેટલી શાંત થઈ ગઈ હતી ! ઈન્દ્રજિતની વાતમાં ને વાતમાં પ્રેમા તેને પૂછવાનું ભૂલી ગઈ હતી કે સંજીવ સાથે તેણે સાંજ કેવી રીતે ગાળી. 'કેમ રડે છે ?' પ્રેમાએ આશ્ચર્યથી પૂછ્યું, પણ શૈલજા બોલી નહિ. ઈન્દ્રજિત છ મહિના અમેરિકા જશે તે સમય કેમ વીતશે તેની પ્રેમાને ચિંતા હતી. જ્યારે ત્રીજને દિવસે શૈલજાને તો પિયર છોડીને, પ્રેમાને છોડીને સાસરે જવાની ચિંતા હતી. વિરહની ભય હતો.

'ઓહ શૈલજા... તું સાવ ગભરુ છે ! ચાલ, મોં ધોઈ આવ તો...' કહીને પ્રેમાએ શૈલજાને બાથરૂમમાં ધકેલી દીધી. બાથરૂમમાં ક્યાંય સુધી શૈલજાએ રડ્યા કર્યું.

તે પછીના બે દિવસો તેણે ગમગીનીમાં વિતાવ્યા હતા. સંજીવ કોલકાતા ગયો હતો અને પ્રેમા ઈન્દ્રજિતની તૈયારીઓમાં પડી હતી. બે દિવસ પછી ઈન્દ્રજિત અમેરિકા જવા રવાના થયો. તે અમેરિકા પહોંચ્યાનો તાર આવ્યો ત્યાં સુધી પ્રેમા તો અસ્વસ્થ રહી હતી. તેના ગયા પછી પ્રેમાએ પોતાનો અભ્યાસ ચાલુ કર્યો હતો. શૈલજાના લગ્નની તૈયારીઓ ધમધોકાર ચાલુ થઈ ગઈ હતી. બરાબર અઠવાડિયા બાદ ઈન્દ્રજિતનો તરબતર પત્ર આવ્યો હતો. પ્રેમ નીતરતો કાગળ પ્રેમાને હચમચાવી ગયો.

'હવે આ નવી ઉપાધિ... આનો હું શું જવાબ આપીશ !' પ્રેમાએ પત્ર શૈલજાના હાથમાં મૂકતાં કહ્યું.

'આપને તારા મનમાં આવે તે !' શૈલજાએ કહ્યું.

'મારાથી નહિ અપાય.' પ્રેમાએ ખરેખર ચિંતાથી કહ્યું. 'મને તો શું લખવું એ જ મૂંઝવણ થાય છે. અરે... હા, શૈલજા... યાર તું મારું એક કામ ન કરે ? આનો જવાબ તૈયાર કરી આપને...'

'હું કરી આપું ? નહિ ભાઈ... હજુ મારામાં તારા જેવો પ્રેમનો નશો આવ્યો નથી.' શૈલજાએ કહ્યું. પણ પ્રેમાએ ખૂબ આગ્રહ કરીને શૈલજાને લખવા બેસાડી દીધી.

શૈલજાએ ઈન્દ્રજિત માટે પ્રથમ પત્ર લખ્યો. એ પત્રનું સંબોધન આજેય તેને ગમતું હતું. એ પત્ર સંજીવને લખવાનો હોત તો કેટલો આનંદ થાત !

'માઈ લવ બર્ડ !' સંબોધનથી તેણે પત્ર લખવાની શરૂઆત કરી હતી. એ પત્ર લખતાં લખતાં શૈલજા એટલી તો રત થઈ ગઈ કે પત્રમાં તેને સંજીવ દેખાતો હતો. પત્ર પૂરો કરીને તેણે લખ્યું હતું... 'ઈશ્વરે તને આપેલી ભેટ...' પત્ર પૂરો કરીને તેણે પ્રેમાને આપ્યો.

'શું લાજવાબ લખ્યો છે !...સંજીવ બહારગામ જશે ત્યારે તો કોણ જાણે શુંય તું લખીશ !' પ્રેમા બોલી ઊઠી.

શૈલજા જવાબ ન આપી શકી. સંજીવના પ્રેમને તે કેવળ કલ્પી જ રહી હતી. પણ પ્રેમા-ઈન્દ્રજિતનો પ્રણય તો તેણે જોયો હતો. જે કૉટેજમાં ઈન્દ્રજિત-પ્રેમા મળતાં હતાં, જે બગીચાને બાંકડે બેસીને બંને એકમેકની આંખમાં જોતાં હતાં, જે સાગરતટે સ્વિમિંગ કૉસ્ચ્યૂમ પહેરીને સ્નાન કરતાં હતાં તે બધાની સાક્ષી શૈલજા હતી. એ બધીય વાતો તેણે પત્રમાં ઠાલવી હતી. જાણે પોતે જ ઈન્દ્રજિતને બદલે સંજીવ સાથે એ સંવનનકાળ ગાળ્યો હોય તેમ તેને કલ્પના આવતી હતી.

પ્રેમા પાસે આવી અભિવ્યકિત માટે ભાષા ન હતી. પત્ર લખવાનો તેને હંમેશાં કંટાળો જ આવતો. તેણે તો શૈલજાએ લખેલો જ પત્ર ઈન્દ્રજિતને મોકલી દીધો હતો. પંદર દિવસ પછી જ્યારે ઈન્દ્રજિતનો જવાબ આવ્યો ત્યારે તો તે હસીને બેવડી વળી ગઈ હતી. બસ પછી તો પત્રોની હારમાળા ચાલી હતી. પત્રનો જવાબ લખાવવા પ્રેમા, શૈલજાની કદમબોસી કરતી...અને સાચું પૂછો તો શૈલજાને પણ પ્રેમા વતી પત્રો લખવા ગમતા.

●

કોઈ બડી ધામધૂમથી શૈલજાનું લગ્ન થયું હતું. ભારતભરમાંથી મહેમાનો આવ્યા હતા. વલ્લભભાઈ સ્ટેડિયમ પર જંગી સમારંભ યોજાયો હતો. લગ્ન પછી તરત જ નવયુગલે અમદાવાદ જવાનું નક્કી કર્યું હતું. પ્રેમા સવારથી જ અસ્વસ્થ હતી. તે લગ્ન માણતી હોય તેમ આનંદમાં રહેવાનો દેખાવ કરતી હતી, પણ શૈલજા સાસરે ચાલી જશે તેનો વિયોગ તેને ડારી રહ્યો હતો. વારંવાર તે એકાંતમાં જઈને રડી આવતી, આજે પહેલી વાર પ્રેમાને લાગ્યું હતું કે તે કેવળ ઈન્દ્રજિતને જ પ્યાર કરતી ન હતી.

વિદાયની ઘડીએ હોઠ દબાવીને બંને ભેટ્યાં હતાં. બંને અવાચક જ રહ્યાં હતાં.

'શું રડે છે પગલી... તને પત્રો લખવાની મૂંઝવણ છે ને !' નાની બાળકીને સમજાવતી હોય તેમ ભારે વાતાવરણને હળવું બનાવવા શૈલજાએ કહ્યું : 'અમદાવાદથી હું તને લખી મોકલીશ. આમેય સંજીવની પત્ની બન્યા પછી મારે કંઈ કામ રહેવાનું નથી.' પણ પ્રેમા તો તેને વળગીને ખૂબ રડતી હતી. મનમોહનરાય પણ કલાકો સુધી એક જ જગ્યાએ બેસી રહ્યા હતા. તેમને માટે પુત્રીનો વિયોગ અસહ્ય હતો.

●

એ રાત સ્તબ્ધતામાં ચાલી ગઈ. સંજીવે શૈલજાને એક આછું ચુંબન આપ્યું હતું.

બીજા દિવસે તેમના ખાનગી વિમાનમાં શૈલજા અમદાવાદ આવી હતી. તેના પ્રેમની એ જ શરૂઆત હતી. સંજીવને ઓળખવાની પણ શરૂઆત એ જ હતી.

શરૂઆતમાં પ્રેમાનો રોજ ફોન આવતો. ઈન્દ્રજિતે તેના પર લખેલા પત્રો તે મોકલી આપતી. શૈલજા એકલી પડતી ત્યારે પત્રોના જવાબ લખતી. પ્રેમા એ જ પત્રો ઈન્દ્રજિતને રવાના કરતી. ઈન્દ્રજિત પરદેશથી પાછો આવ્યો અને જ્યારે ઓચિંતા જ તેણે પ્રેમાના હસ્તાક્ષરો જોયા ત્યારે જ તેને ખબર પડી હતી કે, પ્રેમા, શૈલજા પાસે પત્રો લખાવતી અને એ જ પત્રો તેને બીડી દેતી.

●

હવે શૈલજાને ખરેખર ચિંતા થતી હતી. બપોરનો દોઢ વાગી ગયો હતો છતાં ઈન્દ્રજિત આવ્યો ન હતો. લવર્સ નૂકમાં હવે તેને કંટાળો આવતો હતો. તેને ખાતરી હતી કે સંજીવનો ફોન આવ્યો જ હશે અને તેને ખબર પડી હશે કે તે મુંબઈ આવી છે. પરણ્યા પછી ઘણી વાર તે એકાએક મુંબઈ આવી જતી. સંજીવ જ્યારે બહારગામ જતો ત્યારે શૈલજા પોતાનાં માતાપિતા, પ્રેમા કે ઈન્દ્રજિતને મળવા માટે આવી જતી. શૈલજાનાં લગ્ન પછી બે વર્ષે પ્રેમા પરણી હતી. પ્રેમાના લગ્ન માટે સંજીવે ચાર દિવસની તદ્દન છુટ્ટી લીધી હતી. સંજીવને ઈન્દ્રજિત ખૂબ ગમતો. પ્રેમા પર તો એ ફિદા હતો. ક્યારેક તો શૈલજાને લાગતું કે સંજીવ પ્રેમાને ઉઠાવીને ભાગી ન જાય !

શૈલજા એ બધા પ્રસંગો યાદ કરીને કંઈક વિહ્વળતા અનુભવી રહી હતી. પ્રેમા અને ઈન્દ્રજિતને તેણે કેટલીય વાર ઝઘડતાં જોયાં હતાં. આવું ક્યારેય સંજીવ સાથે તેને બનતું નહિ.

'સંજીવ, આપણે ઝઘડો કેમ નથી થતો ?' તે ક્યારેક સંજીવને પૂછતી.

'કમાલ છોકરી છું ! અરે લોકો સુમેળથી રહી શકે તે માટે મનોવિજ્ઞાનીઓ પાસે જાય છે અને તને ઝઘડો નથી થતો તેની ચિંતા થાય છે ? આપણે ઝઘડવા જેવું છે શું ?'

'તો પછી સંજીવ, સારાં પતિ-પત્ની ઝઘડતાં શા માટે હશે ?'

'હવે એ તો તું એ લોકોને પૂછી આવ. બાકી હું ક્યારેય કોઈની સાથે ઝઘડતો નથી.' સંજીવે જવાબ આપ્યો હતો. 'અને જ્યારે ઝઘડું છું ત્યારે જીવનભર માટે ઝઘડું છું.'

'મારી સાથે તારે એવો ઝઘડો થાય તો ?'

'તો... તો મારી હાર થાય.' સંજીવે જવાબ આપ્યો. પણ શૈલજા દ્વિધામાં જ રહી હતી.

●

એકાએક તે ઝબકી ઊઠી. ચલચિત્રનો ફ્લૅશબૅક પૂરો થયો હોય તેમ તે જાગી ઊઠી. કોઈ બારણું ઠોકતું હતું. શૈલજાએ હાઉસકોટ સરખો કર્યો અને બારણું ખોલ્યું. તે સાથે જ હાંફતો ઈન્દ્રજિત ધસી આવ્યો. તેનાં વાળ વીખરાયેલા હતા. તેનાં શર્ટ અને પાટલૂન પર માટી ચોંટી હતી. તેના હાથમાં પોર્ટફોલિયો હતો.

'ઈન્દ્રજિત !' શૈલજા બોલી ઊઠી. ઈન્દ્રજિતે જવાબ આપ્યા વગર પગથી બારણું બંધ કર્યું. પોર્ટફોલિયો ટિપોઈ પર મૂકયો. તેમાંથી એક ફાઈલ કાઢી. ચશ્માં પહેર્યાં.

'ઈન્દ્રજિત, શું થયું છે ?'

'તારા પ્રશ્નોના જ જવાબ આપું છું. આજે નવમી જાન્યુઆરી છે અને રવિવાર... બીજો શનિવાર પંદરમીએ આવશે. તે દિવસે હું ઉદેપુર હોઈશ. તે પછીના શનિવાર અને ૨૨મી તારીખે હું મહાબળેશ્વર હોઈશ... ત્યાર પછીના શનિવારે હું અહીં લવર્સ નૂક પર હોઈશ...'

'આ શું ઈન્દ્રજિત...'

'તું વચ્ચે બોલ નહિ. મને બરાબર સાંભળી લે... આ બધા શનિ-રવિ તારે મારી સાથે ગાળવાના છે. તારીખ ૧૨મીને બુધવારે એક પત્ર લખીને તારે અમદાવાદથી પોસ્ટ કરવાનો છે. આ મહિનાના બધા વીક-એન્ડ તારે મારી સાથે, એકલાં તદ્દન ખાનગી રીતે ગાળવાના છે.'

'પણ તું મને સમજણ પડે તેવું કંઈક બોલીશ... તારી સાથે વીક-એન્ડ ગાળવામાં મને શું વાંધો હોય, પણ તું અમદાવાદ કેમ નથી આવતો ? શનિ-રવિ તું અને પ્રેમા ત્યાં આવોને...'

'મને નહિ, તારા કરોડપતિને અને તારા અબજોપતિ સસરાને વાંધો પડશે.' ઈન્દ્રજિતે કડક અવાજે કહ્યું.

'તું શું કહેવા માગે છે ઈન્દ્ર... તારી તબિયત સારી નથી ? તું પ્રેમાને કેમ નથી લાવ્યો ?' શૈલજાએ આશ્ચર્યથી પૂછ્યું.

'પ્રેમાને ! અહીં, લવર્સ નૂકમાં ? કોઈ પતિ પોતાની પત્નીને લઈને લવર્સ નૂકમાં બીજી સ્ત્રીને મળવા આવે ખરો ?' ઈન્દ્રજિતે ફિક્કું હસીને કહ્યું.

'મજાક છોડ... તારે કામ શું હતું ?' શૈલજાએ પૂછ્યું. તે સાથે જ ઈન્દ્રજિત ધસ્યો. તેણે શૈલજાને પોતાની પાસે ખેંચી અને ભીંસ લીધી. શૈલજા થડકી ઊઠી. તે પ્રતિકાર કરે તે પહેલાં જ ઈન્દ્રજિતે શૈલજાની સુંવાળી ગરદન પર ચુંબન જડી દીધું.

'ઈન્દ્ર...આ શું કરે છે ?' શૈલજાએ માંડ માંડ પોતાની જાતને છોડાવતાં કહ્યું. તે સ્તબ્ધતાથી બહાર આવી ન હતી. ઈન્દ્રજિતે તો જવાબ આપવાને બદલે જોરથી

શૈલજાનો હાઉસકોટ ખેંચ્યો. શૈલજાએ હાઉસકોટ પકડી રાખવા મહેનત કરી, પાતળો હાઉસકોટ એક પડખેથી ચિરાઈ ગયો.

'અરે અરે ઈન્દ્ર...ઈન્દ્રજિત.' તે બરાડી ઊઠી. તેના અવાજમાં આશ્ચર્ય અને ગુસ્સો હતો. ઈન્દ્રજિત શું કરતો હતો, તે તેને સમજાતું ન હતું. પણ ઈન્દ્રજિતે તો તેને ખેંચીને પલંગમાં નાખી હતી. અને તેના બદન પર ઝૂક્યો હતો. તેના હાથ ચિરાયેલા હાઉસકોટમાં ખૂંપતા હતા. શૈલજા એકાએક ખૂંખાર થઈ ગઈ. 'છોડ, ઈન્દ્ર, તું પાગલ થઈ ગયો છું...નશામાં છું !' કહીને તેણે ઈન્દ્રજિતને લાત મારી. અજબ ચપળતાથી ઈન્દ્રજિતે તેના બંને પગ પકડી લીધા. રેશમના ગડા જેવા પગ પરથી હાઉસકોટ અળગો થઈ ગયો. ઈન્દ્રજિતની પકડ સખત હતી. શૈલજા અડધી પલંગ પર પડી હતી અને અડધી બહાર, ઈન્દ્રજિતે તેના પગ એવી રીતે પકડ્યા હતા કે તે બેઠી પણ થઈ શકતી ન હતી.

'ઈન્દ્ર... માઈ ગૉડ... વોટ ઈઝ ધિસ... તું મારા પર બળાત્કાર કરવા માગે છે ? ઈન્દ્ર...તું નશામાં છું ?' હજુ પણ શૈલજા ભયાનક આશ્ચર્ય અનુભવતી હતી. પોતાની વિચિત્ર હાલતમાંથી તેણે બેઠા થવાનો ભગીરથ પ્રયત્ન કર્યો. 'હું પોલીસને બોલાવીશ...ઈન્દ્ર તું ભાનમાં નથી.'

'સંપૂર્ણ ભાનમાં છું છોકરી...' કહીને તેણે શૈલજાના પગ છોડી દીધા. શૈલજા બેઠી થઈ. ગુસ્સાથી તે ધમધમતી હતી. તેના ચિરાયેલા ગાઉનમાંથી દેખાતા બદનને ઢાંકવાનો તેણે વ્યર્થ પ્રયત્ન કર્યો. 'તારે પોલીસને બોલાવવી છે તો હું તારા પતિ અને સસરાને બોલાવીશ...ચિરંજિતલાલ સાગરના કુટુંબની વહુના પત્રો છાપામાં છપાય તો જરૂર સનસનાટી મચી જશે...'

'આ બધું શું કહે છે ઈન્દ્રજિત...'

'એ તને પછી સમજાશે. પહેલાં તું એ નિર્ણય કરી લે કે મારી સાથે શનિ-રવિ ગાળવા માટે તું આવીશ કે નહિ. જો તું નહિ આવે તો તારા લખેલા પત્રો અને ફોટાઓ હું તારા સસરાને આપીશ...'

'કયાં પત્રો ?' શૈલજા ચોંકીને બોલી. આ ઈન્દ્રજિત હતો કે બીજો કોઈ તે જ તેને મૂંઝવતો પ્રશ્ન હતો.

'તારા પત્રો...' કહીને ઈન્દ્રજિતે ફાઈલમાંથી થોકડી કાઢીને બતાવી... 'આ શું છે ?' કહીને તેણે થોકડી પરનો પહેલો કાગળ વાંચ્યો.

'માઈ લવ બર્ડ,

કેવી વિહ્વળતાથી આ પત્ર તને લખી રહી છું મારા ઈન્દ્ર... તારા આલિંગનની મહેક પણ મારા બદનમાંથી જતી નથી છતાં જગત કેવું એકાકી લાગે છે... ચોવીસ અઠવાડિયાંની એકલતા...'

'બંધ કર વાંચવાનું... એ મેં નથી લખ્યું.' શૈલજાએ બૂમ પાડી.

'મને ખબર છે, પ્રેમા વતી એ પત્ર તેં લખ્યો છે. આવા ઘણા પત્રો મારી પાસે છે. મારી મીઠડી... તારી એક જ ભૂલ થઈ છે – ક્યારેય પત્રની નીચે પ્રેમાનું નામ તેં લખ્યું નથી. લગભગ બધામાં "ઈશ્વરે તને આપેલી ભેટ..." લખેલું છે.'

'એટલે તું એ પત્રો બતાવી મને બ્લેક-મેઈલ કરવા માગે છે ઈન્દ્ર... તું આટલો બધો...' શૈલજા ફાટી આંખે જોઈ રહી.

'એક્ઝેક્ટલી. હું આટલો બધો નીચ થઈ ગયો છું એમ જ કહેવું છે ને...' તે હસ્યો.

'મારી નજીક ન આવીશ ઈન્દ્ર... દૂર... રહે...' શૈલજાએ બારીની સીલ પરથી લોખંડનું ફ્લાવરવાઝ ઉઠાવ્યું. 'તને ખબર છે તું શું કરી રહ્યો છું... દૂર રહે. પ્રેમા જાણશે તો તને રહેંસી નાખશે...'

'કોણ પ્રેમા...' કહીને ઈન્દ્રજિત હસ્યો. ખલનાયકની જેમ હસ્યો. રહેંસી નાખવા જેવી તો તું છે મારી શૈલી...' કહીને ઈન્દ્રજિતે શૈલજાને ખેંચી.

શૈલજા આભી બની ગઈ હતી. તેનું માથું ગુસ્સાથી ધમધમતું હતું. તેણે બારીની સીલ પરથી ફ્લાવરવાઝ ઉઠાવ્યું હતું. ઈન્દ્રજિત ખલનાયકની જેમ હસતો હતો. પ્રેમાને બદલે લખેલા પત્રો શૈલજાને બતાવીને 'બ્લેક મેઈલ' કરવાનો પ્રયત્ન તો શું પણ વિચાર સરખો ઈન્દ્રજિતને આવે તેની કલ્પના બહાર હતું. તેણે કચકચાવીને ફ્લાવરવાઝ ઝીંક્યું. પણ ઈન્દ્રજિતને ખાતરી હતી કે આવું કંઈક શૈલજા કરશે જ. વાઝ તેના માથા આગળથી પસાર થઈ ગયું. ઈન્દ્રજિત વખતસર ઝૂકી ગયો હતો.

'કોઈ પણ સ્ત્રીમાં આવું રિએક્શન આવે જ.' તે બોલ્યો.

'ચૂપ કર.' શૈલજા તાડૂકી. 'તું અહીંથી બહાર નીકળી જા... મેં તને આવો ધાર્યો નહોતો.'

'મને તેં શું ધાર્યો હતો તેની સાથે મારે નિસ્બત નથી. મારે તને એટલું જ પૂછવાનું કે મારી સૂચના મુજબ તું વર્તવાની છે કે પછી મારે સંજીવના – તારા સસરાના હાથમાં આ પત્રો મૂકી આવવા ?'

'તારી વાત કોઈ નહિ માને.' શૈલજા હાંફતી હાંફતી બોલી.

'ઝેરનાં પારખાં કરવાની જરૂર નથી. સંજીવને મનાવતાં મને આવડે છે. તેને એ પણ સમજાશે કે તેની પત્ની એક રૂપાળી કઠપૂતળીથી વધારે કશું જ ન હતી.'

'ઈન્દ્રજિત, તારી જીભ કેમ કપાઈ જતી નથી... ઈન્દ્રજિત, તું શું બોલે છે તેનું તને ભાન છે ? પ્રેમા જાણશે તો...' શૈલજા બોલી ત્યાં જ બારણે ટકોરા થયા. શૈલજાને આ રૂમ છોડીને ભાગી જવાની ઈચ્છા થઈ આવી. આ ઈન્દ્રજિતને હઠાવીને તેનું જડબું તોડીને ચાલી જવાની તેની એકમાત્ર ઈચ્છા હતી... ઈન્દ્રજિતે બારણું ખોલ્યું, બારણામાં પ્રેમા ઊભી હતી. તેણે ગૉગલ્સ પહેર્યાં હતાં.

'પ્રેમા... શૈલજાથી ચીસ પડાઈ ગઈ. તેના હોઠ ધ્રૂજતા હતા. તે પ્રેમાને વળગી પડી. 'પ્રેમા, આ ઈન્દ્રજિત...' શૈલજાની આંખ આંસુથી ઊભરાઈ જતી હતી. પણ પ્રેમાના ચહેરા પર કોઈ ભાવ ન હતો. 'આ ઈન્દ્રજિતને શું થયું છે પ્રેમા... એ મને... એ મને...'

પ્રેમાએ આંખ પરથી ગૉગલ્સ ઉતાર્યાં. તેણે સફેદ ફ્રૉક પહેર્યું હતું. એ ફ્રૉકમાં તે કેટલી સુંદર, કેટલી નમણી લાગતી હતી !

ઈન્દ્રજિતે ઝાટકો આપીને શૈલજાને હઠાવી. 'તું શા માટે આવી, પ્રેમા... મેં તને ના નહોતી પાડી ?' ઈન્દ્રજિતે કહ્યું.

'કારણ મને ખાતરી હતી કે શૈલજાને તું સમજાવી નહિ શકે...' પ્રેમાએ જવાબ આપ્યો.

'શું કહ્યું પ્રેમા... મને શું સમજાવવાનું હતું ?' શૈલજાએ મૂંઝવણથી પૂછ્યું.

'એ જ કે ઈન્દ્રજિત કહે તેમ તારે કરવાનું છે.'

'શું બોલી પ્રેમા ?' જગતભરના જ્વાળામુખી ફાટી રહ્યા હોય તેમ શૈલજાને લાગતું હતું. 'પ્રેમા !'

'તને મેં કહ્યું તે ન સાંભળ્યું...? ઈન્દ્રજિત કહે તેમ તારે કરવાનું છે. જો તું એમ નહિ કરે તો પેલા પત્રો હું જાતે જ સંજીવને આપીશ. અને કહીશ કે તું લંપટ છે. મારા પતિ સાથે તારે આડા સંબંધો હતા અને છે...'

'પ્રેમા... પ્રેમા, તારા પર આકાશ કેમ તૂટી પડતું નથી ? તું ધરતીમાં દટાઈ કેમ જતી નથી ? તું... તું મને જાતે ઊઠીને કહે છે કે ઈન્દ્રજિત કહે તેમ કરું ? તને ખબર છે કે ઈન્દ્રજિત મારી લાજ લૂંટતો હતો ?' શૈલજા ભયાનક સ્વરે બોલી.

'અવાજ ધીરો રાખ...' પ્રેમાએ મોટે સાદે કહ્યું. 'તું ઈન્દ્ર કહે તેમ કરે તેમાં જ અમને ફાયદો છે.'

'ફાયદો ? તમને ફાયદો... તમારે શું જોઈએ છે ? તમારે મને બ્લેક-મેઈલ કરવી છે ? તમે બંને પાગલ છો ? તમે મને ઓળખતાં નથી ?'

'ઓળખીએ છીએ એટલે જ તને કહું છું કે ઈન્દ્ર કહે તેમ કર, નહી તો...'

'પ્રેમા... આ પ્રેમા બોલે છે ?' શૈલજા આભી બનીને જોઈ રહી. દોરડા પર વળ ચડાવીને, તેને બાંધીને કોઈએ લટકાવી હોય અને અવકાશમાં નિઃસહાય ઝૂલતી હોય તેવું તેને લાગતું હતું. તેને ચક્કર આવતાં હતાં... 'પ્રેમા' તે બોલી અને ફસડાઈ પડી.

●

તેના જીવનનું એક પાસું મૃત્યુ પામ્યું હતું. તેનું એક અંગ કપાઈને જુદું પડી ગયું હતું. તે ક્યારે સ્વસ્થ થઈ તેનું તેને ભાન ન હતું. પણ જ્યારે તે સ્વસ્થ થઈ ત્યારે તેને બરાબર સમજાયું કે તે કોઈ દુઃસ્વપ્નમાં ગરક નહોતી થઈ. તેની સામે નર્યું વાસ્તવ ખડું થયું હતું. કેવું ભયાનક વાસ્તવ... પ્રેમા... તેની સગી બહેન કરતાંય જેને તેણે વધુ ચાહી હતી, ઈન્દ્રજિત... જેને તેણે એક સજ્જન તરીકે જ હરહંમેશ જોયો હતો. જેની પ્રશસ્તિ કરતાં તેના હોઠ પણ સુકાતા ન હતા. તે જ ઈન્દ્રજિત, તે જ પ્રેમા આજે તેની આંખ સામે એક નીચ હલકટ, ગુનાહીત દંપતીની જેમ ઊભાં હતાં. તેને ખાતરી થઈ ગઈ હતી કે બંનેએ કોઈ હલકટ યોજના ઘડી હતી. તેને એ પણ ખાતરી હતી કે પ્રેમા અને ઈન્દ્રજિત ધારશે તો તેની જિંદગી તબાહ કરી નાખશે...

'તમે શેની લાલચમાં ફસાયાં છો ? તમારે શું જોઈએ છે ?' હાથ પસારીને તે બોલી. તારા વરને મારું શરીર જોઈએ છે ! અને તું જાતે ઊઠીને પ્રેમા એ અપાવવા માગે છે. તમારે પૈસા જોઈએ છે... તમે બોલશો, તમારે શું જોઈએ છે ? એ પત્રો પ્રેમાના છે તે તમે જાણો છો... પ્રેમા માટે મેં લખ્યા છે તે તમને ખબર છે...'

'ચૂપ કર...મારે તારી કોઈ વાત નથી સાંભળવી. તને ઈન્દ્ર કહે તેમ કર...' પ્રેમાએ મોં ફેરવીને કહ્યું.

'પણ શા માટે ?'

'શાંતિ રાખ...મારે કેવળ ત્રણ-ચાર શનિ-રવિ તારી સાથે ગાળવા છે. અને તારા બીજા કાગળોની મારે જરૂર છે.' ઈન્દ્રજિત બોલ્યો. શૈલજા તેની સામે તાકી રહી. પ્રેમા આટલી બદલાઈ જશે... ઈન્દ્રજિત આવો ઘોર બદમાશ હશે તેની કલ્પના સાત જન્મારે પણ તે કરી શકી ન હોત.

'હું તમને કારણ પૂછું છું... હું તમને પૂછું છું કે તમને શો ફાયદો થશે ? પ્રેમા તને પણ પૈસાની લાલચ છે ? તારે જે જોઈતું હોય તે તને પપ્પા અપાવી શકે તેમ

છે...' શૈલજા બોલતી હતી ત્યારે પ્રેમા ઊંધી ફરીને ઊભી રહી ગઈ હતી. 'હું તને બધું અપાવી શકું તેમ છું.'

'તું કશું જ અપાવી શકે તેમ નથી. અમને શું ફાયદો થવાનો છે તે તને ફેબ્રુઆરીની પહેલી તારીખે ખબર પડશે. હવે મારે કોઈ ચર્ચા નથી કરવી, તું આ બૉલપેન લે અને એક કાગળ...' ઈન્દ્રજિતે કડક અવાજે કહ્યું.

'હું તને કશું લખી આપવાની નથી. હાથ કાપી નાખીશ તોપણ નહિ. પ્રેમા, તું કેમ કંઈ બોલતી નથી ?' શૈલજા બોલી પણ પ્રેમા જડની માફક તેની તરફ પીઠ રાખીને જ ઊભી રહી હતી. ઈન્દ્રજિતે શૈલજાની પાસે એક પૅડ અને બૉલપેન મૂકી. ક્યાંય સુધી તે બૉલપેન તરફ જોઈ રહી અને તેણે એકાએક નિર્ણય લીધો અને પેન ઉપાડી.

'લખ હવે...' ઈન્દ્રજિતે કહ્યું. 'તારીખ ૧૫મીએ તારે અમદાવાદથી વિમાનમાં નીકળીને ઉદેપુર આવવાનું છે. તારે મને ઉદેપુર પ્રતાપ હોટેલમાં મળવાનું છે. શનિવારની રાત ત્યાં રહેવાનું છે. રવિવારે એસ.ટીની લકઝરી બસ પકડીને તારે અમદાવાદ પાછા ફરવાનું છે.' ઈન્દ્રજિત બોલતો ગયો.

'તારીખ ૨૨મીએ શનિવાર, તારે કોઈ પણ ભોગે મહાબળેશ્વર આવવાનું અને ત્યાં ''આરામ''માં રહેવાનું છે. ત્યાંથી તારે સોમવારે સવારે નીકળવાનું છે. તારે માટે ટૅક્સીની વ્યવસ્થા હશે. સોમવારે સાંજે તારે અમદાવાદ જવું હોય તો તું જઈ શકે છે. તે પછી તારે તા. ૨૯મી ને શનિવારે સવારે અહીં જ આવવાનું છે... લવર્સ નૂકમાં, સમજી....'

શૈલજા ચુપચાપ સાંભળતી રહી. તેણે સારી એવી થ્રિલરો વાંચી હતી. છતાં અત્યારે જે વાસ્તવિકતા તેની સામે પડી હતી તે અજાયબ હતી.

'હવે તા. ૧૨મીને બુધવારે તારે મારે સરનામે કાગળ લખવાનો છે.' કહીને ઈન્દ્રજિતે કેવો કાગળ લખવાનો છે તે શૈલજાને સમજાવ્યું. 'બુધવારે તે પોસ્ટ થવો જ જોઈએ. મારે ફરી કહેવાની જરૂર નથી કે આ પ્રમાણે નહિ થાય તો તું જિંદગીભર પસ્તાઈશ. ચાલ પ્રેમા, આપણે જઈએ.' જાણે કોઈ સોદો પતી ગયો હોય તેમ તે બોલ્યો. બારણા પાસે જઈને તેણે ફરીથી કહ્યું. 'અને શૈલજા, તારે ઘેર જતી નહિ. સીધી અમદાવાદ ચાલી જજે...'

'તમે બંને મહેરબાની કરીને બહાર જાઓ. ઓહ ઈશ્વર...' શૈલજા ચિત્કારી ઊઠી.

'શનિવારે તું ઉદેપુરમાં નહિ હોય તો રવિવારે સવારે તારા કાગળો અને મારી સાથે તેં પડાવેલા ફોટા લઈને પ્રેમા સંજીવને મળશે... આવજે.'

'ગેટ આઉટ... ગેટ આઉટ યુ બાસ્ટર્ડ્ઝ શૈલજાના મોંમાંથી ભયાનક ડૂસકું નીકળી આવ્યું. પ્રેમા તેના તરફ જોયા વગર જ બહાર ચાલી ગઈ. શૈલજા છાતીફાટ રડી પડી.

પોતાનો ફાટેલો ગાઉન ઉતારીને તેણે કપડાં બદલ્યાં. પાઉડર કૉમ્પેક્ટમાંથી સ્પૉન્જ કાઢીને તેણે આંસુ લૂછ્યાં. બૅગ ઉઠાવીને તે ઊભી થઈ. તેણે ઊંડો શ્વાસ લીધો. અરીસામાં જોયું અને હોટેલના કમરામાંથી બહાર આવી.

નીચે આવીને તેણે કમરાની ચાવી પાછી સોંપી. રિસેપ્શન પર બેઠેલી છોકરીએ તેને એક પરબીડિયું આપ્યું. પરબીડિયામાં અમદાવાદ જવાની ટિકિટ હતી. તેના પર લખેલું હતું 'ઉદેપુરમાં મળીશું.' તેણે ટિકિટ પર્સમાં નાખી, યંત્રવત્ તે બહારથી ટૅક્સી પકડીને વિમાનઘર પર પહોંચી. તે હજુ પણ એક ભયાનક સ્તબ્ધતા અનુભવી રહી હતી. પ્રેમા અને ઈન્દ્રજિત ! છિઃ કેવી ધૃષ્ટતા...

●

ઍરપૉર્ટ પર તેને લેવા ગાડી આવવાની ન હતી. અમદાવાદ પહોંચીને તેણે ટૅક્સી લીધી હતી. સાગરમહાલનો દરવાજો ચિત્કાર સાથે ઊઘડ્યો. એવો જ ચિત્કાર તેના હૃદયમાં થતો હતો. સ્વપ્નની સૃષ્ટિ જેવો સાગરમહાલ આજે તેને તદ્દન ખંડેર જેવો લાગતો હતો.

'સાહેબનો ફોન હતો સોમુ ?' તેની પાછળ આવતા નોકરને તેણે પૂછ્યું.

'હા... આજે સવારે હતો.' નોકરે જવાબ આપ્યો. શૈલજા કંઈ બોલી નહિ. સંજીવને સોમુએ કહ્યું જ હશે કે તે મુંબઈ ગઈ છે. તે ઘણી વાર મુંબઈ જતી. કેટલીય વાર તો કોઈ કાર્યક્રમ જોવા પણ તે મુંબઈ ચાલી જતી. એ કુબેરોની સૃષ્ટિ હતી. જીભ ખૂલે તે પહેલાં જ સમણામાં જોયેલી ચીજો હાજર થઈ શકે તેવા પૈસા ત્યાં હતા. સંજીવ તેને પૂછશે કે મુંબઈ કેમ ગઈ હતી તેવો ભય તેને નહોતો. કોઈ સિનેમા જોવા ગઈ હતી તેવું પણ જો તે કહે તોય સંજીવને નવાઈ લાગવાની ન હતી. કેટલીય વાર તેવું બનતું પણ ખરું, પણ તેના મનમાં જુદું જ ઘર્ષણ હતું. સંજીવને આખી વાત કહેવી કે પછી ઈન્દ્રજિત કહે તેમ કરવું ? ઈન્દ્રજિતનો આશય શું હતો ? તે એને બ્લૅકમેઈલ કરીને, પૈસા પડાવવા માગતો હશે ? તેને પોતાની કાયા તરફ મોહ નીપજ્યો હશે ? તો પ્રેમા શા માટે તેમાં સામિલ થાય ? કોઈ પણ સ્ત્રી પોતાના પતિને એવું કરવા દે ? તો પછી પ્રેમા શા માટે આખી વાતને મંજૂરી આપતી હતી ? શું પ્રેમા પોતે કોઈ કારણસર મજબૂર હશે ? તેનું દિલ કહેતું હતું કે પ્રેમા કદી તેને દગો ન કરે... કદી તેનું ખરાબ ન કરે. તે આટલી હલકટ ન જ બની શકે. તેનું દિમાગ કહેતું હતું કે બધા જ માટીપગા છે, બધા જ માટીપગા !

●

દિલ્હીથી આવેલા વિમાનમાં સંજીવ આવ્યો હતો, પણ વિમાનઘરથી તે સીધો જ મિલમાં ચાલી ગયો હતો. તેણે લગભગ પોણા બે વાગ્યે ફોન કર્યો હતો.

'હલો... શૈલુ...'

'ઓહ, ક્યારની તારા ફોનની રાહ જોતી હતી ! મેં સોમુને કહ્યું હતું પણ તારો ફોન ખૂબ ઍન્ગેજ્ડ આવતો હતો.' શૈલજાએ કહ્યું.

'અરે, શૈલજા, જો મારે આજે જમવા માટે આવતાં લગભગ કલાક મોડું થશે. ઓ.કે.' સંજીવ બોલ્યો.

'અચ્છા,' શૈલજાએ યાંત્રિક અવાજે કહ્યું. તેને હજુ પણ કળ વળી નહોતી. સંજીવને સહેજ નવાઈ લાગી કારણ શૈલજાને તે મોડો આવે તે ગમતું નહિ. પણ આજે તેણે કંઈ વિરોધ ન કર્યો. તેણે ફોન મૂક્યો ત્યારે પણ શૈલજા ગઈ કાલે બનેલી ઘટનાની સ્તબ્ધતામાં ખોવાયેલી હતી. સંજીવને વાત કરવી કે નહિ ? સંજીવ કેવું વલણ લેશે ? તે ખરેખર પોતાનો, એ પત્રો બાબતનો ખુલાસો સ્વીકારી લેશે ? જો કદાચ ઈન્દ્રજિત એ પત્રો તેના સસરાને આપે તો સસરા કેવું વલણ લેશે ? પણ પ્રેમા જાતે જ કહે કે તે પત્રો શૈલજાએ જ લખ્યા છે તો ? અને પેલા ફોટાઓ... ! શૈલજા થડકી ઊઠી. ઈન્દ્રજિત સાથેની મુલાકાત એટલી આઘાતજનક હતી કે તેણે તે ફોટાઓ વિશે કંઈ જ પૂછ્યું નહિ. ઈન્દ્રજિત સાથે તેણે કેટલાય ફોટાઓ પડાવ્યા હતા. એક ફોટામાં એ ઈન્દ્રજીત સાથે ઘોડા પર બેઠી હતી. તે દૃશ્ય હતું... અને પેલા બીચ પરના ફોટા...એ પ્રેમાએ જ પાડ્યા હતા. સ્વિમિંગ કૉસ્ચ્યૂમમાં તે ઈન્દ્રજિતના ખભા પર બેઠી હતી. અને કાશ્મીર ગયાં ત્યારે...ત્યારે લીધેલા ફોટાઓ... નહિ નહિ, ઈન્દ્રજીતે એ નિર્દોષ, મજાકમસ્તીમાં લીધેલા ફોટાઓનો અનર્થ નહિ કરાવી શકે. કેમ ન કરાવી શકે ? જરૂર એ ફોટાઓ અને પ્રેમા વતી લખેલા પ્રેમથી તરબતર કાગળો દ્વારા આખાય સાગર કુટુંબને તે હચમચાવી મૂકી શકે તેમ હતો. અને જ્યારે આખીય વાત જાહેર વગોવણી બની જાય ત્યારે સંજીવ શું બધા સામે ટક્કર લઈને પોતાને પડખે ઊભો રહેશે ? સંજીવમાં એવી નૈતિક હિંમત હોય તો પણ શું તે પોતાને નિર્દોષ માનશે ? 'મારી શૈલજા સાચી છે.' તેવું કહી શકશે ?... ઘણની માફક સવાલો તેના માથા પર ઝીંકાતા હતા.

'નહિ, મારે સ્વસ્થતાથી વિચારવું જોઈએ.' શૈલજા એકાએક ખૂંખાર થઈ ગઈ. 'મારે ટક્કર લેવી જોઈએ.' ઈન્દ્રજિતે તેને બુધવારે પત્ર લખવાનું કહ્યું હતું. શૈલજાએ નિર્ણય લીધો કે બુધવાર બપોર સુધી તે વિચારશે. પ્રેમાને ફરી ફોન કરશે...ઈન્દ્રજિત વિશે પણ વિચાર કરી લેશે. અને ત્યાં સુધી સંજીવને કાંઈ નહિ કહે. તે પુસ્તકાલયવાળા કમરામાં આવી. તેણે પોતાના પર્સમાંથી ઈન્દ્રજિતે તેને લખાવેલો કાગળ કાઢ્યો.

તેની સૂચનાઓ વાંચી. એક કોરો કાગળ લઈને તેણે સ્વસ્થતાથી પોતે શું વિચારે છે તે મુદ્દા લખવા માંડ્યા.

ઈન્દ્રજિત :

'ઈન્દ્રજિતે ક્યારે પણ મારી સાથે અણછાજતું વર્તન નથી કર્યું. સંજીવ સાથે તેને કોઈ દુશ્મનાવટ નથી. જે. બી. ઈલેક્ટ્રોનિક્સમાં તે સારી પદવી પર છે. પ્રેમા જેવી તેની પત્ની છે અને ફૂલ જેવી નાની દીકરી છે. ખ્યાતિ પામેલા પિતા છે. રહેવાને મકાન છે. મોટર છે. સારું એવું બૅન્ક-બૅલેન્સ છે.

પ્રેમા :

'મારા પડછાયાની માફક ઊછરી છે. મને પોતાને જે સગવડો મળી છે તેવી જ સગવડો તેને મળી છે. તેની મા ખૂબ સુખી છે. જેસ્મિન હૉસ્પિટલમાં તે પાર્ટનર છે, અને મહિને બે હજાર ઉપરાંત પગાર લે છે. હૉસ્પિટલ ઊભી કરવા માટેનો તમામ ખર્ચ પપ્પાએ કર્યો છે. તેની પાસે મારા પિતાએ મને આપ્યા છે તેટલા જ શૅરો અને ફિક્સ્ડ ડિપૉઝિટો છે. મારી સાથે કે સંજીવ સાથે તેને કોઈ દુશ્મનાવટ નથી.'

(૧) તો પછી શા માટે પેલા પત્રો દ્વારા ઈન્દ્રજિત મને ફસાવવા માંગે છે ?

(૨) શા માટે પ્રેમા તેને સાથ આપે છે ?

(૩) શું એ લોકો એ પત્રોથી મને બ્લૅકમેઈલ કરીને પૈસાદાર થવા માગે છે ?

(૪) શું એ લોકોના કહેવા મુજબ જો હું કરું નહિ તો એ ફોટોગ્રાફ્સ અને પત્રો નો બંને જણ સંજીવને કે ચિરંજિતલાલને મોકલશે ?

લગભગ એક કલાક સુધી શૈલજાએ લખેલા મુદ્દાઓ પર સ્વસ્થ ચિત્તે મનન કર્યું. તેટલામાં જ દીવાનખંડમાંથી સંજીવની બૂમ સંભળાઈ. ઝડપથી તેણે લખેલા મુદ્દાવાળો કાગળ ટેબલ પર પાથરેલા બ્લૉટિંગપૅડ નીચે છુપાવ્યો. ઈન્દ્રજિતે જે સૂચનાઓ લખાવી હતી તે કાગળ તેણે પર્સમાં મૂક્યો. અને પર્સ ડ્રેસિંગરૂમમાં જઈને એક મેજના ખાનામાં મૂકી, ત્યાં જ સંજીવ આવ્યો.

'કેટલી વાર ડિયર !' તે બોલ્યો અને તેને પાછળથી બાથમાં લીધી. ગરદન પર એક ચુંબન કર્યું. ક્ષણ વાર બંને એમ જ રહ્યાં. પછી સંજીવે તેને થોડો વધુ દબાવ આપ્યો.

'શૈલજા, મારે તને એક વિનંતી કરવાની છે.' તે બોલ્યો. 'તને ખરાબ તો નહિ લાગે ને !'

'પણ મને કહે તો ખરો.' શૈલજા તેની સામે ફરી. સંજીવનો ચહેરો કેટલા પુરુષત્વથી ભર્યો ભર્યો લાગતો હતો !

'આ પંદરમી તારીખે.' તે બોલ્યો. શૈલજા એક ધબકારો ચૂકી ગઈ. તેને એકાએક યાદ આવ્યું. પંદરમી તારીખે... પંદરમી જાન્યુઆરી તેમનો લગ્નદિવસ હતો. 'માઈ ગૉડ' તે મનમાં જ બોલી ઊઠી. પંદરમી તારીખે ઈન્દ્રજિતે તેને ઉદેપુર બોલાવી હતી.

'પંદરમી તારીખે... શું... સંજીવ' તે ધીરેથી બોલી.

'પંદરમી તારીખ ! તને યાદ નથી ?' સંજીવે પૂછ્યું. શૈલજાને મનમાં તો થયું કે બૂમ પાડીને તેને કહી દે કે તેને બરાબર યાદ છે. પણ પંદરમી તારીખે ઈન્દ્રજિતે તેને ઉદેપુર બોલાવી હતી. 'ગજબ ભુલકણી છું...'

શૈલજાએ પોતાને એકાએક યાદ આવ્યું હોય તેમ અભિનય કર્યો. લાંબી પાંપણોવાળાં પોપચાં પટપટાવ્યાં અને બોલી, 'મને તો બરાબર યાદ હતું, પણ હું વિચારતી હતી કે પાંચ વર્ષ થઈ ગયા પછી તને એ તારીખ રોમાંચક લાગે છે કે નહિ.'

'કેટલી વાર મારે તને કહેવું !' સંજીવે હસીને તેની હડપચી પર આંગળીઓ મૂકીને ચહેરો ઊંચો કર્યો. પરવાળા જેવા સુરેખ હોઠ પર એક ધ્રુજારી ઊઠી. શૈલજાએ આંખ મીંચી. 'તું મારું સ્વપ્ન છું...સિદ્ધ થયેલું. પર્યાપ્ત થયેલું સમણું છું... શૈલજા, પણ આ પંદરમીએ એક અજબ મુસીબત ઊભી થઈ છે. ૧૪મી તારીખે એક્સપૉર્ટ પ્રમોશન કાઉન્સિલ અને મિનિસ્ટ્રી ઑફ કૉમર્સ તરફથી જતા એક ડેલિગેશનમાં મારે સિંગાપુર, હૉંગકૉંગ વગેરે સ્થળોએ જવાનું છે...' સંજીવ બોલતો હતો ત્યારે જ તંગ થઈ ગયેલાં શૈલજાનાં અંગોમાં એક નિરાંત ઊભરાઈ આવી. તેણે સંજીવના શરીર પર પોતાની કાયા ઢાળી દીધી. 'અરે... અરે... તું મને પાડી નાખીશ...' સંજીવે તેને જકડી લેતાં કહ્યું, 'તું સાંભળે છે કે પછી ગમ્મત જ કરે છે... જો એટલા માટે જ મેં તને દિલ્હીથી ફોન કર્યો હતો. મારે તને પૂછવું હતું કે દર સાલની માફક આપણે લગ્નતિથિ ઊજવી ન શકીએ તો તને માઠું નહિ લાગે ને ! તને ખરાબ લાગે એમ હોય તો હું ૧૬મી તારીખે જઈશ. જોકે ૧૫મી તારીખે સિંગાપુરમાં એક અગત્યની કૉન્ફરન્સ છે...'

સંજીવના પહોળા સીના પર માથું ઢાળીને ઊભેલી શૈલજા ક્ષણભર મૂંઝવણમાં પડી ગઈ. ચક્રવાતની માફક તેના મગજમાં ઘૂમરી ચડી હતી. 'ઈન્દ્રજિતે જ્યારે તેને ૧૫મી તારીખે ઉદેપુર આવવાની સૂચના લખાવી ત્યારે તેને જરા પણ યાદ ન હતું કે ૧૫મીએ તેની લગ્નતિથિ આવે છે. માઈ ગૉડ ! તે ચોક્કસ ઉદેપુર ન જ જઈ શકત. તેણે જવાનો નિર્ણય લીધો હોત તો પણ ન જઈ શકત. તે દિવસે સંજીવથી તે છૂટી જ

ન પડી શકે. અત્યારે ઈશ્વરે જ તેને મદદ કરી હતી. સંજીવને ૧૪મી તારીખે જવાનું હતું. સંજીવ એ પ્રવાસમાં જવાનું મુલતવી પણ રાખે. જો તે સંજીવને કોઈ પણ વિરોધ વગર જવા દે તો સંજીવને નહિ જ ગમે અને સંજીવના જવા સામે વિરોધ દર્શાવે તો જરૂર એ એક-બે દિવસ મુલતવી જ રાખશે. શૈલજા ઘડીભર કંઈ બોલી જ નહિ.

'મને થતું હતું કે તું નારાજ થઈશ. એટલે તો પહેલાં મેં એવો નિર્ણય લીધો હતો કે તને સાથે જ લેતાં જવું. પણ જ્યારે એ પ્રવાસનો કાર્યક્રમ જોયો ત્યારે જ મને ખ્યાલ આવ્યો કે તું સાથે આવે તો પણ ઝાઝો વખત તારે એકલા જ રહેવું પડે. વળી બાપાજી કે મનોજ, બેમાંથી કોઈ જઈ શકે તેમ નથી. વિક્રમને મોકલાય તેમ નથી, એટલે મારે જ જવું પડશે. પણ મને એમ થાય છે કે હું ૧૬મીએ જ જઈશ —' સંજીવે કહ્યું.

'તું પણ ગજબ ગોટાળા કરે છે.' શૈલજા શ્વાસ ભરી બોલી. તેના સીના પર પડેલું નેકલેસનું પૅન્ડલ ઊછળીને પાછું સીના સાથે ચંપાયું. 'ક્યારેક તો મને એમ થાય છે કે ખરેખર હું ખૂબ સુખી છું કે ખૂબ દુઃખી ?'

'હવે પાછી તું અટ્ટમસટ્ટમ બોલવા લાગી ! તું શું કહે છે, હું ૧૪મી તારીખે જાઉં કે ૧૬મી તારીખે...?' સંજીવે સીધો જ પ્રશ્ન કર્યો.

'બાપુજીને તેં કહ્યું કે ૧૫મીએ લગ્નતિથિ છે ?'

'ના, તું તો જાણે છે કે બાપુજી આવી બધી બાબતોને ગણતા જ નથી. તેમની પોતાની વર્ષગાંઠ પણ ક્યાં ઊજવે છે ?' સંજીવે જવાબ આપ્યો.

'હા, પણ તું ૧૬મીએ જવાનું નક્કી કરે તો તારે તેમને તો જણાવવું પડશે ને !' શૈલજાએ ચાલાકીથી વાક્ય ગોઠવીને કહ્યું.

'હાસ્તો, મારે કહેવું તો પડશે. બાપુજી ના તો નથી જ પાડવાના. પણ...'

'પણ શું...' શૈલજાએ આતુરતાથી પૂછ્યું. ગમે તેમ કરીને સંજીવ જવાના નિર્ણય પર આવે તેવું શૈલજાને કરવું હતું.

'એટલું જ કે બાપુજી થોડા અકળાશે. આપણા માટે એ કૉન્ફરન્સ ખૂબ મહત્ત્વની છે.'

'પણ મનોજભાઈને તારે સમજાવીને મોકલી દેવા હતા ને...' શૈલજાએ એ શક્યતા વિચારીને જ કહ્યું.

'મનોજભાઈ ! એ તો બાપુજીથી પણ ચડે તેવા છે. તે તો બૂમાબૂમ કરે કે જુઓને કોઈ વેપાર પ્રધાન અને તેની સરકાર આમંત્રણ આપીને બોલાવે છે ત્યારે ભાઈને બૈરી સાથે ગાળવાના સમયની ચિંતા છે.'

'ચલ ચલ હવે. તેવું ના કહે...'

'અરે શું ના કહે.' સંજીવ બોલ્યો. 'મને તો ક્યારેક ભાભીની દયા આવે છે. પણ કોણ જાણે ભાભી તારી માફક મનોજભાઈની બાબતમાં ટાંગ અડાવતાં જ નથી.'

'અને હું ટાંગ અડાવું છું ?' શૈલજાએ પૂછ્યું. સંજીવે હસીને આંખ ઝીણી કરી.

'તું ટાંગ અડાવે ત્યારે તો...'

'છટ્ બેશરમ...' શૈલજાએ તેને હડસેલીને અળગો કર્યો. કપડા અને વાળ સરખાં કર્યાં. 'ખેર...તું ૧૪મીએ જવાનો હોય તો પછી હું પ્રેમા અને ઈન્દ્રજિતને બોલાવીશ...' સંજીવ વતી તેણે જ નિર્ણય લઈ લીધો.

'તે આઈડિયા એક્સલન્ટ છે. અને હા, તું ગઈ કાલે મુંબઈ તો ગઈ હતી ને તો તે લોકોને મળી નહિ ?' સંજીવે પૂછ્યું.

'મળી હતી ને... પ્રેમાને તો મળવા ગઈ હતી. શૈલજાના દિલમાં ધડકારા વધતા ગયા, ત્યાં જ સંજીવ માટે કોઈ ફોન આવ્યો અને સંજીવ બીજી વાતમાં ગૂંથાયો.

સંજીવ ઑફિસે ગયો કે તરત શૈલજા પાછી લાઈબ્રેરી રૂમમાં ગઈ. બ્લૉટિંગ-પેડ હેઠળથી તેણે લખેલો કાગળ કાઢ્યો અને તેણે લખેલા પ્રશ્નો ફરી વાંચ્યા.

પત્રો દ્વારા ઈન્દ્રજિત શા માટે તેને ફસાવવા માગતો હશે ? તે પ્રશ્નનો જવાબ તેની પાસે ન હતો. તેને એક જ વાત અત્યારે યોગ્ય લાગતી હતી કે ઈન્દ્રજિત તેની પાસે કાંઈક કામ કરાવવા માગે છે. પ્રેમા તેને સાથ આપે છે કારણ પ્રેમા તેની પત્ની છે. પણ તો પછી પ્રેમા તેની પોતાની બહેન જેવી નથી ? શું પતિની કોઈ હલકટ વૃત્તિને પણ પત્ની બહાલી આપે ? પ્રેમા જરૂર પૂરેપૂરી સમજથી તેને સાથ આપતી હશે જ. ત્રીજો પ્રશ્ન એ હતો કે શું એ લોકો કરોડપતિ થવા માગે છે ? શૈલજાએ થોડી વાર વિચાર કર્યો અને જવાબ લખ્યો.' નહિ, પત્રો કે ફોટોગ્રાફ્સ દ્વારા એ લોકો કરોડપતિ ચોક્કસ ન થઈ શકે. વળી ધારો કે હું પૈસા આપવા તૈયાર થઉં, તો પણ મારી અંગત મિલકતથી વધુ કંઈ ન આપી શકું.'

તેણે ચોથો પ્રશ્ન વાંચ્યો અને જવાબ લખ્યો : 'જે રીતે લવર્સ નૂકમાં ઈન્દ્રજિત અને પ્રેમાએ વર્તન કર્યું તે જોતાં જરૂર એ લોકો ફોટોગ્રાફ્સ કે પત્રો કે બંને ચીજો સંજીવ કે ચિરંજિતલાલને આપે તેમાં કોઈ શંકા ન હતી.'

જુદાં જુદાં પાત્રો વિશે શૈલજાએ પોતે કરેલી નોંધો વાંચી અને પછી ઉમેર્યું :

ચિરંજિતલાલ : મારા સસરા, કેવળ ઉદ્યોગ અને ધંધા પાછળ જીવન ખર્ચી

નાખનાર આદમી. વહુ બેઆબરૂ થાય તેવું તેમને ગમે નહિ. અને વહુ બદચલન હોય તેવું પુરવાર થાય તો ચોક્કસ તે મતલબનું જાહેર નિવેદન કરે. કદાપિ તે બ્લૅકમેઈલનાં નાણાં કે લાભ આપે નહિ.

સંજીવ : મારો વર. હું તેને ખૂબ ચાહું છું. તે મને એટલું જ ચાહે છે. પણ જ્યારે એક તરફ નક્કર પુરાવા (ભલે તે ખોટા) હોય અને બીજી તરફ તેને કેવળ મારા શબ્દો પર જ વિશ્વાસ મૂકવાનો હોય તો ?... હું એની જગ્યાએ હોઉં તો ? શી ખબર ? મારે આ બાબત પર વધારે વિચાર કરવો પડશે. આજનો નિર્ણય : સંજીવ (સારે નસીબે) ૧૪મી તારીખે પરદેશ જાય છે. તેને જવા દેવો, પંદરમી તારીખે ઉદેપુર જવું અને જોઈ લેવું કે ઇન્દ્રજિતનો ઇરાદો શું છે. આ વખતે તેની સાથે ચાલાકીથી વર્તવું.

શૈલજાએ કાગળિયાં પાછાં રાઈટિંગ ટેબલ પર પડેલા ચામડાની ફ્રેમથી મઢેલા બ્લૉટિંગ-પૅડની વચ્ચે મૂકી દીધાં. તેના મગજ પરથી થોડો ભાર હળવો થયો. તે છતાં હજુ તેને દહેશત હતી કે ૧૫મી તારીખ બાબત જો સંજીવ તેનો નિર્ણય બદલશે તો ? તો શું કરવું ? અને ૨૨મી તારીખ અને ત્યાર પછી ૨૯ તારીખે શું કરવું ? તેના મગજમાં ઘમસાણ મચે તે પહેલાં જ તેણે વિચારોને સખત રીતે હઠાવી નાખ્યા. મૂંઝવણ અને ગૂંચવાડાભર્યા વિચારોથી સમસ્યાઓ હલ થતી નથી.

●

બરાબર સાડાચાર વાગ્યે સંજીવ પાછો આવ્યો. નિત્યક્રમ પ્રમાણે સાડાચાર વાગ્યે શૈલજા તરવા જતી. આજે પણ તેણે એ નિયમ તોડ્યો નહિ. તેણે આછા ક્રીમ કલરનાં કૉસ્ચ્યૂમ પહેર્યાં. સંજીવ તેને જોતો વિચારી રહ્યો. કેવી સુંદર, કેવી અદ્ભુત ! તેના સુડોળ પગ... સપ્રમાણ અને માંસલ... તેના નિતંબ અને કેડનો સુરેખ આકાર, એ જ સુરેખતાને ઓપતું વક્ષઃસ્થળ, લાંબી કોમળ ડોક અને શિલ્પીની કલ્પના સમો ચહેરો... શૈલજા ખરેખર સ્વપ્નસુંદરી હતી.

તેની પાછળ જ સંજીવ પડ્યો પણ સ્વિમિંગ પુલનું પાણી ખૂબ ઠંડું હતું. ડૅમ ઇટ... શૈલજા. તારે સેન્ટ્રલ હીટિંગ ચાલુ કરાવવું હતું ને, તું મજા કર... આટલા ઠંડા પાણીમાં મારે નથી રહેવું...' કહીને તે ઝડપથી બહાર નીકળ્યો.

'મને સમજાતું નથી કે પાણીમાં પડ્યા પછી તને ઠંડી શેની લાગે છે ?' શૈલજા પુલના છીછરા ભાગમાં આવીને ઊભી રહી. તેનાં અંગો પાણીની ભીતરમાં એવાં મોહક લાગતાં હતાં ! સંજીવે ટુવાલ લઈ લીધો હતો. હાઉસકોટ વીંટાળી લીધો હતો. થોડી વાર તે પોતાની પત્નીને તરતી જોઈ રહ્યો. 'તું તરીને આવ ત્યાં સુધીમાં હું ચા તૈયાર કરાવું. અને મારું થોડું કામ પતાવી લઉં.' કહીને સંજીવ ડ્રેસિંગ-રૂમમાં પહોંચ્યો.

વાળ લૂછતાં લૂછતાં તેણે રેડિયો ચાલુ કર્યો. તેનો નૉબ ઢીલો થઈ ગયો હતો અને વારંવાર સ્લિપ થતો હતો. તેણે ચેસ્ટનાં ખાનાંઓમાંથી સ્ક્રૂડ્રાઇવર શોધવાનો પ્રયત્ન કર્યો. ક્યાંય તેને ડિસમિસ ન જડ્યું. તેણે બેલ દબાવ્યો. એક નોકર દોડી આવ્યો. ડિસમિસ શોધી લાવવાનો તેણે હુકમ આપ્યો. થોડી જ મિનિટોમાં નોકર ત્રણ જાતનાં સ્ક્રૂડ્રાઇવર લઈને આવી પહોંચ્યો. પણ તેમાંના એકેની ફણી બેઠી નહિ. નૉબનો ગ્રુવ પહોળો હતો.

'તારી પાસે નયો પૈસો છે ?' તેણે નોકરને પૂછ્યું.

'લાવી આપું સાહેબ ?' નોકરે પૂછ્યું.

'હા, જા, નોકર બહાર ગયો. સંજીવે કબાટનાં ખાનાં ફંફોળ્યાં. તેમાં દસ પૈસા અને પાંચ પૈસાના સિક્કા હતા. પાંચ પૈસાનો સિક્કો પણ ગ્રુવમાં બેસતો ન હતો. તે શૈલજાના ડ્રેસિંગ-રૂમમાં ગયો. શૈલજાના ચેસ્ટનું ખાનું ઉઘાડ્યું. તેમાં પણ ક્યાંય છૂટા પૈસા ન હતા. એક ખાનામાં શૈલજાનું પર્સ હતું. તે ઉઠાવીને તેણે ડ્રેસિંગ ટેબલ પર ખાલી કર્યું. થોડું પરચૂરણ, ચાવીઓ, પાઉડર, લિપસ્ટિક... કાંસકો, બધી ચીજો પડી. બે-ત્રણ સોની અને પાંચ પાંચની નોટો અને બીજાં કાગળિયાં પણ પડ્યાં.

એ કાગળિયાં તરફ સંજીવ આશ્ચર્યથી જોઈ રહ્યો. લીલા રંગનો કાગળ 'લવર્સ નૂક'ની પેમેન્ટ રિસિપ્ટનો હતો. અને બીજો કાગળ 'લવર્સ નૂક'ના લેટરહેડવાળો હતો. સંજીવે એ કાગળ ઉઠાવ્યો.

કાગળની એક તરફ કંઈક સૂચનાઓ લખી હતી. ૧૫મી તારીખે ઉદેપુર ૨૨મીએ મહાબળેશ્વર, ૨૯મી તારીખે 'લવર્સ નૂક' એ બધી નોંધની બાજુમાં ક્યાં કેવી રીતે, કેટલા વાગ્યે, શું કરવાનું તેની ટિપ્પણી હતી. અક્ષરો શૈલજાના હતા !? સંજીવે કાગળ ઉથલાવ્યો. પાછળ પત્ર લખેલો હતો :

મારા લવ બર્ડ,

આપણે ગયા રવિવારે મળ્યાં. હું મારું દિલ ખોલી શકી ન હતી. મને લાગે છે મારે હવે કંઈક કરવું જ પડશે. મેં તારી વાત પહેલેથી માની હોત તો મારી આ સ્થિતિ ન હોત. મારી પાસે જ કાંઈ છે તે સર્વસ્વ તારું જ છે છતાં હું તારી નથી થઈ શકી તે એક અજબ વાત છે. ખેર ! આવતા શનિ-રવિ તું ઉદેપુર આવી શકીશ ? મેં તને ફોનથી વાત કરવાનો ખૂબ પ્રયાસ કર્યો પણ તું મળતો જ નથી. આખો દિવસ તું ક્યાં હોય છે ? અચ્છા, હું પ્રતાપમાં ઊતરીશ... સમજ્યો...

તારી -'

એ પત્રની નીચે નોંધ લખેલી હતી : બુધવારે પોસ્ટ કરવો. ટિકિટ ઓછી ચોડવી. ગુરુવારે ૨૫૦૨૫૦ પર ફોન કરવો. પત્ર ઘરને સરનામે મોકલવો. તેના પર

ઈન્ટીમેટ છાંટવું. વૅસેલિનવાળી આંગળી કરીને પરબીડિયાના ડાબા ખૂણે નીચેના ભાગમાં આંગળાંની છાપ પાડવી.

સંજીવ વિચારમાં પડી ગયો. એ અક્ષરો શૈલજાના હતા તેમાં કોઈ શંકા ન હતી. પણ આ બધું શું છે તેની તેને સમજ પડી ન હતી. તેણે લવર્સ નૂકની પૅમેન્ટ રિસિપ્ટ જોઈ. તેમાં નાસ્તાનો ચાર્જ, રૂમનો ચાર્જ વગેરે લખેલું હતું. સંજીવની આંખે ઘડીભર અંધારાં આવી ગયાં. તેનું માથું ફાટી જતું હોય તેમ લાગતું હતું. તેણે ઘડીભર આંખ મીંચી લીધી. ઊંડો શ્વાસ લીધો. ઝડપથી ફરી વાર પેલો કાગળ વાંચ્યો. એક તરફ ૧૫, ૨૨ અને ૨૯ તારીખ માટેની સૂચનાઓ હતી. બીજી તરફ પત્ર લખેલો હતો. પત્રની નીચે સૂચના લખી હતી.

'ઓહ ગૉડ ! વૉટ ઈઝ ધિસ !' તેણે ઝડપથી બધી ચીજો પર્સમાં ભરી દીધી. ટેબલ પર વેરાયેલો કચરો સાફ કરી દીધો. કાગળ અને પૈસા તેણે વ્યવસ્થિત રીતે પર્સમાં ગોઠવી દીધા.

થોડી વારમાં નોકર આવ્યો. શૂન્યમનસ્ક ચહેરે સંજીવે તેને પૂછ્યું, 'કેમ શું હતું ?'

'સાહેબ, નવો પૈસો ઘરમાં કોઈની પાસે ન હતો, 'એટલે બહારથી લઈ આવ્યો...'

'હંમ...હા' તેણે પૈસો હાથમાં લીધો. 'જા' તેણે નોકરને કહ્યું. ચેસ્ટનું ખાનું ઉઘાડીને શૈલજાનું પર્સ તેણે ખાનામાં હતું ત્યાં ગોઠવી દીધું. તે પોતાના ડ્રેસિંગ-રૂમમાં આવ્યો, સેટી પર બેઠો. તેણે શૈલજાનો અવાજ સાંભળ્યો. શૈલજા માળીને કશુંક કહેતી હતી. સંજીવ પેલા રેડિયાનો નૉબ ઠીક કરવાના કામે લાગ્યો. તેનું મગજ શૂન્યાવકાશ સમું બની ગયું હતું. શૈલજાને તે પૂછવા માગતો હતો... એકદમ પૂછવા માગતો હતો... શૈલજા માસ્ટર બેડરૂમમાં પ્રવેશી. માસ્ટર બેડરૂમની જમણી તરફ તેનો ડ્રેસિંગરૂમ હતો અને ડાબી તરફ સંજીવનો.

'સંજો...' શૈલજાએ બૂમ પાડી... 'સંજુ...' પણ સંજીવથી જવાબ ન અપાયો. ન આપી શક્યો. શૈલજા પોતાના ડ્રેસિંગ-રૂમમાં ગઈ અને કપડાં બદલવા માંડ્યાં. 'સંજીવ...' શૈલજાએ ફરી બૂમ પાડી. અને કુરતાનાં બટન બંધ કરતી સંજીવના કમરામાં આવી. સંજીવ પેલા 'નૉબ' સાથે ગડમથલ કરતો જ રહ્યો.

'શું કરે છે ?' શૈલજાએ પૂછ્યું. 'મને તો એમ કે ચા બનાવરાવીને તું મને બોલાવીશ. સાડાપાંચ થયા તો પણ...'

'સાડા પાંચ થયા...?' એકાએક સંજીવે કહ્યું, 'માઈ ગૉડ, મારે ઑફિસે જવું પડશે...' કહીને તે તૈયાર થવા લાગ્યો. ખમીશ પહેરતાં તેનું બદન ધ્રૂજતું હતું. બટન બીડતાં તેની આંગળીઓ ધ્રૂજતી હતી.

'તને તો ગજબની ઠંડી ચડી જાય છે...' શૈલજાએ સ્મિત કરીને તેને પોતાના બાહુઓમાં સમાવી લીધો. સંજીવની કાયા ગરમ હતી, છતાં તેનાં અંગો ધ્રૂજતાં હતાં.

સંજીવ સામાન્ય માણસ ન હતો. તે ક્યારેય વિચાર્યા વગર કોઈ પગલું ભરતો નહિ. શૈલજાના પર્સમાંથી નીકળેલાં કાગળિયાં જોઈને થડકી ગયો હતો. પણ તેણે એક ઠંડા સોદાગરની માફક કાબૂ રાખ્યો. શૈલજાને સ્મિત આપીને તે બહાર નીકળ્યો ત્યાં સુધી તેણે ખૂબ જ સંયમ રાખ્યો હતો. મોટરમાં બેસતાં જ તેના હોઠ ધ્રૂજી ઊઠ્યા. જાત પર કાબૂ મેળવવા તેને ઊંડા શ્વાસ લેવાની જરૂર પડતી હતી. તેણે ગાડી નૅશનલ હાઈ-વે પર લેવરાવી.

એ કાગળિયાં પર શૈલજાના હસ્તાક્ષર હતા તેમાં કોઈ શક ન હતો. શૈલજાએ આ મહિનાના બાકીના શનિ-રવિ વિશે જે નોંધ લખી હતી તે દેખીતી જ હતી. શું તે નોંધ તેણે પોતાને માટે લખી હતી કે બીજા કોઈને માટે !! શૈલજા 'લવર્સ નૂક' જેવી થર્ડ રેઈટ હોટલમાં ગઈ હતી તે પણ ચોક્કસ હતું. જોકે રિસિપ્ટ પરનું નામ તેને ઊકલ્યું ન હતું. કાં તો શૈલજા હોટેલમાં રહી હોય અથવા તેણે બીજા કોઈ માટે બિલ ચૂકવ્યું હોય. શનિ-રવિની નોંધ સાથે પ્રેમપત્ર જેવી નાનકડી ચિઠ્ઠી પણ હતી. એ કોને ઉદ્દેશીને લખાયો હતો ? એ પત્રની નીચે, પત્ર ક્યારે, કેવી રીતે, ક્યાં મોકલવો તે પણ લખ્યું હતું. શા માટે ? ધસમસતા પૂરની જેમ પ્રશ્નો ઊઠતા હતા. શૈલજા કોઈ બીજાને પ્રેમ કરે છે ? સંજીવે પોતાની આંખો પર બંને હાથની આંગળીઓ દાબી દીધી. શૈલજા સાથે મધુરજની જેવાં વીતેલાં પાંચ વર્ષો ચિત્રપટની જેમ તેના નેત્રપટલ પરથી પસાર થઈ ગયાં. નહિ નહિ... મારી શૈલજા બીજા કોઈને પ્રેમ કરતી હોય તે શક્ય નથી.'

'તો... તો આ પત્ર અને પેલા "વીક-એન્ડના શેડ્યુલ"નું શું ?'

ખરેખર શૈલજા બીજા કોઈના પ્રેમમાં હોય તો શું કરવું ? સંજીવના મનમાં પ્રશ્ન ઊઠ્યો. આવું ઘણાંના કુટુંબોમાં બને છે.. તો તેની સાથે ચર્ચા કરી લેવી અને ઘર્ષણનો અંત લાવવો. (જોકે અંગત રીતે તે ખૂબ આઘાતજનક નીવડશે.)

પણ પત્રનો પ્રકાર જોતાં અને જે રીતે સંજીવ શૈલજાને પિછાનતો હતો તેના સંદર્ભમાં વિચારતાં, શૈલજા કોઈ બીજાના પ્રેમમાં હોય તેવું તેને લાગ્યું નહિ. એ પત્ર નૈસર્ગિક લાગતો ન હતો. ખાસ તો એ પત્રની નીચે લખાયેલી નોંધ – તો પછી ? શું શૈલજા મૂળથી જ કોઈ ખરાબ છોકરી હતી ? પોતાની સાથે પરણીને તે નાટક

કરતી હતી ? તે પણ શક્ય નથી... ધારો કે તે કોઈ હલકટ છોકરી હોય તો... તો એ અબજોપતિના ઘરમાંથી કાયમ માટે દૂર થઈ જવાય તેવું જોખમ લે નહિ... તો પછી એ કાગળિયાંનો અર્થ શું ? એ કાગળો જોતાં બે જ નિર્ણય લઈ શકાય : એક તો એ કે શૈલજા કોઈના પ્રેમમાં પહેલેથી જ હતી અને કેવળ પૈસા ખાતર અથવા તો માબાપની ઈચ્છા ખાતર પરણી હતી; બીજું એ કે એ કાગળ અર્થ વગરનો છે. પણ શૈલજા કશું અર્થ વગરનું લખે તેવી માનસિક બીમારીથી પીડાતી છોકરી નથી... તો પછી ?

એ કાગળિયાંનો બીજો જ કોઈ સંદર્ભ છે. પણ આ બે નિર્ણયોમાંથી એકની પસંદગી કરવા માટે તેને પોતાની જાતનું જ આત્મનિરીક્ષણ કરવું રહ્યું... અને તે એ કે તેને પોતાને શૈલજા પ્રત્યે કેટલો પ્રેમ છે... કેટલો વિશ્વાસ છે... How far he can trust her ?

એ સવાલ ભયાનક હતો. તે શૈલજાને અંતરથી ચાહતો હતો. તે શૈલજાપરસ્ત હતો. અને એ ચાહનામાં, એ આસક્તિમાં ક્યારેય ઓટ આવી ન હતી. આજ પાંચ વર્ષે પ્રણયની ભરતી જ તેના જીવનમાં હતી.

'નહિ, કંઈક ખોટું છે... કંઈક અજુગતું છે. તે મનમાં બબડ્યો. હાઈ-વે પર સરી જતી ગાડી તેણે અટકાવી. તેણે ડ્રાઈવરને સૂચના આપી : 'હું બ્રિજ સુધી ચાલતો જાઉં છું. તું આગળ જઈને ઊભો રહે...' સંજીવ મોટરમાંથી ઊતરીને ચાલવા માંડ્યો. તેને ભય હતો કે મોટરમાં પોતાના વિચારો બોલાઈ જશે...'

'મારે એ કાગળિયા અને તેની વિગત ફરીથી જોવાં પડશે. મારી શૈલજા મને દગો કરે નહિ તેની મને ખાતરી છે. તેના આત્મામાંથી અવાજ આવ્યો.

તો પછી એ કાગળનો અર્થ શું ? શૈલજાએ કોઈને મળવાનું નક્કી કર્યું છે... મનથી નક્કી કર્યું છે એટલે જ તે કોઈને પંદરમી તારીખે ઉદેપુર બોલાવી રહી છે. નહિ તો શા માટે પોતાની લગ્નતિથિને દિવસે તેને પરદેશ જતો રોકે નહિ ? એટલા માટે જ કે તે ઉદેપુર જઈ શકે અને તેના પ્રેમીને (જે હોય તેને) મળી શકે.' સંજીવના દિમાગમાંથી અવાજ આવ્યો.

'પણ શા માટે એ કાગળ બુધવારે જ પોસ્ટ કરવાની છે ? શા માટે તેના પર ઓછી ટિકિટ ચોડવાની છે ? શા માટે તેના પર ઈન્ટીમેટ છાંટવાનું અને વૅસેલિનવાળી આંગળીથી છાપ લાગવા દેવાનું તેણે લખ્યું હતું ? લગભગ નિર્જન સડક પર ચાલતા બે સંજીવ લડી રહ્યા હતા. અને એ લડાઈમાં જાણે સંજીવ પોતે જ મધ્યસ્થી હોય તેમ બંને સંજીવની દલીલો સાંભળતો હતો.

એ પત્રમાં શું લખ્યું હતું ? મારા લવબર્ડ... લવબર્ડથી એ પત્રની શરૂઆત થતી હતી એ તેને યાદ આવ્યું. તેમાં લખ્યું હતું કે 'ગયા રવિવારે આપણે મળ્યાં પણ હું દિલ ખોલીને વાત ન કરી શકી...'

'માની લો કે શૈલજા કોઈના પ્રેમમાં હોય,' સંજીવે પોતાની જાતને જ કહ્યું અને તેની સાથે દિલ ખોલીને વાત કરવા તે લવર્સ નૂકમાં ગઈ હોય અને કોઈ કારણસર એ આદમીને વાત ન કરી શકી હોય... અને એટલે જ તે તેને ફરીથી મળવા ઉદેપુર બોલાવી રહી છે... પણ અમદાવાદ શા માટે નહિ ? આ બધું તાર્કિક લાગે છે ? તો પછી પત્રની પાછળ લખેલા શેડ્યુલનું શું ? જાણે અગાઉથી બનાવેલી 'ઈટિનરરી' (પ્રવાસ કાર્યક્રમ) ન હોય ? શા માટે તેણે ૧૫મી, ૨૨મી અને પછી ૨૯મીનો કાર્યક્રમ લખ્યો હોય ! જો તે ૧૫મીએ તેના પ્રેમીને મળવાની જ હોય તો પછી અત્યારથી શા માટે ૨૨મી અને ૨૯મીનો કાર્યક્રમ ઘડે ? અને તેમાંયે બુધવારે જે પત્ર લખવાનો છે તેનો ડ્રાફ્ટ અત્યારથી શા માટે કરી રાખે ? શા માટે અત્યારથી જ કરેલા ડ્રાફ્ટમાં તે એમ પણ લખી રાખે કે તેણે પ્રથમ ફોન જોડવાનો અને કૉન્ટેક્ટ કરવાનો પ્રયત્ન કર્યા પછી પત્ર બીડવો !!!'

●

રાતના દસેક વાગ્યે સંજીવ ઘેર પાછો આવ્યો. શૈલજા તેની રાહ જોઈને તંગ થઈ ગઈ હતી: પાંચ વર્ષમાં ક્યારેય આવું બન્યું ન હતું કે સંજીવ કહ્યા વગર મોડો આવે. તેણે પ્રશ્નો પૂછીને તેને અકળાવી નાખ્યો. પણ સંજીવે તેને સમજાવી લીધી હતી. કલાકોના વિચાર પછી તેણે ત્રણ નિર્ણયો લીધા હતા.

* શૈલજા પર તે સંપૂર્ણ વિશ્વાસ મૂકી શકે તેટલો તેને ચાહે છે.
* શૈલજા બુદ્ધિશાળી છે અને વિચાર્યા વગર કોઈ પગલું ભરે તેવી નથી. તેણે દરેક બાબતનો સ્પષ્ટ વિચાર કરીને જ એ કાગળિયાં લખ્યાં હશે.
* શૈલજાને ૧૪મી તારીખ સુધી તે નિરીક્ષણ હેઠળ રાખશે. અને પછી નિર્ણય લેશે કે શું કરવું.

●

બેડરૂમના આછા પ્રકાશમાં સૂતેલી શૈલજા તરફ તે જોઈ રહ્યો. આછા આસમાની ગાઉન હેઠળ, સરી જતાં વાદળોની ભીતરમાંથી આવતાં ચંદ્રકિરણોની જેમ શૈલજાની રેશમી કાયા તેને દેખાતી હતી. એ કાયાના એક એક વળાંકથી તે પરિચિત હતો. તેના લાંબા, સુંવાળા, સુડોળ પગ, તેના નિતંબ, તેનું માખણના પિંડા જેવું મુલાયમ પેટ, તેની કંડારેલી શિલ્પ જેવી કેડ, જાજરમાન વક્ષઃસ્થળ, લાંબી ડોક અને ચૂમતાં પણ તરસ છીપે નહિ તેવા હોઠ...

'શું વિચારે છે ?' શૈલજા અડધી ઊંઘમાં બબડી...

'કંઈ નહિ...' તે બોલ્યો. શૈલજાએ સ્મિત વેર્યું અને હાથ ફેલાવ્યા. સંજીવ ત્યાં જ ઊભો રહ્યો. શૈલજા પલંગની કોરેથી ઝૂકી અને તેનો હાથ પકડ્યો. સંજીવ સ્તબ્ધતાથી તેના તરફ ખેંચાયો, આછા અજવાળામાં શૈલજાનો શ્વાસ તેના હોઠ પર મીઠું સ્પંદન જગાડતો હતો...

●

મંગળવાર સવારથી જ તેણે શૈલજાના વર્તનનું સંપૂર્ણ નિરીક્ષણ કરવા માંડ્યું હતું. ૧૧ વાગ્યે તે એકાએક ઑફિસેથી પાછો આવ્યો ત્યારે શૈલજા 'સ્ટડી રૂમ'માં હતી અને કંઈક લખતી હતી. તે શું લખતી હતી તે તેણે પૂછ્યું નહિ. શૈલજાને પણ તે વહેલો ક્યાંથી આવ્યો તેનું કોઈ આશ્ચર્ય લાગ્યું નહિ. કારણ સંજીવ ક્યારેક અગત્યના કાગળો ભૂલી જતો અથવા તો તદ્દન શાંતિથી કામ કરવાની જરૂરિયાત ઊભી થતી ત્યારે ઑફિસેથી પાછો આવી જતો. તે થોડી વાર રોકાઈને ચાલ્યો ગયો. તે એક વાગ્યે જમવા આવ્યો ત્યારે પણ શૈલજા સ્ટડી રૂમમાં જ હતી. બંને સાથે જમ્યાં. ડાઈનિંગ ટેબલ પર સામે બેઠેલી તેની પત્ની શું વિચારી રહી હશે ? આજ પહેલી વાર તેની પત્ની તેને અજાણી લાગતી હતી. સાંજે તે પાછો આવ્યો ત્યારે પણ શૈલજા સ્ટડી રૂમમાં જ હતી. સાંજે જમતાં જમતાં તેણે ધીમેથી કહ્યું :

'શૈલુ... ડિયર, મારી ટિકિટ તો બુક થઈ ગઈ છે પણ... પણ મને લાગે છે કે મારે જવું ન જોઈએ. પાંચ વર્ષમાં લગ્ન દિવસે આપણે કદી છૂટાં પડ્યાં નથી.' સંજીવે કહ્યું અને શૈલજાના ચહેરા પર જોયું. શૈલજાની આંખમાં ક્ષણભર થોડો થડકાટ આવ્યો પણ તરત જ તેણે જવાબ આપ્યો :

'તું તો સાવ ઢંગ વગરનો છું. તને લાગતું હોય કે મને ખૂબ માઠું લાગશે તો ન જતો. પણ તારી આસક્તિથી, ભઈ હું તો હવે તંગ આવી ગઈ છું. જાણે જગતમાં બીજા કોઈને પત્ની જ ન હોય !'

'એવું જ છે શૈલજા. ક્યારેક મને થાય છે કે આપણે જો છૂટાં પડવાનો પ્રસંગ આવે તો બસ, મારી જિંદગી તો તબાહ થઈ જાય...'

'વાહ, અને મને શું મજા આવે ? મને તો ઘણી વાર નવાઈ લાગે છે કે પોતાની પત્નીને કેવી રીતે લોકો છોડી શકતા હશે ?' શૈલજાએ સૂચક રીતે પૂછ્યું. જો સંજીવે પેલા કાગળિયાં જોયાં ન હોત તો તેને શૈલજાનું આ વાક્ય સાવ સામાન્ય વાતચીત જેવું લાગ્યું હોત. પણ એ કાગળના સંદર્ભમાં એ વાક્ય સૂચક હતું.

'અરે ભાઈ ! રાજા રામ જેવા પુરુષોએ પણ સીતા જેવી પત્નીનો ત્યાગ નહોતો કર્યો ?' સંજીવે પ્રશ્ન કર્યો.

'મને એ જ નવાઈ લાગે છે. કહે છે, રામે એક અદના માનવીની વાતથી સીતાનો ત્યાગ કર્યો. એ અપરિપક્વતા નથી ? કેરક્ટરનો અભાવ નથી ? તેનો અર્થ તો એ જ ને કે રામને સીતા પર સંપૂર્ણ વિશ્વાસ ન હતો...'

'એવું કેવી રીતે કહેવાય ! તેમનું વલણ તો એવું હતું કે રાજ્યરાણી શંકાથી પર જ હોવી જોઈએ. સીઝર્સ વાઇફ જેવો એ ઘાટ હતો.'

'પણ તો પછી રામે પોતે જ રાજા તરીકે રહેવાની શી જરૂર ? જો લોકોને સીતા વિશે શંકા હતી તો પોતે શા માટે તેના પક્ષે ઊભા રહી લોકોને તજી ન શક્યા ?... મને તો લાગે છે કે પુરુષો શાશ્વતકાળથી સરખા જ હોય છે. તેમનો પ્રેમ માત્ર સ્વતઃ માલિકીપણાનો જ પર્યાય છે...'

સંજીવ તેને સાંભળી રહ્યો. તેનું એક એક વાક્ય સંજીવને પ્રતીતિ કરાવતું હતું કે શૈલજા કોઈ ભારે અમૂંઝવણમાં છે અને તેણે પરોક્ષ રીતે તેની સમક્ષ એક જ પ્રશ્ન ઊભો કર્યો હતો અને તે એ કે પ્રેમ વિશ્વાસથી પર છે કે પછી વિશ્વાસ સુધી જ પ્રેમ મર્યાદિત છે ?

તે દિવસે રાત્રે બે વાગ્યે તેને શૈલજાના પ્રશ્નોનો તાળો મળી ગયો. શૈલજાને તેણે રાતે પીધેલા પાઈનેપલ જ્યૂસની સાથે ઊંઘની ટીકડી પણ પિવરાવી દીધી હતી. શૈલજા અગિયાર વાગતામાં તો લાકડાની જેમ જડ થઈને ઊંઘી ગઈ હતી. સંજીવને ખબર હતી કે તેણે આખો દિવસ સ્ટડીમાં ગાળ્યો હતો. સંજીવને, અનુભવથી એ પણ ખબર હતી કે શૈલજા કોઈ પણ મૂંઝવણમાં સ્વસ્થતાથી વિચાર કરશે જ. તેને એ ખબર ન હતી કે શૈલજા પણ તેની જ માફક પ્રશ્નોની આટલી છણાવટ કરતી હશે !

તેણે ઘરફોડ ચોરની માફક શૈલજાનો ડ્રેસિંગ-રૂમ, શૈલજાનો અલાયદો બેડરૂમ, શૈલજાનાં કબાટો, તેનાં ડ્રેસિંગ-ટેબલો બધું જ તપાસ્યું. તે પછી તે સ્ટડીમાં ગયો હતો. આખાય ખંડમાં તેણે તલાશ કરી હતી. બધાં જ ખાનાંઓ, પુસ્તકોની આલમારીઓ, ઘોડા, કબાટો જોયાં હતાં...

શૈલજા આખો દિવસ શું લખતી હતી ? તેના મગજમાં એ પ્રશ્ન ઘૂમ્યા જ કરતો હતો. એ કંઈક લખતી હતી. અને એ કાગળો તેણે ફાડી ન નાખ્યા હોય તો ઘરમાં જ હોવા જોઈએ. ઘરમાં જ તેણે શૈલજા જ્યાં જ્યાં દિવસનો મોટો ભાગ ગાળતી ત્યાં બધે જ તપાસ કરી હતી. પણ સાગરમહાલ કોઈ નાનીસૂની જગ્યા ન હતી. પંચોતેર કમરા... તેણે ગમે ત્યાં એ કાગળો મૂક્યા હોય. તેણે વ્યવસ્થિત રીતે તલાશ શરૂ કરી હતી. તેણે પોતે પોતાના કમરા, પોતાનો અભ્યાસખંડ, દીવાનખંડ, રસોડું, ગેસ્ટના કમરા અને ભોજનખંડને બાદ કર્યા હતા. ત્યાં તપાસ કરવાનો અર્થ ન હતો. માસ્ટર

બેડરૂમમાં પણ ન જ મૂક્યા હોય. એટલે તેણે પ્રથમ શૈલજાનો ડ્રેસિંગ-રૂમ ઈંચે ઈંચે તપાસ્યો હતો. વૉર્ડરોબમાં લબડતાં કપડાંનાં ખિસ્સાં અને સાડલાની બેવડો પણ જોઈ હતી. ઘરેણાંની સેફમાં પણ જોયું હતું. પછી શૈલજાના અલાયદા બેડરૂમમાં પણ તલાશ કરી હતી. શૈલજાનો અભ્યાસખંડ જોઈને તે પુસ્તકાલય સ્ટડીમાં આવ્યો હતો.

તે થાકી ગયો હતો. એ ખંડમાં બારેક હજાર પુસ્તકો હતાં. તેમાંથી ગમે તે પુસ્તકનાં પાનાંઓ વચ્ચે શૈલજાએ એ કાગળો મૂક્યા હોય... જો એ કાગળો તેણે ફાડ્યા ન હોય તો...! અને ધારો કે એ કાગળોમાં તેણે વાર્તા જ લખી હોય તો...! વાર્તાઓ લખવાનો તેને શોખ હતો.

તે એક પછી એક પુસ્તક કાઢીને જોવાનું વિચારતો હતો ત્યાં જ તેને 'પર્લોઇન્ડ લેટર' વાર્તા યાદ આવી. અને તે આછા ક્રીમ કલરના વિશાળ સ્ટડી ટેબલ પાસે આવ્યો.

તેણે સ્ટેશનરી મૂકવાનાં ખાનાં જોયાં. ઍન્વેલપ્સ અને કાર્ડ રાખવાનું સ્ટૅન્ડ તપાસ્યું. ક્યાંય કશું દેખાયું નહિ. તેણે ટેબલ પર પાથરેલું વજનદાર બ્લૉટિંગ-પૅડ પણ ઊંચું કરીને જોયું. તેની નીચે પણ કશું મળ્યું નહિ. તે થાકીને ખુરસી પર બેઠો.

તેણે પુસ્તકાલયના ઘોડા અને કબાટો પર નજર કરી. આખો કમરો કબાટોથી લદાયેલો હતો. પુસ્તકોથી એ કબાટો ખીચોખીચ ભરેલાં હતાં... સાગરમહાલમાં કુલ ચાલીસ નોકરો હતા. તેમાંથી શૈલજાની પોતાની અંગત નોકરાણી સિવાય તે બધાને કામે લગાડી શકે. તે બધા ભેગા થાય તો ચોક્કસ સવાર પહેલાં એ બધાં પુસ્તકોનાં પાનાં ઉથલાવી શકાય. તે ઊભો થયો.

એકાએક તેને એક 'આઇડિયા' આવ્યો. ચામડાના તળિયા અને ચામડાના ખૂણિયાવાળા બ્લૉટિંગ-પૅડ પર તેણે હાથ ફેરવ્યો... પછી તેણે બ્લૉટિંગ-પૅડમાં ભરાવેલા બ્લૉટિંગ-પેપરો સાચવીને કાઢ્યા. પેપરોની વચ્ચેથી તે જેની શોધ કરતો હતો તે તેના હાથમા આવ્યું... તે સ્તબ્ધ થઈને જોતો રહ્યો... એ શૈલજાના જ હસ્તાક્ષર હતા...

મેસર્સ સોમજી, શેઠ, પરીખ ઍન્ડ કું.
૮૫, આશ્રમ રોડ,
અમદાવાદ.

શ્રી વિજય પરીખના અંગત ધ્યાન માટે.

શ્રી પરીખ સાહેબ,

આથી નીચે સહી કરનાર, હું શ્રીમતી શૈલજા સંજીવ સાગર આપને અધિકાર આપું છું કે આ સાથે સીલ કવર હું મોકલાવું છું તે તમારી કસ્ટડીમાં રાખવું અને

ભવિષ્યમાં જ્યારે મારો તાર આવે ત્યારે એ કવર મારા પતિને સુપરત કરવું. તે દરમિયાન એ કવરને સીલ થયેલી હાલતમાં રાખવું. એટલું જ નહિ પણ તેને તમારી કંપનીની સેફ ડિપૉઝિટ વોલ્ટમાં અથવા તમને જે જગ્યા સલામત લાગે ત્યાં મૂકવું. આ કામ અંગેની જે ફી થાય તેનું મને અંગત બિલ મોકલવું.

લિ. શૈલજા સંજીવ સાગર

તા. ૧૨ જાન્યુઆરી

●

સૉલિસિટર્સની કંપનીને આપવા માટેનો એ કાગળ હતો. સંજીવ સ્તબ્ધતાથી એ વાંચી રહ્યો. બીજા કાગળોમાં શૈલજાએ સંજીવને ઉદ્દેશીને ઘણું બધું લખ્યું હતું. તેમાં છેકાછેક પણ ઘણી હતી. શૈલજાએ 'રફ ડ્રાફ્ટ' બનાવ્યો હોય તેવું લાગતું હતું. તેમાં જે લખાણ હતું તે ખરેખર ફૅન્ટાસ્ટિક હતું, ફૅન્ટાસ્ટિક...

પુસ્તકાલયના કમરામાં સંજીવ ક્યાંય સુધી એ પત્રનાં પાનાં વાંચતો બેસી રહ્યો... તે પછી તેણે ઝડપથી મુખ્ય મુદ્દાઓની નોંધ કરી. સફાઈથી બ્લૉટિંગ-પૅડ ગોઠવ્યું. તેની બેવડમાં જે રીતે એ કાગળિયાં ગોઠવાયેલાં હતાં તે જ રીતે બધા કાગળો ગોઠવી દીધા. બે કલાક પછી જ્યારે તે ઊભો થયો ત્યારે તેના નાકમાંથી પાણી પડતું હતું, આંસુ આવતાં ન હતાં. પરંતુ જિગર રડતું હતું. ગળામાં ડૂમો ભરાઈ ગયો હતો. ઈશ્વરે તેને એક મહાન આપત્તિમાંથી, એક મહાપાતકમાંથી બચાવી લીધો હતો. સાગરમહાલના પટાંગણમાં ઊગેલી લોનને છેડે, લાકડાની નકશી કરેલું કૃષ્ણમંદિર હતું. સંજીવે તે તરફ પગલાં માંડ્યાં, અંતરની રૂંધામણ એટલી હતી કે તેનાથી દોડી જવાયું !

●

સોનલ કાયાવાળી એની પત્ની ઘસઘસાટ ઊંઘતી હતી. નાઈટ લૅમ્પના અજવાળામાં ચમકતા તેના ચહેરા તરફ તે જોઈ રહ્યો. દમ-બ-દમ થતા સીના સાથે તેના નાક પર ધીરી ધ્રુજારી પણ થતી હતી. ઊંઘમાં પણ એની પત્નીના સુરેખ હોઠ પર એક પાવક સ્મિત જડાયેલું હતું. કેટલી નિર્મળ લાગતી હતી ! તેનું સ્મિત કેવું નાજુક અને નીતર્યું હતું ! સંજીવ નીચે વળ્યો. કોઈ મૂર્તિમંત, કોઈ શાશ્વત રહેનારી કલાકૃતિ જેવી પત્નીના હોઠ પર તેણે ધીરેથી ચુંબન કર્યું. કોમળ ચામડીનો સ્વાદ કેટલો અવર્ણનીય હતો, કારણ એ સ્વાદ સ્પર્શથી જ માણી શકાતો.

આજે સંજીવને સત્ય લાધ્યું હતું. પ્રેમ કશાથી મર્યાદિત નથી. પ્રેમ વિશ્વાસથી પણ પર છે, પ્રેમ ચિરંતન છે... અસ્ખલિત છે.. અનર્ગલ છે...

પત્નીની કાયા, તેનો ચહેરો અને તેના શ્વાસોચ્છ્વાસથી લયબદ્ધ રીતે ઊંચકાતા, નીચા થતા વક્ષઃસ્થળ તરફ જોતો આખી રાત તે જાગતો જ પડ્યો રહ્યો...

સવારના નવ વાગ્યે તેણે શૈલજાના ચહેરા પર હાથ ફેરવીને તેને ઉઠાડી...

'શું ધારે છે...?' સંજીવ બોલ્યો.

'કેટલા વાગ્યા ?' શૈલજા બેઠી થઈ... તેણે બારી બહાર જોયું... રાતરાણીના છોડ પર સૂરજ-કિરણો પડતાં હતાં. 'વિચિત્ર કહેવાય ! સાડા આઠ વાગી ગયા હોવા જોઈએ. આવી ઊંઘ મને ક્યારેય નથી આવી.'

શૈલજાને શી ખબર કે તેને સંજીવે ઊંઘની ગોળી આપી હતી ! શૈલજાને મનમાં તો એમ જ હતું કે ભારે મંથન પછી તેણે લીધેલા નિર્ણયને કારણે જે માનસિક નિરાંત તેને વળી હતી તેને લીધે જ ઊંઘ આવી હશે. તેણે નિર્ણય લઈ લીધો હતો કે ઈન્દ્રજિત તેને કહે તે પ્રમાણે તેણે કરવું. ઈન્દ્રજિત શા માટે તેને બ્લૅક-મેઈલ કરતો હોય ! શા હેતુથી તેને આ મહિનાના શનિ-રવિ સાથે ગાળવા માટે દબાણ કરતો હોય, તે જાણવાનો એક જ રસ્તો હતો અને તે એ કે ઈન્દ્રજિતની મરજી મુજબ ચાલવું. અને આમેય તેની મરજી મુજબ ચાલવા સિવાય બીજો કોઈ રસ્તો હતો નહિ. શૈલજાએ નિર્ણય કર્યો હતો કે ઈન્દ્રજિતની માગણી બેહૂદી હોય અને કોઈ પણ રીતે સંજીવની જિંદગીને અસરકર્તા હોય તો પણ પોતે જ પરિણામ ભોગવી લેવું. એટલે જ તેણે આખી આ પરિસ્થિતિ સંજીવને જણાવવા માટેનો પત્ર લખ્યો હતો અને સાગર કુટુંબના સૉલિસિટર્સને આપવાનું વિચાર્યું હતું. ઈન્દ્રજિત શું કરવા માગે છે તે જાણ્યા સિવાય સંજીવને વાત કરીને તે ઈન્દ્રજિતને છંછેડવા માગતી ન હતી. ચિરંજિતલાલ અથવા સંજીવને ઈન્દ્રજિત પેલા પત્રો કે ફોટાઓ આપે તો એ બંનેને શું થશે તેની અટકળ તે કરી શકતી હતી પણ તે અટકળ જ હતી. તે સાથે તેણે ઈન્દ્રજિત અને પ્રેમાના વ્યક્તિત્વનું પૃથક્કરણ પણ કર્યું હતું. તેમાં પણ તેણે સતર્ક જણાવ્યું હતું કે ઈન્દ્રજિત અને પ્રેમા આત્મબલિદાન આપવાનું પસંદ કરે પણ આવું હલકટ કાર્ય ન જ કરે અને છતાં બંને આવું હલકટ કાર્ય કરવા તૈયાર હતાં એ બાબત ફૅન્ટાસ્ટિક હતી. એ ફૅન્ટાસ્ટિક છે એટલે જ તેને ભય હતો કે સત્ય હોય અને પ્રેમા કે ઈન્દ્રજિત ફોટા અને પત્રોનો દુરુપયોગ કરતાં ખચકાશે નહિ. પણ એવું બને તે પહેલાં સંજીવના જીવનમાંથી કાયમ માટે હઠી જવાનો તેણે નિર્ણય લીધો હતો.

●

તે જ દિવસે એ પત્ર સીલ કરીને તેણે સોમજી, શેઠ ઍન્ડ પરીખ સૉલિસિટર્સ કંપીનમાં મોકલી આપ્યો હતો.

●

સાંજે ૪-૩૦ વાગ્યે રાબેતા મુજબ જ સંજીવ ઘેર આવ્યો. 'શૈલી... મારે ૧૪મીએ જવાનું નક્કી જ છે. તને ખરાબ તો નહિ લાગે ને... તેણે કપડાં બદલતાં કહ્યું. '૧૫મીએ તું શું કરીશ... મારી ગેરહાજરીમાં ?'

'મારી ચિંતા ન કરતો.' ગેલમાં આવીને શૈલજાએ કહ્યું. 'હું રડતી બેસી નહિ રહું. મેં આજે વિચાર કર્યો છે કે હું ઈન્દ્રજિત અને પ્રેમાને બોલાવીને અહીં અથવા ક્યાંક બહારગામ જઈને તારી ગેરહાજરીમાં આપણો લગ્નદિવસ ઊજવીશું.' સ્વિમિંગ ડ્રેસ પહેરતાં તેણે કહ્યું.

'અને હું શું કરું ?' સંજીવે પૂછ્યું.

'તું ઉપવાસ કરજે...' કહીને શૈલજાએ તેને સ્વિમિંગ પુલના નીલા પાણીમાં ધકેલી દીધો.

●

સોલી એન્ડ સહગલ પ્રાઈવેટ ઈન્વેસ્ટિગેટર્સ કંપની ભારતમાંની ખાનગી ડિટેક્ટિવ એજન્સીઓમાં સૌથી ખ્યાતનામ કંપની છે. હજુ આજે પણ અટપટા કેસોનાં રહસ્ય ઉકેલવામાં તેનો જોટો જડે તેમ નથી. 'સાગર ઔદ્યોગિક સાહસો' તરફથી કાયમને ધોરણે, એ કંપનીને રોકવામાં આવેલી હતી. સાગર ઉદ્યોગોના કોઈ પણ ક્ષેત્રમાં છેતરપિંડી, બનાવટ, ચોરી કે માહિતીઓની ચોરીઓ જેવા બનાવો બનતા ત્યારે તેની તલાશમાં સોલી એન્ડ સહગલની કંપનીને પણ લગાડવામાં આવતી. તેના મૅનેજિંગ ડાયરેક્ટર હતા મિસ્ટર સોલી દસ્તૂર. જૂના મુંબઈ રાજ્યના એક વખતના ઈન્સ્પેક્ટર જનરલ ઑફ પોલીસ તરીકે તેમણે નામના મેળવી હતી. નિવૃત્ત થયા પછી તેમણે પ્રાઈવેટ ઈન્વેસ્ટિગેશનનું કામ હાથ ધર્યું હતું. મિસ્ટર દસ્તૂર ૭૦ વર્ષ વટાવી ચૂક્યા હતા. છતાં તેમની શક્તિઓ એક જુવાનને પણ શરમાવે તેવી હતી. પારસી હોવાને કારણે સ્વભાવગત રમૂજી એવા એ જૈફ પોલીસ અધિકારીની નજર બાજ જેવી હતી. ઝીણામાં ઝીણી વિગતો તેમને યાદ રહી જતી અને નાની વાતોને પણ તે મોટા નિર્ણયો બાંધતાં પહેલાં ધ્યાનમાં લેતા.

સાગર ઔદ્યોગિક સાહસો તેમની કંપનીનો સૌથી મોટો અસીલ હતો અને એટલે જ જ્યારે સંજીવે તેમને ફોન કર્યો ત્યારે બધું કામ પડતું મૂકીને સંજીવને મળવા અમદાવાદ આવ્યા હતા. સાગર એન્ટરપ્રાઈઝની આલિશાન ઑફિસમાં સંજીવ અને મિસ્ટર દસ્તૂર મળ્યા હતા. સંજીવ તેમને દસ્તૂર અંકલ કહીને જ સંબોધતો.

ખૂબ જ ધીરજથી તેમણે સંજીવની વાત સાંભળી. શૈલજાની પર્સમાંથી મળેલા કાગળની કૉપી તેમ જ સ્ટડીરૂમમાં બ્લૉટિંગ-પેડની બેવડમાંથી મળેલા પત્રની વિગતો પણ સંજીવે મિસ્ટર દસ્તૂરને કહી.

'જો દીકરા, એ કાગળો પર તો હું વિચાર કરીશ પણ પહેલાં મારે તને થોડા અંગત પ્રશ્નો પૂછવા પડશે.' જાડી સિગારનો કશ લેતાં દસ્તૂર અંકલે કહ્યું.

'બેલાશક.' સંજીવે કહ્યું.

'અચ્છા, તો પ્રથમ તો એ કે અત્યારના તારા અને શૈલજાના સંબંધો કેવા છે ?'

'ઘણા જ સારા. અમારી વચ્ચે કોઈ ઘર્ષણ નથી. હું તેને ચાહું છું... ખૂબ જ ચાહું છું. અને એટલે જ મેં તેના પર્સમાંથી મળેલા કાગળ વિશે કોઈ ચર્ચા કે ખુલાસો પૂછ્યો નહિ.'

'તારા તરફથી કોઈ અસંતોષ તેને હોઈ શકે ?'

'નહિ.'

'છેલ્લાં પાંચ વર્ષમાં એવો એકે પ્રસંગ બન્યો છે જ્યારે શૈલજાએ કંઈક અણધાર્યું કર્યું હોય અથવા કોઈ ઓચિંતા કાર્યક્રમ યોજ્યા હોય ?' દસ્તૂર અંકલે પૂછ્યું.

'વર્તનમાં કંઈ જ નહિ. બાકી અણધાર્યા કાર્યક્રમ તો ઘણી વાર યોજ્યા છે. જોકે તમે જે અર્થમાં પૂછો છો તેવું ક્યારેય નહિ.'

'આ વખતે શૈલજા જે રીતે મુંબઈ ગઈ અને તેને ઘેર પણ ગઈ નહિ... તેવું ક્યારેય બન્યું છે ?'

'એવું બન્યાનું મને યાદ નથી.' સંજીવે કહ્યું. 'પણ તેણે તેના પત્રમાં લખ્યું છે તેમ તેને ખાતરી થઈ હતી કે ઈન્દ્રજિતને ઘેરથી તે નીકળી ત્યારે તેનો કોઈએ પીછો કર્યો હતો અને એટલે જ એ ઘેર ગઈ નહિ હોય.'

'ઈન્દ્રજિત અને પ્રેમા વિશે તારો શો ખ્યાલ છે ?'

'લગભગ શૈલજા જેવો જ. પ્રેમા અને ઈન્દ્રજિત બંને વિચક્ષણ વ્યક્તિઓ છે. બંને વ્યવસાયી સ્ત્રીપુરુષ છે. ઈન્દ્રજિત કોઈને બ્લેકમેઈલ કરે તે અશક્ય છે. અને પ્રેમા તેમાં સાથ પુરાવે તે તો અસંભવ વાત છે.' સંજીવે કહ્યું.

'અને છતાં તેં મને શૈલજાના જે કાગળ વગેરે આપ્યાં તે જોતાં તે બની રહ્યું છે.' દસ્તૂર અંકલે ઉમેર્યું.

'હા, એ જ મને આશ્ચર્યજનક લાગે છે.' સંજીવે કહ્યું અને પછી પ્રેમા અને ઈન્દ્રજિત વિશેનો સંપૂર્ણ ઈતિહાસ પણ તેણે દસ્તૂર અંકલને કહ્યો. લગભગ દોઢ કલાક સુધી દસ્તૂર અંકલે સંજીવની પૂછપરછ કરી અને પછી તેમણે એક ચોક્કસ અને ઝીણા માણસની માફક સંજીવે આપેલ પત્રો વાંચ્યા. તેમણે સંજીવને ઘેર જમવા મોકલી આપ્યો. સંજીવ જમીને પાછો આવ્યો ત્યારે દસ્તૂર અંકલ સિંગાર પીતા આરામથી બેઠા હતા.

'અંકલ, તમે શું વિચાર કર્યો ?' સંજીવે પૂછ્યું.

'બસ દીકરા, મેં વિચાર કરી લીધો છે. પ્રથમ તો એ કે તારે પરદેશ જવાનું મુલતવી રાખવાની જરૂર નથી. બીજું એ કે શૈલજા સાથે અત્યારે આ વાતની ચર્ચા કરવાની જરૂર નથી. તેનું કારણ એટલું જ છે કે જો શૈલજાને આપણે ઇન્દ્રજિતના કહેવા મુજબ કરતી રોકીશું તો ઇન્દ્રજિત શું કરશે તેની આપણને કોઈ ખબર નથી. શૈલજાને વિશ્વાસમાં લેવાથી પણ નુકસાન થશે. જો શૈલજાને આપણે વાત કરીશું અને પછી ઇન્દ્રજિત કહે તેમ કરવાનું કહીશું તો તે સ્વાભાવિકતાથી વર્તી નહિ શકે. હવે જાણે પ્રથમ તો હું આ આખીય ઘટના અંગે જે વિગતો મેં સાંભળી તે એક વખત ફરી બોલી જઉં તેથી તે બાબત પર ચોખ્ખો વિચાર થાય.

'પ્રેમા અને શૈલજા નાનપણથી સાથે ઊછરેલાં - બરાબર' દસ્તૂર અંકલે મુદ્દાઓ તારવ્યા. 'બંનેની તરફ મનમોહનરાયની લાગણી સગી દીકરીઓ જેવી જ છે. તેમણે પ્રેમાને ભણાવી ઉછેરી, એટલું જ નહિ પણ તેને નામે સારા એવા પૈસા પણ મૂક્યા છે. પ્રેમા ઇન્દ્રજિત સાથે આકસ્મિક પ્રેમમાં પડી. ઇન્દ્રજિત, પ્રોફેસર સેલારકાનો દીકરો છે એટલે એક સજ્જન કુટુંબમાંથી આવે છે. તેણે પ્રેમા સાથે ગાળેલાં સંવનનકાળમાં શૈલજા સાથે ફોટાઓ પડાવ્યા હતા, જેમાં દેખીતું કોઈ અસ્વાભાવિક કારણ ન હતું. પ્રેમાએ શૈલજા પાસે ઇન્દ્રજિત પરના પ્રેમપત્રોના 'ડ્રાફ્ટ' કરાવ્યા. પરંતુ તેની નકલ કરીને પોતાના હસ્તાક્ષરમાં મોકલવાને બદલે, શૈલજાએ લખેલા જ પત્રો મોકલ્યા. બરાબર, આ વાત આમ તો તદ્દન નાદાનિયત ભરેલી છે, પરંતુ જીવનમાં ઘણી વાર આપણે નાદાની કરતા હોઈએ છીએ.' દસ્તૂર અંકલે સિગારનો કશ લીધો. 'એવા પત્રો શૈલજાએ લગ્ન પછી પણ પ્રેમાને લખી આપ્યા હતા. એ પત્રો પરથી કોઈને પણ એમ લાગે કે શૈલજા ઇન્દ્રજિતને આવા પત્ર લખતી જ હશે. કારણ તેમાં શૈલજાના હસ્તાક્ષર છે. પેલા ફોટાઓનો જો નિર્દોષ અર્થ ઘટાવવામાં ન આવે તો તે પણ એવા જ ફોટાઓ હશે, જે શૈલજાને માટે આફતરૂપ બને.

'આજે સાડાત્રણ વર્ષ બાદ એકાએક એ પત્રો અને ફોટાઓ બતાવીને ઇન્દ્રજિત શૈલજા પાસે કંઈક કરાવવા માગે છે. તેમાં પ્રેમા પણ સાથ આપે છે. એ બાબત ન મનાય તેવી હોવા છતાં પણ સત્ય છે... અચ્છા, તો પ્રશ્ન એ છે કે તે શું કરાવવા માગે છે ?' દસ્તૂર અંકલે સંજીવની સામે જોઈને પોતાની જ જાતને સવાલ પૂછ્યો.

'એ શું કરાવવા માગે છે તે તેણે શૈલજાને હજુ જણાવ્યું નથી. નહિ તો શૈલજાએ જે પત્ર તેને લખ્યો છે તેમાં ચોક્કસ લખ્યું હોત. પણ તેણે શૈલજા પાસે શું કરાવરાવ્યું તે આપણે જાણીએ છીએ.'

'આપણે જાણીએ છીએ એટલે ?' સંજીવે પૂછ્યું.

'કેમ નહિ ? આપણે એ જાણીએ છીએ કે ઈન્દ્રજીતે શૈલજાને ફોન કર્યો, તેને લવર્સ નૂકમાં બોલાવી, રૂમ રખાવરાવ્યો, ત્યાં તેને મળ્યો, ત્યાં તેણે તેને સૂચના આપી કે બુધવારે, શૈલજાએ તેને પત્ર લખવો, જેમાં ઈન્દ્રજિતને ઉદેપુર બોલાવવો. તે પત્ર કેવી રીતે લખવો અને તેના પર ટિકિટ ઓછી ચોડવી, વૅસેલિનથી આંગળાની છાપ પડવા દેવી અને ઈન્ટીમેટ છાંટવું...'

'હા, એ બરાબર છે.'

'અચ્છા, તો એ પ્રમાણે શૈલજાએ કર્યું છે. તો પ્રશ્ન એ છે કે એવું ઈન્દ્રજિતે શા માટે કર્યું ? તે જો સામાન્ય પૈસા પડાવનારો બ્લૅક-મેઈલર હોત તો તેને આમ કરવાની જરૂર પડત ? પણ નહિ તે સામાન્ય નથી. વળી શૈલજાને શારીરિક રીતે પામવાનો પણ તેનો આશય હોય નહિ. કારણ એવા આશય સાથે, એક સ્ત્રી તરીકે તેની પત્ની સામેલ થાય નહિ. તો શું શૈલજાનું જીવન બરબાદ કરવાની મજા લેવાનો એ પતિ-પત્નીનો આશય હોય ? તે પણ શક્ય નથી. કારણ એ બંને એવાં વિકૃત માનસ ધરાવતાં ગુનેગારો નથી. તો શું આશય હોય ? તેણે શા માટે શૈલજાને ઉદેપુર બોલાવવી પડે ? શા માટે શૈલજાએ તેને ઉદેપુર બોલાવવા માટે કાગળ કેવો લખવો અને કેવી રીતે મોકલવો તેની સૂચના આપવી પડે ? તો તેનો એક જ જવાબ છે કે વખત આવે ત્યારે તે કહી શકે કે શૈલજાએ જ તેને બોલાવ્યો હતો, એટલે જ તે ગયો હતો. તો પછી એનો અર્થ એ કે ઈન્દ્રજિતને ખાતરી હોવી જોઈએ કે ક્યારેક એવો સમય આવશે કે જ્યારે તેની પૂછપરછ કોઈ કરશે... બરાબર ?' મિ. દસ્તૂરે પૂછ્યું.

'તમારો તર્ક તો બરાબર છે પણ આવી પૂછપરછ થવાની શક્યતા જ ક્યાંથી હોય ? તેને શા માટે એથી ચેતતા રહેવું પડે ?' સંજીવે પૂછ્યું.

સંજીવ, મિ. દસ્તૂર તરફ જોઈ રહ્યો હતો. સિગાર તેજથી સળગતી હતી અને એ બુઢ્ઢો ડિટેક્ટિવ જોરથી દમ મારીને ધુમાડાના ગોટ કાઢતો હતો. 'ઈન્દ્રજિત શા માટે બ્લૅક-મેઈલ કરે... આ મિલિયન ડૉલર કવેશ્ચન છે.' મિ. દસ્તૂરે કહ્યું. શૈલજાને તેણે, આ મહિના દરમિયાન ત્રણ ઠેકાણે મળવાનો શેડ્યુલ આપ્યો છે. એ ત્રણે ઠેકાણે જ્યાં ઊતરવાનું સૂચવ્યું છે તે જગ્યાઓ પણ સારી આબરૂ ધરાવતી નથી. એવી જગ્યાઓ તે શા માટે પસંદ કરે છે ?'

'એક્સક્યુઝ મી... પણ શૈલજાના શરીરમાં ઈન્દ્રજિતને રસ નથી, કોઈ વેરની વસૂલાત કરવાનો હેતુ નથી, તો પછી તેને શું જોઈએ છે ?'

પૈસા જોઈતા હશે ? સંજીવે સવાલ કર્યો. પણ તે પોતે જ મનથી જાણતો હતો કે પ્રેમા અથવા ઈન્દ્રજિતને પૈસાની જરૂર હોય તો તે એમ ને એમ પણ શૈલજાને વાત કરી શકે.

'એમ હોય દીકરા...' મિ. દસ્તૂરે કહ્યું. 'તો શા માટે એને આવી રીતે વારંવાર બોલાવે ? વળી જ્યારે શૈલજા મુંબઈ ગઈ ત્યારે શા માટે તેનો પીછો કરવા માટે માણસ મૂકવામાં આવ્યો હશે ?'

સંજીવ થોડી વાર શાંત થયો હતો. તેણે ખાનું ખોલીને સિગારેટનું પાકીટ કાઢ્યું. એક સિગારેટ ખેંચીને સળગાવી. 'તમે મૂંઝવી નાખે તેવા પ્રશ્નો પૂછો છો.' સંજીવે સહેજ અકળામણથી કહ્યું.

'નહિ બચ્ચા, હું મૂંઝવવા નથી માગતો, કારણ એ ઈન્દ્રજિતના બચ્ચાનો આશય શું હોઈ શકે તેની હું કલ્પના કરી શકું છું.'

'શું હશે અંકલ ?' સંજીવે પૂછ્યું.

'ઍલિબાઈ...' થોડી વાર થોભીને મિ. દસ્તૂરે કહ્યું.

'ઍલિબાઈ ?' સંજીવે આશ્ચર્યથી પૂછ્યું.

'હા. સેક્સ, પૈસા કે વેર વગેરે બાબતોને આપણે વિચારપૂર્વક હેતુઓના 'લિસ્ટ'માંથી રદ કરી શકતા હોઈએ તો એક મહત્ત્વની બાબત ઍલિબાઈ બને છે. ઈન્દ્રજિતનો આશય કોઈ ઍલિબાઈ ઘડવાનો હોય... હોય નહિ છે જ. મને તેમાં શંકા લાગતી નથી, તેમ છતાં આપણે માહિતી મેળવીશું.'

'મને સમજાતું નથી.' સંજીવે એશ-ટ્રેમાં સિગારેટની રાખ ખંખેરતાં ડોકું ધુણાવ્યું. 'તમે કહેવા શું માગો છો ?'

'મારું માનવું છે કે ઈન્દ્રજિત શનિ-રવિ ક્યાં ગાળે છે તે બાબત કોઈ પણ કારણસર મહત્ત્વની હોવી જોઈએ. હવે સમજો કે આજથી બે-ચાર મહિના પછી કોઈ એવો પ્રસંગ ઊભો થાય કે જ્યારે તેને પૂછવામાં આવે કે તા. ૧૫મીએ તે ક્યાં હતો. તો તે કહી શકે કે તે શૈલજા સાથે હતો. કહી શકે કે નહિ ?'

'કમાલ છો અંકલ ! શનિ-રવિ ક્યાં ગાળે છે તે વાત જો મહત્ત્વની હોય તો તેમાં શૈલજાને શા માટે સંડોવે ? તે તો પ્રેમા અથવા તેના પિતા સાથે પણ એવી રીતે શનિ-રવિ ગાળે અને કહી શકે...' સંજીવ બોલી ઊઠ્યો.

'દીકરા... તું ધંધામાં ગમે તેટલો પાવરધો હોઈશ, પણ આ બધી બાબતોમાં જરા જુદી જાતની હોશિયારી જોઈએ. તું જરા વિચાર કર. ધાર કે એક છોકરી સાથે તું શનિ-રવિ ગાળે છે. સમજ કે ઑક્ટોબર મહિનાની એ ૨૫મી તારીખ છે. હવે ધારી લે કે એવું કંઈક બને છે, જ્યારે તને ડિસેમ્બર મહિનામાં પૂછવામાં આવે કે તા. ૨૫મી ઑક્ટોબરે તમે ક્યાં હતા ?'

'પણ એવું શું બને છે ?' સંજીવે પૂછ્યું.

'એ પછી વિચારીએ. કંઈક બને છે. અને ત્યારે તને પૂછવામાં આવે છે કે તા. ૨૫મી ઑક્ટોબરે તમે ક્યાં હતા ? ત્યારે તું જવાબ આપે છે કે ૨૫મી ઑક્ટોબરે શનિવારે મારી પત્ની સાથે હતો. ત્યારબાદ તલાશ કરનાર આદમી શોધી કાઢે છે કે તું પત્ની સાથે ન હતો, પણ કોઈ બીજી જ છોકરીની સાથે હતો... હવે તારે સાચું કહેવું પડે છે કે હા હું બીજી એક સ્ત્રી સાથે હતો. પણ પહેલાં જૂઠું બોલ્યો હતો કારણ એ છોકરીની ઇજ્જત ખરાબ થાય...'

'પણ મિ. દસ્તૂર, પહેલેથી જ એવું હું શા માટે ન કહું ?' સંજીવે પૂછ્યું.

'કારણ, તારે ચોક્કસપણે એ સાબિત થવા દેવું છે કે તું એ છોકરીની સાથે જ હતો... કોઈ કારણસર તને એવું સાબિત કરવામાં જ રસ છે.' મિ દસ્તૂરે કહ્યું.

'મને ખૂબ જ ગૂંચવણ થાય છે. આવું ઇન્દ્રજિતને કરવાની જરૂર શી...'

'હવે તું ચિંતા છોડી દે. શૈલજાને ઊની આંચ પણ આવવા નહિ દઉં. અને જો, શૈલજાને કોઈ વાત કરવાની જરૂર નથી, નહિ તો બધું જ ઊંધું થશે.' દસ્તૂરે કહ્યું.

'પણ તમે કરવા શું માગો છો ? હજુ પણ ઍલિબાઈ વાળો તમારો મુદ્દો મને ગળે ઊતરતો નથી.'

પણ દસ્તૂર કશું બોલ્યા નહિ. ઇન્દ્રજિત અને પ્રેમા પ્રત્યે સંજીવને પણ અનંત વિશ્વાસ હતો. પૂરતા પુરાવા વગર એ વિશ્વાસનો ભંગ કરવાનું સહેલું ન હતું. આ તબક્કે મિ. દસ્તૂર એ કરવા પણ માગતા ન હતા. બાકી તેમના મનમાં તો ચિત્ર સ્પષ્ટ થઈ ગયું હતું. ઇન્દ્રજિતનો હેતુ તે કલ્પી શક્યા હતા. તેનો હેતુ કરોડપતિ થવાનો જ હતો. પરંતુ શૈલજાને બ્લૅક-મેઇલ કરીને કરોડપતિ થવા તે માગતો ન હતો, તે પણ એટલું જ સ્પષ્ટ તેમને લાગતું હતું. આ સત્યનો ખ્યાલ તો મિ. દસ્તૂરને તે જ મિનિટે આવી ગયો હતો જે મિનિટે તેમણે ઇન્દ્રજિતના ભણતર, ક્વૉલિફિકેશન્સ અને વ્યવસાય વિશે જાણ્યું હતું.

●

રાબેતા મુજબનું જ એ દૃશ્ય હતું. ઍરપૉર્ટ પર ઘણાં બધાં માણસો એકઠાં થયાં હતાં. સંજીવ અમદાવાદથી દિલ્હી અને ત્યાંથી કલકત્તા-સિંગાપોર જવાનો હતો. કેટલીય વખત તે પરદેશ ગયો હતો. એકના એક ચહેરા તે આવે પ્રસંગે જોતો. ઘણાબધા પ્રવાસોમાં શૈલજા પણ સાથે રહેતી. આજે શૈલજા આવવાની ન હતી. એક્સપોર્ટ પ્રમોશન કાઉન્સિલ તરફથી ઊભું કરાયેલું ડેલિગેશન પૂર્વના પ્રવાસે જતું હતું.

શૈલજાએ કાશ્મીરી ફર-ફર બૉસ્કી જેવા શિફોનની કીરમજી સાડી પહેરી હતી. આખું કાંડું ભરાઈ જાય તેટલી જ રંગની બંગડીઓ, એવા જ શેડના માણેકની બુટ્ટીઓ, એવો જ બ્લાઉઝ પહેર્યો હતો. શૈલજા અદ્ભુત રીતે સાડી પહેરતી. તેણે પહેરેલી કોઈ પણ સાડી સુંદર જ લાગતી. સાગર ટેક્સ્ટાઈલના ફૅશન-શો જ્યારે પણ યોજાતા ત્યારે શૈલજાને જોઈને વ્યાવસાયિક નિપુણતા ધરાવતા સન્નિવેશકારો અને મૉડલ બનતી છોકરીઓ ચક્કરમાં પડી જતી. સાડી પહેરવાની તેની કુશળતા હતી કે પછી ભારતીય પરિધાન માટે તેની પાસે બેનમૂન 'ફિગર' - શરીરરચના હતી તે કળવું મુશ્કેલ હતું.

'કેટલી સુંદર છે !' સંજીવ મનમાં જ બબડતો રહ્યો. શૈલજાને તેણે ધરાઈને જોયેલી હતી. તેની મોહકતા, તેના શરીરનાં એકેએક લયપૂર્ણ અંગોને તેણે જોયાં હતાં છતાં જ્યારે તે શૈલજાને જોતો ત્યારે તેને અવનવી જ લાગણી થતી. નાવીન્ય દેખાયા કરતું. આજે પહેલી જ વાર તે ભારે થઈ ગયો હતો. શૈલજાથી વિદાય લેતાં તેની આંખમાં ઝળઝળિયાં આવી ગયાં. ખુદ શૈલજાને નવાઈ લાગતી હતી. કેટલીય વાર બંને થોડા વખત માટે છૂટાં પડ્યાં હશે. પણ આ વખત સંજીવ કેમ ઢીલો પડ્યો હતો તેનો ખ્યાલ તેને આવતો ન હતો. સંજીવને મિ. દસ્તૂર પર અપાર વિશ્વાસ હતો. તેમની સલાહને કારણે જ તે સિંગાપોર જઈ રહ્યો હતો. બાકી તો ઉદેપુર જઈને ઈન્દ્રજિત સાથે ટક્કર લેવાનો જ તેનો ઈરાદો હતો. 'ઈન્દ્રજિત ઓર નો ઈન્દ્રજિત... શૈલજા મારી પત્ની છે. મારી પત્ની છે.' તેના મગજમાં રોષ પ્રગટતો, છતાં તેણે બંને મિ. દસ્તૂરની સલાહ સ્વીકારી હતી.

અને તેણે સિંગાપોર જવાનું નક્કી કર્યું હતું. વિમાનનું બારણું વસાયું ત્યારે પણ પોર્ટેબલ રેમ્પને મથાળે ઊભા રહી તેણે ઍરપૉર્ટ બિલ્ડિંગ તરફ જોયું હતું. લાલ સાડી અને લાલ ચૂડીઓવાળો હાથ ત્યાં ઊભેલા ટોળા વચ્ચેથી સ્પષ્ટ તરી આવતો હતો.

●

સોલી એન્ડ સહગલની સાદી ઑફિસમાં મિસ્ટર દસ્તૂરે મેમો તૈયાર કર્યો હતો. કંપનીના ચીફ ઑપરેટિવ ગોવિન્દ બેન્દ્રેને તેમણે 'બ્રીફ' કર્યો હતો. તેમણે શૈલજા, ઈન્દ્રજિત અને પ્રેમાના ફોટા બેન્દ્રેને આપ્યા હતા અને વિગતો સમજાવી હતી.

'તારે આ લોકોને શેડો કરવાની વ્યવસ્થા કરી લેવાની છે. ખર્ચની પરવા નથી. મેં આ મેમોમાં કેસની બધી વિગતો લખી છે. વાંચી જોજે. પંદરમીએ શૈલજા સાગર ઉદેપુર હશે. પંદરમીએ સવારના વિમાનમાં તું કોઈને ઉદેપુર મોકલ, મોટે ભાગે એ જ વિમાનમાં શૈલજા અમદાવાદથી જોડાશે. ઈન્દ્રજિત પણ હોય. શૈલજા પ્રતાપ હોટેલમાં ઊતરશે. તું અત્યારે મોનાને અને કમલને એક મોટરમાં રવાના કર. બંને જણ પ્રતાપ હોટેલમાં હનીમૂન કપલ તરીકે રહેશે તો બરાબર થશે. તેમણે શું કરવાનું છે તે પણ આ મેમોમાં લખેલું છે.' મિ. દસ્તૂરે થોડા કાગળો બેન્દ્રેને આપ્યા. 'આજથી આ ત્રણે જણ શૈલજા, ઈન્દ્રજિત અને પ્રેમા ચોવીસ કલાક આપણી નજર હેઠળ રહેવાં જોઈએ.'

'કંઈ પગલાં લેવાનું તમે સૂચવતા નથી ?' ગોવિન્દ બેન્દ્રેએ પૂછ્યું.

'નહિ. તે માટે સમય રહેશે, તેવું મારું માનવું છે. ઈન્દ્રજિત શૈલજાને શા માટે બ્લૅક-મેઈલ કરે છે તે જાણ્યા પછી આપણે પગલાં વિશે વિચારીશું. અને હાં, શૈલજા પર નજર રાખવા માટે ઈન્દ્રજિતે પણ કદાચ કોઈ આદમીઓ રોક્યા હશે. આપણા ઑપરેટિવ્ઝ એ વાત ખૂબ ખ્યાલમાં રાખે.' દસ્તૂરે સૂચનાઓ પૂરી કરી.

૧૩મી તારીખે મધરાત પછી અને ૧૪મીની વહેલી સવારે મુંબઈથી મોના ફિરદોસ અને કમલ જોષી ઉદેપુર જવા રવાના થયાં હતાં. કમલ પાતળો, ફિક્કો દેખાતો અને તદ્દન વેદિયા જેવી પ્રતિભા ધરાવતો યુવાન હતો. મોના ગટ્ટી, રમતિયાળ અને તોફાની છોકરી હતી. કાગડો દહીંથરું લઈ ગયો છે અથવા તો 'ભાઈ મોળા અને બાઈ તેજ' એવી કોઈ લાગણી કમલ અને મોનાને જોઈને આવી ગયા વગર રહે નહિ. બંને જણ આવો રોલ એટલી સિફતથી ભજવતાં કે આખરે બંનેએ જીવનભર એ રોલ ભજવવાનું નક્કી કર્યું હતું. એ બંને જેટલી ચપળ જોડી બીજી કોઈ ઈન્વેસ્ટિગેશન કંપની પાસે ન હતી. મોનાનો ચહેરો ગોળમટોળ હતો. હરહંમેશ તેના ચહેરા પર તાજગી નીતરતી. બંને જણ પંદરમીની વહેલી સવારે પ્રતાપ હોટેલ ખાતે પહોંચી ગયાં હતાં.

●

ઈન્દ્રજિત તા. ૧૫મીએ અમદાવાદ ઉદેપુર થઈને દિલ્હી જતા વિમાનમાં મુંબઈથી નીકળ્યો હતો. તેની સાથે જ તે વિમાનમાં સોલી ઍન્ડ સહગલ કંપનીનો ઑપરેટિવ જમશેદ ફારૂક પણ નીકળ્યો હતો અને તે જ વિમાનમાં અમદાવાદથી શૈલજા જોડાઈ હતી. તેણે ભૂખરા રંગનું સફારી શર્ટ પહેર્યું હતું અને બ્લુ જીન્સ. તેની પાતળી કેડ પર બંધાયેલો સ્કિન કલરનો પટ્ટો તેના વક્ષ:સ્થળને વધુ મોહક બનાવતો હતો. તેના

હાથમા નાનકડી સૂટકેસ હતી અને ખભા પરથી ચામડાનો બગલથેલો લબડાવેલો હતો. તેણે પ્લૅટફૉર્મ હીલવાળા બૂટ પહેર્યા હતા. બરછટ વાળને એક જ ગાંઠમાં કસકસાવીને બાંધ્યા હતા. ઈન્દ્રજિત વિમાનમાં પાછળના ભાગમાં બેઠો હતો. શૈલજા અંદર દાખલ થઈ પછી તેણે હાથ ઊંચો કર્યો. શૈલજાએ ફિક્કું સ્મિત આપ્યું.

જમશેદ ફારૂક આ જોતો હતો.

●

ઉદેપુર ઍરપૉર્ટ પર ઊતરવાની સાથે જ લોન્જમાં શૈલજાએ ઈન્દ્રજિતને પૂછ્યું હતું : 'પ્રેમા ક્યાં છે ?'

'પ્રેમાની અહીં જરૂર નથી.' ઈન્દ્રજિતે સહેજ કડક થઈને જવાબ આપ્યો.

'પણ... તું... મને સમજાતું નથી.' શૈલજા બોલવા ગઈ પણ ઈન્દ્રજિતે તેને અટકાવી... પેસેન્જર કોચ આવી ગયો હતો. બધાં અંદર ગોઠવાયાં... જમશેદ... જીમી ફારૂક ઈન્દ્રજિત અને શૈલજાની પાછળ ગોઠવાયો હતો. જીમી હતો પારસી પણ તેનો દેખાવ પારસી જેવો ન હતો. તેને જોઈને તે પંજાબી, મહારાષ્ટ્રિયન બ્રાહ્મણ, કાશ્મીરી કે પારસી હશે તેવો પ્રશ્ન ઊભો થાય. મિ. દસ્તૂરના હાથ નીચે તૈયાર થયેલા જીમીએ વર્ષો ડિટેક્ટિવ તરીકે ગાળ્યાં હતાં. તેણે કાનમાં હિયરિંગ એઈડ રાખી હતી. તે સહેજ પણ બહેરો ન હતો. પણ હિયરિંગ એઈડ જેટલાં જ નાનાં એમ્પ્લીફાયરમાં શક્તિશાળી ટ્રાન્ઝિસ્ટર રિસેપ્ટર્સ ગોઠવેલાં હતાં.

'તારે પ્રેમાને લાવવી જોઈતી હતી.' શૈલજાએ ઈન્દ્રજિતને કહ્યું.

'ધીરે વાત કર...' ઈન્દ્રજિતે કહ્યું. 'મેં તને કહ્યું તો ખરું કે પ્રેમાનું કોઈ કામ નથી. આપણે શાંતિથી શનિ-રવિ અહીં ગાળવાના છે. તારે મારી માશૂકની માફક વર્તવાનું છે.'

'એટલે ?'

'એટલે કંઈ નહિ... તારે મારી પ્રેમિકાની માફક વર્તવાનું છે... બીજું કશું નહિ.' ઈન્દ્રજિતે કહ્યું. પાછળની સીટમાં બેઠેલો જીમી સહેજ આગળ ખસ્યો.

'ઈન્દ્ર... પ્લીઝ... તું મને કહે તો ખરો.' શૈલજાએ ખૂબ જ આજીજીભર્યા અવાજે કહ્યું. 'તને ખબર છે આજે મારો લગ્નદિવસ છે ?'

'મને ખબર છે. અને મારે માટે આ દિવસ ખાસ અગત્યનો બની જાય છે.' ઈન્દ્રજિત ફિક્કું હસીને કહ્યું.

'એ તો ઠીક છે, સંજીવને પરદેશ જવાનું થયું હતું, નહિ તો કદાચ હું આવી જ ન શકત...' બારીની બહાર સરતા દૃશ્ય તરફ જોઈને શૈલજા બોલી.

'તું ન આવી હોત તો ખરેખર ખૂબ જ ખરાબ થાત... હજુ બીજા બે શનિ-રવિ તારે આવવાનું છે સમજી ?'

'પણ શા માટે ? ઈન્દ્રજિત, તારે શું જોઈએ છે ? તારે મારી પાસેથી શું જોઈએ છે ?'

'તું ચૂપ રહીશ તો મને વધુ ગમશે. મારે તારી પાસેથી શું જોઈએ છે તે કહેવાનો સમય પાક્યો નથી.' ઈન્દ્રજિતે કહ્યું.

પ્રતાપ હોટેલની રિસેપ્શનિસ્ટે બંનેને આવકાર્યાં. ભૂખરું શર્ટ અને બ્લૂ જીન્સ પહેરેલી શૈલજા દિલચસ્પ લાગતી હતી. હોટેલની લાઉન્જમાં બેઠેલા લોકો સરવા થયા. સૌની નજર શૈલજા તરફ ચોંટી રહી. 'હોટેલમાંનો સૌથી સરસ કમરો તમારા માટે જ બૂક કર્યો છે.' રિસેપ્શનિસ્ટે હસીને કહ્યું.

'બેલાશક... હોટેલમાં આવતી સ્ત્રીઓમાં કદાચ સૌથી ખૂબસૂરત સ્ત્રી લઈને હું જ આવ્યો હોઈશ.' ઈન્દ્રજિતે હોટેલના ચોપડામાં નામ લખતાં કહ્યું. રિસેપ્શનિસ્ટ આશ્ચર્યથી એ નામો સામે જોઈ રહી. ઈન્દ્રજિત સેલારકા અને શૈલજા સાગર... તેને આ નામ વિચિત્ર લાગ્યાં. એટલા માટે કે તે પતિ-પત્નીનાં નામો ન હતાં.

●

સોલી એન્ડ સહગલ ઈન્વેસ્ટિગેશન તરફથી આવેલી મોના અને કમલ પણ ત્યાં જ ઊતર્યાં હતાં. પહેલેથી જ માહિતી મેળવીને તેમણે ઈન્દ્રજીતે બુક કરાવેલા કમરાની બાજુનો જ કમરો મેળવ્યો હતો.

જીમી ફારૂકે ગ્રાઉન્ડ ફ્લૉર પર ફ્રેન્ચ વિન્ડોવાળો કમરો લીધો હતો.

ઈન્દ્રજિતની પાછળ, ભારે પગલે શૈલજા પણ પ્રતાપ હોટેલના કમરામાં પ્રવેશી. બંનેની નાનકડી સૂટકેસ મૂકીને પોર્ટર ચાલ્યો ગયો. એક જ કમરામાં આવી પડેલાં કોઈ તદ્દન અજાણ્યાં સ્ત્રી અને પુરુષની માફક શૈલજા અને ઈન્દ્રજિત ઊભાં રહી ગયાં... ઘડીભર તેમના શ્વાસ પણ થંભી ગયા હશે. ભૂખરું સફારી શર્ટ અને બ્લૂ જીન્સ, કેડ પર 'સ્કિન' કલરનો પટ્ટો અને પગમાં સફારી જોડા પહેરીને ઊભેલી શૈલજાના ચહેરા પર વિષાદ કરતાં ગુસ્સો વધુ હતો. અને છતાંય કાળજામાં કંપ ઊઠે તેટલી એ મોહક લાગતી હતી.

કમરો સુઘડ હતો... સુંદર કહી શકાય તેટલા માટે કમરામાં કોતરણીવાળું પાર્ટિશન મૂકીને બે ભાગ પાડેલા હતા. એક તરફ સૂવા માટે બે પલંગ હતા અને

બીજી તરફ સોફા. સામે બારીની બહાર સજ્જનગઢ તરફ જતો રસ્તો જૂનાગઢની રાંગ તરફ વળતો દેખાતો હતો. બીજી તરફ પીછોલાનાં નીલાં પાણી પર પડતાં આથમતા સૂરજનાં કિરણો અને એ પાણી પર અજબ સુંવાળપથી સરતી પવનની લહરીઓ જાણે જોઈ શકાતી હોય, તેવું અનુપમ દશ્ય દેખાતું હતું. રાજપૂત કાળના રંગીન અને સોનેરી યુગની સાખ પૂરતો જગવિલાસ પૅલેસ પાણીમાં તરતા મોટા બરફના ચોસલા જેવો દેખાતો હતો. એ પૅલેસ હોટેલમાં ફરી ગયો છતાં તેની તાસીર તો એવી ને એવી જ હતી. અડીખમ શૌર્યની તવારીખ સમો ઉદેપુરના રાણાઓનો વંશપરંપરાગત રાજમહેલ અને સુમેર ગાર્ડન પીછોલાને ઓર શોભાવતો હતો... છતાંય શૈલજાને એ દશ્ય ફિક્કું લાગતું હતું. એ જ પીછોલા સરોવરમા સંજીવ સાથે તેણે બોટિંગ કર્યું હતું. એ જ સરોવરની વચ્ચે બનાવેલા મહેલમાં સંજીવ સાથે તેણે પ્રણયપ્રચૂર રાત્રિઓ પણ ગાળી હતી. છતાં આજ તેને એ સઘળું ક્ષુલ્લક લાગતું હતું.

ઈન્દ્રજિત થોડી વાર બાથરૂમમાં ગયો હતો. તેણે મોં ધોયું. ટુવાલથી મોં લૂછતો તે બાથરૂમની બહાર આવ્યો અને બાથરૂમના બારણા આગળ ઊભો રહી ગયો.

શૈલજાએ કમર પરથી પટ્ટો છોડી નાખ્યો હતો. જીન્સમાં ખોસેલું શર્ટ કાઢી નાખ્યું હતું. શર્ટનાં બટન પણ ખોલી નાખ્યાં હતાં. ભૂખરા સફારી શર્ટના ખુલ્લા પડખામાંથી તેનું બદન દેખાતું હતું. સુંદર મુલાયમ રેશમના તેના કંચુકીબંધ હેઠળ આછો તાંબાનો ઢોળ કર્યો હોય તેવી સુંવાળી ચામડી દેખાતી હતી. તેના કોમળ પેટ પર કંઈક થડકાર થતો હતો. તેણે ધીરેથી શર્ટ ઉતાર્યું.

'આ શું છે ?' ઈન્દ્રજિત બોલી ઊઠ્યો.

'તારે શું જોઈએ છે તે હું સમજી ચૂકી છું.' શૈલજા બોલી.

'મતલબ ?'

'મતલબ સાફ છે. નાની વાત પરથી તું મને બ્લૅક-મેઈલ કરીને વધુ સજ્જડ રીતે બ્લૅક-મેઈલ કરી શકે તેવા પુરાવા એકઠા કરવા માગે છે ને ! તો કંઈ નહિ... હું તૈયાર છું.' શૈલજાએ મોં ફેરવીને કહ્યું.

'શટ અપ... મારે શું કરવું અને શું નહિ તેનો તારે નિર્ણય કરવાનો નથી અને મને ઉશ્કેરવાની જરૂર નથી. તું ધારે છે એટલો હું નાચીજ નથી. તું કપડાં જ ઉતારે છે તો ઉતારીને બીજાં સારાં કપડાં પહેરી લે. આપણે થોડી વાર પછી હોટેલના ડાન્સ ફ્લોર પર જવાનું છે.' કહીને ઈન્દ્રજિત કમરાની બહાર ઝરૂખામાં ચાલ્યો ગયો. શૈલજા, કમરામાં મૂકેલા ડ્રેસિંગ-ટેબલના અરીસામાં પોતાની કાયા તરફ જોઈ રહી.

સોલી ઍન્ડ સહગલ કંપનીની ડિટેક્ટિવ બેલડી, મોના ફિરદોસ અને કમલ

જોષી, પ્રતાપ હોટેલના ડાઈનિંગ હૉલમાં અનેરી ઝલક પેદા કરી રહી હતી. કંપનીનો બીજો ઑપરેટિવ ફારૂક એક ખૂણે બિયરનો ઘૂંટ લેતો બેઠો હતો. ડાન્સ ફ્લૉર સિવાયની જગ્યામાં બેનમૂન કાર્પેટ પથરાયેલી હતી. હૉલની મધ્યમાં લટકતા ઝુમ્મર પર પડતા સ્પૉટલાઈટના પ્રકાશથી આખા હૉલમાં નાનકડા તેજ-તારલા પથરાયા હતા. સંગીતની પાશ્ચાત્ય ધૂન સાથે થોડાં યુગલો મન મૂકીને ઝળુંબતાં હતાં. એ કાયાનો મેળો હતો. બદનની દિલચસ્પી હતી. આવેગનું, પ્રેમનું, આકર્ષણનું શરસંધાન હતું. એ રંગીન વાતાવરણમાં આછા ગુલાબી ટપકાંવાળી મૅક્સી પહેરીને જ્યારે શૈલજા પ્રવેશી ત્યારે ઘડીભર સંગીત થંભી ગયું, ફરતા તેજ-તારલા સ્થિર થઈ ગયા અને લોકોની નજર શૈલજાના શરીર પર ચોંટી રહી... ઇન્દ્રજિત હસતો હતો. શૈલજા ગંભીર હતી. ચાવી લગાડેલા પૂતળાની જેમ તે ચાલીને હૉલમાં આવી હતી, પણ ડાઈનિંગ હૉલમાં હાજર રહેવા લોકોને તેમાં નજાકત દેખાતી હતી. સ્ટાઈલ દેખાતી હતી.

'હલો ધેર...' મોનાએ બૂમ પાડી. 'તમે બંને કેમ જોડાઈ જતાં નથી ?' તેણે કહ્યું અને ઇન્દ્રજિત-શૈલજાને હાથ પકડીને ડાન્સ ફ્લોર પર ખેંચી લાવી.

'તારે નાચવાનું છે.' ઇન્દ્રજિતે શૈલજાને કાનમાં કહ્યું. 'જિંદગીમાં ક્યારેય ન નાચી હોય તેટલું નાચવાનું છે. અહીં બેઠેલા દરેકને તું જિંદગીભર યાદ રહે તેટલું નાચવાનું છે.'

શૈલજા નિ:સહાયતા અનુભવી રહી. સંગીતમાં વેગ આવ્યો. ઝુમ્મરમાંથી ટપકતા તારલાઓ આખાય હૉલમાં દોડવા લાગ્યા.

●

'ડ્રિન્ક્સ ફૉર એવરીબડી... ઓન મી...' મોના બોલી ઊઠી. સંગીત શમ્યું. રેશમી, કામાતુર, પ્રેમાતુર હૈયાંઓની આગ શમી. સ્ટુઅર્ડે ઑર્ડર્સ લીધા અને પીણાંઓની લહાણી શરૂ થઈ. 'મેં આઈ નો યૉર ગુડ નેઈમ (તમારું શુભ નામ)?' મોનાએ અંગ્રેજીમાં વાર્તાલાપ શરૂ કર્યો.

'શૈલજા.' શૈલજાએ જવાબ આપ્યો.

'એ છે શૈલજા સાગર... શ્રીમતી શૈલજા સાગર અને હું છું ઇન્દ્રજિત સેલારકા. એ મારી ખાસ મિત્ર છે અને આજે તેની લગ્નતિથિ છે.' ઇન્દ્રજિતે ભારપૂર્વક કહ્યું. શૈલજા સમસમી ઊઠી.

'ઓહ... ખરેખર...' મોનાએ હસીને કહ્યું અને શૈલજાને સુખી લગ્નજીવન માટે મુબારકબાદી આપી પોતાની અને કમલની પણ ઓળખાણ આપી. 'આ છે મારો પતિ કમલ... એના મામાની નાનકડી હોટેલ છે.'

'એમ !'

'હા. મહાબળેશ્વરમાં અમારી નાની હોટેલ છે. જો કદાચ તમે ત્યાં આવો તો મળજો.' મોનાએ કહ્યું અને ઍડ્રેસ આપ્યું. ત્યાં બૅરા ડ્રિન્ક્સ લઈને આવ્યો.

ડિનર લીધા પછી મોનાએ આગ્રહ કરીને પીછોલામાં બોટિંગ કરવા તૈયાર થયેલા લોકોમાં શૈલજાને અને ઇન્દ્રજિતને સામેલ કરી દીધાં.

જીમી ફારૂક બીજા જ કામમાં રોકાયેલો હતો. એક તદ્દન કાળો સોટા જેવો આદમી પણ શૈલજા પર નજર રાખતો હોય તેવું તેના ખ્યાલમાં આવ્યું હતું. જ્યારે ડાઇનિંગ હૉલમાંથી થોડાક લોકો બોટિંગ કરવા ગયા ત્યારે જીમીને આ વાતની સંપૂર્ણ ખાતરી થઈ ગઈ હતી.

તે દિવસે રાત્રે ઇન્દ્રજિત અને શૈલજા તેમના કમરામાં આવ્યાં ત્યારે પણ ઇન્દ્રજિતનું વર્તન તદ્દન અજાણ્યા માણસ જેવું અને કોઈ અજબ નિર્લેપતાથી ભરેલું હતું. તેણે આખી રાત કમરામાં ગોઠવેલા, નકશીદાર પાર્ટિશનની બીજી તરફ ગોઠવેલા સોફામાં વિતાવી હતી.

સવાર થતાંમાં તો મોનાએ દોડધામ કરી મૂકી હતી. પ્રવાસની એક એક ક્ષણ તે માણવા માગતી હોય તેમ તે તૈયાર થઈ ગઈ હતી. ઇન્દ્રજિત અને શૈલજાના કમરાનું બારણું ખખડાવ્યું હતું.

'તમને ઉજાગરો ન હોય તો... અમારી સાથે ચાલો.' બારણામાં ઊભા રહીને તેણે ઇન્દ્રજિતને કહ્યું હતું.

'ઉજાગરો તો છે...' નફ્ફટાઈથી ઇન્દ્રજિતે જવાબ વાળ્યો હતો. 'પણ તમે ક્યાં જવાના છો ?'

'જલસમન્દ... ચાલોને ! મજા આવશે.' મોનાએ કહ્યું. પાર્ટિશનની પાછળ બારીની બહાર જોતી ઊભેલી શૈલજાએ એ શબ્દો સાંભળ્યા. ગુસ્સો કરવો પણ વ્યર્થ હતો. તેને ખાતરી હતી કે મોનાએ આખી હોટેલમાં ઇન્દ્રજિત કોઈની પત્નીને લઈને સહેલ કરવા આવ્યો છે તેવી વાત ફેલાવી જ હશે. તેને એ પણ ખાતરી હતી કે ઇન્દ્રજિત જવાની હા જ કહેશે. અને થયું પણ તેવું જ. એક ફિયાટમાં ગોઠવાઈને ચારે જણ જલસમન્દ જવા નીકળ્યાં. તે પહેલાં જીમી પણ જલસમન્દ જવાના રસ્તા પરની એક નાનકડી ઝૂંપડી જેવી હોટેલ આગળ ટૅક્સી લઈને પહોંચ્યો હતો. થોડી વારમાં જ મોના અને કમલની ફિયાટ ત્યાં આવી પહોંચી હતી. ઇન્દ્રજિત અને શૈલજા પાછળની સીટમાં બેઠાં હતાં. ઇન્દ્રજિતે એક હાથ શૈલજાને ગળે વીંટાળેલો હતો. લોકોના દેખતાં, શૈલજા સાથે તે પ્રેમીની માફક વર્તતો અને એકાંતમાં તે અજાણ્યા

માણસની જેમ વર્તતો... શૈલજાને આ ખૂબ વિચિત્ર લાગતું. જે હોટેલ આગળ જીમી ઊભો હતો ત્યાં જ કમલે મોટર ઊભી રાખી. 'કેમ ગાડી ઊભી રાખી ?' મોનાએ પૂછ્યું.

'ડિયર... સિગારેટ્સ.' કમલે જવાબ આપ્યો અને સિગારેટ લેવા ગાડીમાંથી ઊતર્યો. તેણે જીમીને જોયો. 'કેમ છો ?' જીમીએ બધા સાંભળે તેમ કહ્યું : 'મજામાં...' ક્યાં ઊપડ્યાં ?'

'જલસમન્દ... તમે ?'

'હું તો અહીં મારા મિત્રની રાહ જોઉં છું.' જીમીએ કહ્યું. 'કદાચ થોડી વારમાં આવશે.' કમલ અને જીમી બંને વર્ષોથી પરિચિત હતાં છતાં અત્યારે જે રીતે વાત કરતાં હતાં તે જોઈને એમ જ લાગે કે પ્રવાસ દરમિયાન થતી ઓળખાણે તેઓ વાત કરે છે.

'અચ્છા, તો અમે જઈએ... મોડું થશે તો મજા મારી જશે. તમારા મિત્ર આવી જાય તો તમે પણ આવો. જલસમન્દ જગ્યા બહોત ખૂબ છે.' કહીને, સિગારેટ ખરીદીને કમલ ગાડીમાં ગોઠવાયો.

જીમીને બહુ વાર રાહ જોવી ન પડી. થોડી જ વારમાં એક જીપમાં શૈલજા પર નજર રાખતો પેલો કાળો આદમી અને એક ડ્રાઈવરને ત્યાંથી પસાર થતા જોયા. તેણે કમલને ચેતવી દીધો હતો એટલે તેની પાછળ જવાનો અર્થ ન હતો. તે પાછો હોટેલ પર ગયો.

મોડી સાંજે મોના, કમલ, ઈન્દ્રજિત અને શૈલજા પાછાં આવ્યાં. તક જોઈને જીમી અને કમલ હોટેલના ટૉઈલેટમાં મળ્યાં. 'તેં મને કહ્યું કે તું તારા મિત્રની રાહ જુએ છે કે તરત જ મને ખ્યાલ આવ્યો કે કોઈ બીજું પણ શૈલજાનો પીછો કરે છે.'

'એ ઈન્દ્રજિતના આદમીઓ છે અને શૈલજા પર નજર રાખે છે.' જીમીએ કહ્યું.

'પણ તો પછી આ ઈન્દ્રજિતનો બચ્ચો ભારે કાબેલ હોવો જોઈએ. તેણે એક વખત પણ એ આદમીઓમાં રસ લીધો ન હતો. પણ ડ્રાઈવર જેવો જે આદમી છે તેનું નામ જોન છે.' કમલે માહિતી આપી.

'ઓ.કે.' બંને છૂટા પડ્યા. તે દિવસે રાતે પણ ઈન્દ્રજિત અને શૈલજા મોડે સુધી, મોના અને કમલ સાથે રહ્યાં.

'આવતી કાલે સવારના પ્લેનમાં અમે ચાલ્યાં જઈશું.' ઈન્દ્રજિતે કહ્યું.

'ખરેખર...'

'હા, મને તો રોકાવાનું ઘણું મન છે, પણ આ શૈલજાથી રોકાવાય નહિ ને !' ઈન્દ્રજિતે ધીરેથી ઉમેર્યું. શૈલજાને એટલું ખરાબ લાગ્યું કે તે ઊભી થઈને ચાલી ગઈ.

'તમે મિસિસ સાગરને અપ-સેટ કરી નાખ્યાં...' કમલે કહ્યું.

'હેં... હા...' ઈન્દ્રજિતે સહેજ સ્તબ્ધતા અનુભવતાં જવાબ આપ્યો. 'જુઓને, વર્ષોથી અમે પ્રેમમાં છીએ. તેને હવે નિર્ણય લેવાનો છે કે તેના નાલાયક પતિ સાથે તેણે રહેવું જોઈએ કે નહિ. આમ જુઓ તો છેલ્લા કેટલાક વખતથી એ વાત જ હું તેને સમજાવી રહ્યો છું... અરે હા... પણ તમારી હોટેલનું નામ શું કહ્યું ?'

'કુકૂઝ નેસ્ટ - કોયલનો માળો, કેમ ?'

'નહિ... અમસ્તું જ મેં પૂછ્યું. વાત એમ છે કે આવતે અઠવાડિયે શૈલજાને પૂના જવાનું છે. હું પણ મારી કંપનીને કામે પૂના જવાનો છું... તો મને થાય છે કે જો તે હા પાડે તો એકાદ રાત અમે મહાબળેશ્વરમાં ગાળીએ...' ઈન્દ્રજિતે સહેજ આંખ મિચકારીને કહ્યું.

'અરે વેલકમ બ્રધર... પણ શૈલજાનો પતિ ?' કમલે પૂછ્યું.

'તેની વાત જ જવા દો. તેને તો શૈલજાની કોઈ પરવા નથી... વેલ એ વાત ઘણી લાંબી છે...'

'બિચ્ચારી છોકરી !...' મોનાએ ઉદ્‌ગાર કાઢ્યો.

●

ગઈ કાલની રાતની જેમ જ ઈન્દ્રજિત સોફામાં સૂતો હતો. શૈલજાને ખૂબ નવાઈ લાગતી હતી. બે દિવસને અંતે પણ તે જાણી શકી ન હતી કે ઈન્દ્રજિતને શું જોઈએ છે. સવારે એરપોર્ટ પર પહોંચીને ઈન્દ્રજિતે શૈલજાને બીજી સૂચનાઓ લખાવી :

'તારે મને પ્રશ્નો પૂછવાની જરૂર નથી. તા. ૨૯મીએ હું તને જે કહેવાનું છે તે કહીશ. તે દરમિયાનમાં તારે એટલું ધ્યાન રાખવાનું છે કે તારા વર્તનથી તારો વર વહેમાય નહિ.'

'વહેમાય નહિ ! ઈન્દ્રજિત તને ખબર છે દર શનિ-રવિ હું તેનાથી અળગી રહું તે તેને અજુગતું નહિ લાગે ?'

'જો તું બુદ્ધિથી કામ લઈશ તો જરૂર અજુગતું નહિ લાગે.' ઈન્દ્રજિતે કહ્યું. 'મારી વાત તને ૨૯મીએ જ સમજાશે.'

'પણ શું ?...' અકળાઈને શૈલજા બોલી ઊઠી. તેનાથી આ અજંપો, આ તલવારની ધાર જેવી પળેપળની દહેશત સહન થતી ન હતી. પણ ઈન્દ્રજિતે કંઈ ધ્યાન ન આપ્યું.

મોના અને કમલ, શૈલજાને અને ઈન્દ્રજિતને વળાવવાને બહાને ઍરપોર્ટ પર આવ્યાં હતાં. જીમી તો તેમની સાથે જ અન્ય પ્રવાસીઓની માફક વિમાનમાં રવાના થયો હતો. એ જ વિમાનમાં પેલો કાળો આદમી અને જીપ ચલાવતો ડ્રાઈવર પણ જોડાયેલો હતો. જીમીએ હોટેલ રજિસ્ટરમાંથી બંનેનાં નામ જાણી લીધાં હતાં. એમાંનો એક ક્રિશ્ચિયન હતો જેનું નામ જૉન ફ્રાન્સિસ હતું. બીજો આદમી હતો. એચ. ચૌધરી, જે અમદાવાદ વિમાન પહોંચ્યું ત્યારે, અમદાવાદ ઊતરી ગયો હતો. જીમીને ખ્યાલ હતો જ કે શૈલજાની પાછળ એક આદમી ઊતરવો જોઈએ. પણ તેને એ સમજાતું ન હતું કે એકે વખત પણ જૉન કે ચૌધરી બેમાંથી એક માણસ તરફ, ઈન્દ્રજિત નજર પણ કેમ નાખતો ન હતો. જીમી વર્ષોથી ડિટેક્ટિવ તરીકે કામ કરતો હતો છતાં અત્યારે એ મનમાં કબૂલી રહ્યો હતો કે ઈન્દ્રજિત ખરેખર મહાચાલાક આદમી હોવો જોઈએ.

અમદાવાદના વિમાની મથકે વિમાન ઊતર્યું ત્યારે શૈલજાને ઘડીભર નિરાંત થઈ હતી. તે ઉદેપુર ગઈ ત્યારે તેને એમ હતું કે ઈન્દ્રજિત કદાચ તેની સાથે અણછાજતું વર્તન કરશે... કદાચ તેને ભયાનક પરિસ્થિતિમાં મુકાવું પડશે, પણ એવું કાંઈ બન્યું નહિ. કમ-સે-કમ ઉદેપુરની પ્રતાપ હોટેલના કમરામાં ઈન્દ્રજિત સજ્જનની જેમ વર્ત્યો હતો. શૈલજા વિમાનમાંથી ઊતરી ત્યારે ઈન્દ્રજિત તેની સાથે સીડીના છેલ્લા પગથિયા સુધી આવ્યો હતો.

'આવતા શનિવારે... ભૂલીશ નહિ...' તે બોલ્યો હતો. શૈલજાએ કેવળ ડોકું ધુણાવીને હા પાડી હતી. એક વાત તેને સ્પષ્ટ સમજાતી હતી કે તે ગમે તે કરશે તોપણ દર શનિ-રવિ ઈન્દ્રજિત પોતાને શા માટે બોલાવે છે તે કહેવાનો નથી જ. ખેર ! એક શનિ-રવિ તો ચાલ્યો ગયો હતો. બીજો શનિવાર આવે તે પહેલાં વિચારવાનો ખાસ્સો સમય તેની પાસે હતો.

શૈલજાની પાછળ પેલો ચૌધરી નામનો માણસ પણ ઊતર્યો હતો. જીમીએ તે જોયું હતું. મુંબઈની સોલી ઍન્ડ સહગલ ડિટેક્ટિવ એજન્સીનો અમદાવાદ ખાતેનો પ્રબોધ શાહ પ્રતિનિધિ હતો. મિ. દસ્તૂરે તેને પણ કામગીરી સોંપી હતી. શૈલજા ઍરપોર્ટ પર ઊતરી ત્યારથી જ પ્રબોધ શાહ પણ તેના પર નજર રાખવા તૈયાર જ હતો. પ્રબોધ ભારે ખણખોદિયો આદમી હતો. શૈલજા ઉદેપુરથી પાછી ફરે તે પહેલાં તો તેણે સાગરમહાલમાં રહેતા ત્રણ ડ્રાઈવરોમાંથી એકની સાથે બરાબર પટ્ટી પાડી

દીધી હતી. ડ્રાઈવર છગનસિંહના કાકાની ઓળખાણ કાઢીને તેણે તો છગનસિંહ સાથે, સાગરમહાલમાં જ પોતે રહી શકે તેવો પાકો બંદોબસ્ત કરી લીધો હતો.

●

એ જ દિવસે મુંબઈ પહોંચીને જીમીએ પોતાનો સમગ્ર રિપોર્ટ મિ. દસ્તૂરને આપ્યો હતો. રિપોર્ટ વાંચીને એ જૈફ ડિટેક્ટિવ પણ વિચારમાં પડી ગયા હતા. ઈન્દ્રજિત જાહેરમાં શૈલજા સાથે જ વર્તન કરતો હતો તે પરથી એક વાત નિશ્ચિત હતી કે તે શૈલજાનો પ્રેમી છે તેવું બતાવવા માગતો હતો. પણ તેમ કરવાથી તે શું મેળવવા માગતો હતો ? સોલી એન્ડ સહગલ ડિટેક્ટિવ એજન્સીના માણસોએ ઈન્દ્રજિત અને પ્રેમા પર ચોવીસ કલાક નજર રહે તેવી કામગીરી શરૂ કરી હતી. અમદાવાદમાં શૈલજાનો પણ પીછો બખૂબી થઈ રહ્યો હતો.

ઉદેપુરમાં મોકલવામાં આવેલાં મોના અને કમલે બરાબર કામ પાર પાડ્યું હતું. મહાબળેશ્વરમાં આવેલી 'કુકૂઝ નેસ્ટ' હોટેલ પોતાના મામાની માલિકીની છે તે ઈન્દ્રજિતને ઠસાવવામાં આ જવાન બેલડી સફળ નીવડી હતી. અને તેમને ખાતરી હતી કે ઈન્દ્રજિત જરૂર શૈલજાને લઈને ત્યાં આવશે. 'કુકૂઝ નેસ્ટ' નો માલિક. મિ. પગારે, દસ્તૂર સાહેબનો જૂનો ઑપરેટિવ હતો. એટલે તેને પણ કામે લગાડવામાં કોઈ મુસીબત પડવાની ન હતી.

૧૭મી તારીખથી ૨૧મી સુધીમાં કોઈ ખરાબ બનાવો બન્યા ન હતા. શૈલજાએ આ દિવસો વિચારમાં ગાળ્યા હતા. તે ભાગ્યે જ સાગરમહાલની બહાર નીકળી હતી. તેની પાછળ મુકાયેલા પ્રબોધ શાહે પણ મિ. દસ્તૂરને અહેવાલો મોકલ્યા હતા. તેમ છતાં સમજાતું ન હતું કે ચૌધરી નામનો આદમી શા માટે શૈલજા પર નજર રાખે છે. ઈન્દ્રજિતની સૂચના મુજબ ૨૧મી તારીખે શૈલજાએ ઈન્દ્રજિતની ઑફિસને સરનામે એક તાર મોકલ્યો હતો.

'વહાલા ઈન્દ્ર, આવતી કાલે હું પૂના આવીશ... સવારના દસના
પ્લેનમાં... સાંજે. ચાર વાગ્યે રેસકોર્સ ક્લબ પર તું આવીશને !

- તારી શૈલજા.'

કચવાતે મને શૈલજાને તાર કર્યો હતો. પ્રબોધ શાહે તેની નકલ પણ મેળવી હતી. અલબત્ત તેને એ ખબર ન હતી કે એ તાર શૈલજાએ ઈન્દ્રજિતની સૂચનાથી મોકલ્યો છે. એવી ખબર કોઈને પણ ન હતી.

ઈન્દ્રજિતને નજર હેઠળ રાખવાનું કામ ભારે હતું. અને એ કામ મિ. દસ્તૂરના જુદા જુદા ત્રણ ઑપરેટિવને સોંપવામાં આવ્યું હતું. તેમણે પણ રિપોર્ટ્સ મિ. દસ્તૂર પર મોકલ્યા હતા. તે રિપોર્ટમાં નીચે પ્રમાણે વિગતો હતી.

'ઇન્દ્રજિત તેની ટેવોમાં નિયમિત છે. સવારે ૯.૩૦ વાગ્યે તે ઑફિસમાં જાય છે. ૧૨ વાગ્યે જેસ્મિન હૉસ્પિટલમાં જઈને તેની પત્ની પ્રેમાને લઈ આવે છે. બંને સાથે બહાર જમે છે. ઘેર જમતાં નથી. ઘરનું કામ કરવા માટે કોઈ માણસ નથી. તેમની દીકરી ઇન્દ્રજિતના પિતાને ત્યાં રહેતી લાગે છે. ઇન્દ્રજિતના પિતા પ્રોફેસર સેલારકા માંદગીની રજા પર છે અને માથેરાનમાં છે. ઑફિસમાં ઇન્દ્રજિતને ઘણું કામ રહેતું લાગે છે. તા. ૧૭થી ૨૧ દરમિયાન તેને ઘણા માણસો મળ્યા હતા. તેમાં સૌથી અગત્યના નેવલ ડિફેન્સના અધિકારીઓ હતા. નેવલ હેડક્વાર્ટર્સમાંથી ફ્લેગ ઑફિસર મુકર્જી, કમોડર રાઘવન અને નેવલ ફાઈનાન્સ અધિકારી કેપ્ટન ચક્રવર્તી, આ દિવસો દરમિયાન બે વખત ઇન્દ્રજિતને મળ્યા હતા. એ લોકો ઇન્દ્રજિતને શા માટે મળ્યા અથવા મળે છે તે સમજાતું નથી.

આ ઉપરાંત ઇન્દ્રજિતની પાછળ પણ એક આદમી ૨૪ કલાક હોય છે. મોટે ભાગે એકનો એક આદમી તેની પાછળ દેખાયા કરે છે, પણ હકીકતમાં બે માણસો તેના પડછાયાની જેમ તેનો પીછો કરે છે. તેમાંના એકનું નામ જૉન ફ્રાન્સિસ છે અને બીજાનું નામ વિષ્ણુ પવાર છે. જૉન અને પવાર કોઈ ડિટેક્ટિવ એજન્સીના માણસો નથી પણ પોલીસ રેકર્ડમાં આવી ગયેલા ખંધા ગુનેગારો છે.'

ઇન્દ્રજિતની પાછળ મુકાયેલા ઇન્વેસ્ટિગેટરનો એવો રિપોર્ટ હતો. આ જ પ્રમાણે પ્રેમાની પાછળ મૂકવામાં આવેલા ઑપરેટિવનો પણ રિપોર્ટ મિ. દસ્તૂર પાસે હતો.

'પ્રેમા ખૂબ જ વ્યગ્રતામાં જીવતી હોય તેમ લાગે છે. તેણે હાથમાં ક્રેમ્પ થયા છે તેવું હૉસ્પિટલમાં જણાવ્યું છે અને ઑપરેશન કરવાનાં બંધ કર્યાં છે તે બે વખત પવાઈમાં આવેલા ઇન્દ્રજિતના પિતા પ્રોફેસર સેલારકાના ક્વાર્ટર્સ પર તેની દીકરીને મળવા ગઈ હતી. તેની દીકરી અને સાસુ પવાઈ છે જ્યારે પ્રોફેસર સેલારકા અને તેમનો નોકર જીવણ માથેરાનમાં છે. ક્યારેક મોટર ચલાવતાં ચલાવતાં પ્રેમા રડતી હોય છે.'

એ બધા રિપોર્ટ્સ મિ. દસ્તૂરે ઝીણવટથી વાંચ્યા. તેમણે ચીફ ઑપરેટિવ બેન્દ્રેને બોલાવ્યો.

'આ રિપોર્ટ્સ પરથી તને શું લાગે છે બેન્દ્રે ?'

'આમ તો તમે જે અંદાજ કાઢ્યો છે તેવું જ કંઈ મને લાગે છે. ઉદેપુરમાં શૈલજા સાથેનું ઇન્દ્રજિતનું વર્તન સારું હતું તેમ અનુમાન કરવામાં ખોટું નથી. દસ્તૂર સાહેબ, તમે ધાર્યું હતું તે પ્રમાણે શૈલજા સાથે તે અમુક દિવસો, એક પ્રેમની માફક ગાળે છે તેવું દર્શાવવાનો તેનો ચોક્કસ ઇરાદો છે. છતાં તેને શૈલજાના શરીરમાં રસ હોય તેવું

લાગતું નથી.' બેન્દ્રેએ વિચારપૂર્વક કહ્યું. 'પણ મને મૂંઝવતી વાત એ છે શૈલજા પાછળ તેણે જો કોઈ માણસોને પીછો કરવાનું કામ સોંપ્યું હોય તો ક્યારેક તો એ માણસોને તે મળતો હોય ને !'

'હા... જો તેણે પોતે શૈલજાનો પીછો કરવા માણસ રોક્યા હોય તો...' મિ. દસ્તૂરે સિગાર ચેતાવી.

'એટલે સાહેબ ?'

'તને એવું નથી લાગતું કે કદાચ કોઈ ત્રીજી જ પાર્ટી ઈન્દ્રજિત પર નજર રાખતી હોય, કદાચ શૈલજાએ જ કોઈને એ કામ સોંપ્યું હોય...'

'શૈલજાએ ! પણ તો પછી શૈલજા એ પીછો કરનારાઓને ઓળખતી હોવી જોઈએ ને !' બેન્દ્રેએ પ્રશ્ન કર્યો. 'મને તો લાગે છે કે મિલિટરી ઈન્ટેલિજન્સના માણસો તેની પાછળ હોય... નેવલ ડિફેન્સના અધિકારીઓ તેને મળવા આવે છે. શક્ય છે કે નેવી માટે ઈન્દ્રજિતને કોઈ સ્ટ્રૉન્ગ રૂમ કે લૉકર્સ બનાવવાનું કામ સોંપ્યું હોય...'

'તે વાત બરાબર છે, પણ આ કામ માટે મિલિટરી ઈન્ટેલિજન્સના માણસો કોઈ ગુનેગારોની પસંદગી ન કરે. ઈન્દ્રજિતની પાછળ નજર રાખનારા રીઢા ગુનેગારો છે.' મિ. દસ્તૂરે કહ્યું.

'એ વિચિત્ર વાતો તો છે.' બેન્દ્રેએ કબૂલ કર્યું.

'વળી મને બીજી વિચિત્ર વાત એ લાગે છે કે પ્રેમા કેમ નર્વસ રહેતી હશે? દસ્તૂરે સાહેબે પ્રશ્ન કર્યો 'એ અને તેનો વર ઈન્દ્રજિત ઘેર શા માટે જમતાં નથી? શા માટે પોતાની દીકરીને તે સાસુ પાસે મૂકી આવી છે ? શા માટે તેણે હૉસ્પિટલમાં ઑપરેશન કરવાનાં પણ બંધ કર્યાં છે ?'

મિસ્ટર દસ્તૂરની કારકિર્દીમાં અનેક અટપટા કિસ્સા આવ્યા હતા એટલે એ મૂંઝાય તેવા ન હતા, છતાં અત્યારે તેમના ચહેરા પર ચિંતાની રેખાઓ તરી આવી હતી.

'આપણે રાહ જોવી પડશે.' તે બોલ્યા. 'આવતે શનિવારે શૈલજા અને ઈન્દ્રજિત મહાબળેશ્વર જશે. કમલ અને મોના પણ જશે. કુકૂઝ નેસ્ટમાં મેં બંદોબસ્ત કરાવી દીધો છે. જોઈએ શું થાય છે.'

●

શૈલજાનો પતિ સંજીવ પરદેશથી ૨૪મી તારીખે પાછો આવવા નીકળવાનો

હતો. તે કલકત્તા થઈને આવવાનો હતો એટલે ૨૬ કે ૨૭મી તારીખ પહેલાં આવે તે શક્ય ન હતું. પરિણામે ઇન્દ્રજિતના કહ્યા પ્રમાણે આ અઠવાડિયું પણ શૈલજાને મહાબળેશ્વર જતાં કોઈ તકલીફ પડે તેમ ન હતી. તેમ છતાં શૈલજાએ નક્કી કર્યું હતું, આ વખતે, પાછી અમદાવાદ આવતાં પહેલાં તે પ્રેમાને મળીને જ આવશે.

બરાબર ૨૨મી તારીખે શનિવારે ચાર વાગ્યે રેસકોર્સ ક્લબમાં ઇન્દ્રજિત આવ્યો હતો. જાણે વર્ષોથી પ્રેમ કરતો હોય તેવી જ રીતે શૈલજાને મળ્યો હતો. ક્લબની લાઉન્જમાં તેણે શૈલજાને પોતાની બાથમાં પણ સેરવી લીધી હતી. ત્યાં પ્રથમ વાર શૈલજાને બે પરિચિત વ્યક્તિઓ મળી હતી. શૈલજાને તે લોકો બરાબર ઓળખતા હતા અને બંને વિચારમાં પણ પડી ગયા હતા.

લક્ઝરી ટેક્સી કરીને ઇન્દ્રજીત શૈલજાને મહાબળેશ્વર લઈ ગયો હતો. સૌ પહેલાં તો તેનો પ્લાન 'આરામ'માં ઊતરવાનો હતો પણ ગયા અઠવાડિયે જ તેને મોના અને કમલ સાથે પરિચય થયો હતો અને તેમણે કુકૂઝ નેસ્ટમાં ઊતરવાનું આમંત્રણ આપ્યું હતું.

'માફ કરજો મિ. સેલારકા, તમે મને ફોન કેમ ન કર્યો ?' કમલે શૈલજા અને ઇન્દ્રજિતને આવકારતાં કહ્યું. 'તમારે માટે હું સારો કમરો રાખી શકત. અમારા મામાની આ હોટેલમાં ત્રીસ જ મહેમાનો સમાઈ શકે છે. ખેર ! ચિંતા નહિ. તમને અમારા કમરામાં ગોઠવીશું. અમે બે દિવસ મામાસાહેબની સાથે રહીશું.' ઇન્દ્રજિતની આનાકાની છતાં તેમણે એક કમરામાં તેમની ગોઠવણ કરી.

મોનાએ હોટેલના માલિક મામાસાહેબ પગારેની ઓળખાણ કરાવી. 'આ હોટેલના માલિક છે...'

'હવે માલિક શેનો ? મિ. ઇન્દ્રજિત, આ મારી ભાણેજીએ અને તેના વરે મારે માથેથી બધો ભાર ઉતારી દીધો છે.' મામાસાહેબે હસીને કહ્યું.

●

તે દિવસની રાત શૈલજા અને ઇન્દ્રજિતે એ નાનકડા કમરામાં ગાળી. મોડી રાત સુધી મોના અને કમલ તેમની સાથે રહ્યાં હતાં.

'બસ હવે તમે જશો ?' ઇન્દ્રજિતે નફટાઈથી આંખ મારીને કમલને બહાર કાઢ્યો હતો. મહામુશ્કેલીઓ પોતાની પ્રેમિકા સાથે રાત ગાળવાની તક મળી હોય તેવી જ રીતે ઇન્દ્રજિત વર્તતો. તેણે કમરાનું બારણું બંધ કર્યું. પણ તેને ખબર ન હતી કે કમરામાં માઈક્રોફોન છુપાવેલું હતું. અને શૈલજા-ઇન્દ્રજિત શું વાતો કરે છે તે બીજા કમરામાં 'ટેપ' થતી હતી.

'ઈન્દ્રજિત, તારા કહેવા પ્રમાણે બે શનિ-રવિ તારી સાથે ગાળ્યા છે. તારો ઈરાદો મને સમજાતો નથી. પણ એક વાત તને કહું કે હવે પછીના શનિ-રવિ મારાથી ઘર બહાર નહિ નીકળાય. મારો વર પરદેશથી પાછો આવી જશે.' શૈલજાએ કહ્યું.

'મને ખબર છે, પણ તારે આવવું પડશે. તને હેરાન કરવાનો મારો કોઈ ઈરાદો નથી. તું કેવળ મારી પાસે આવે તે જ મારે જોઈએ છે. તું નહિ આવે તો મારે બળજબરી કરવી પડશે. તારા પત્રો અને ફોટાઓને શસ્ત્ર તરીકે ઉપયોગમાં લેવા પડશે.' ઈન્દ્રજિતે એકીશ્વાસે કહ્યું.

'તેનાથી કોઈ ફાયદો નહિ થાય. મારા વરને ખબર પડવાની જ છે કે હું ઉદેપુર અને ત્યાર પછી અહીં મહાબળેશ્વર તારી પાસે આવીને રાત રહી હતી. ' શૈલજાએ કહ્યું.

'આવતા શનિ-રવિ પછી ખબર પડશે તો પરવા નથી. પણ તે પહેલાં હું ચિરંજિતલાલને એ પત્રો ને ફોટા બતાવીશ. તેમને છિનાળ પુત્રવધૂ તરફ પ્રેમ નહિ ઊપજે.'

'શટ અપ...' શૈલજા તાડૂકી. 'મને આઘાત એ લાગે છે કે પ્રેમા આટલી નીચ, આટલી હલકી... આટલી બદમાશ...'

'ચૂપ કર. મને ગુસ્સે ન કર. પ્રેમા જેવી સ્ત્રી આ જગતમાં મળવી મુશ્કેલ છે.'

'ખરેખર મુશ્કેલ છે.' ફિક્કું હસીને શૈલજા બોલી. 'નહિ તો તારા આ ગંદા કાવતરામાં સામેલ કેવી રીતે થાય ?'

'તું બોલવાનું બંધ કર. પ્રેમાને માથે શું વીતે છે તે હું જ જાણું છું.' ઈન્દ્રજિત બોલી ઊઠ્યો. તેણે મોં ફેરવી લીધું. કેમ જાણે ન બોલવાનું બોલી ન ગયો હોય !

'એટલે ?'

'એટલે કંઈ નહિ... તું ચૂપચાપ સૂઈ જા. આપણે કાલે આખા મહાબળેશ્વરમાં ફરવાનું છે... પ્રેમીઓની માફક... અને ફરી એક વાર તને કહું છું – આવતા શનિવારે બપોરે એક વાગ્યે તું લવર્સ નૂકમાં હાજર રહેવી જોઈએ. હું ત્યાં નહિ હોઉં. હું ઑફિસમાં હોઈશ. નેવલ ડિફેન્સ અધિકારીઓ સાથે મિટિંગમાં હોઈશ. તારે મને ફોન કરવાનો... તું ખૂબ ધમપછાડા કરીશ પછી તને મારી સાથે કનેક્શન કરી આપશે. પછી હું વાત કરીશ. હું જે બોલું તે જ તારે સાંભળ્યા કરવાનું. હું શનિવારે સાંજે તને લવર્સ નૂક પર મળીશ.'

'પણ શા માટે દર અઠવાડિયે તું કંઈક ને કંઈક ગોઠવે છે ?' શૈલજાએ પૂછ્યું.

'મારે એક યોજના પાર પાડવાની છે.'

'શેની યોજના ?

'કહ્યું તો ખરું કે કરોડપતિ થવાની.' ઈન્દ્રજિતે કહ્યું અને બત્તી બુઝાવી.

બાજુના કમરામાં મોના અને કમલ આ વાર્તાલાપ સાંભળતાં હતાં. ટેપરેકર્ડર પર તે રેકર્ડ પણ થયો. તેમણે રેકર્ડરની સ્વિચ ઑફ કરી.

●

રવિવાર તેમણે મહાબળેશ્વરમાં ફરવામાં ગાળ્યો હતો. શૈલજાને તેમાં કોઈ રસ ન હતો. ઈન્દ્રજિત કહે તે પ્રમાણે તે કરતી હતી. સોમવારે સવારે બંને મુંબઈ આવ્યાં હતાં. શૈલજાનો ઈરાદો પ્રેમાને મળવાનો હતો પણ ઈન્દ્રજિત કાબેલ નીવડ્યો. સોમવારે સવારના વિમાનમાં જ તેણે શૈલજા માટે ટિકિટ બુક કરાવી હતી. તેનું વિમાન ઊપડ્યું ત્યાં સુધી તે ઍરપૉર્ટ પર રોકાયો અને પછી ઑફિસે ગયો.

●

મિસ્ટર દસ્તૂરની ઑફિસમાં વળી પાછા રિપોર્ટ્સ આવ્યા. શૈલજા અને ઈન્દ્રજિતની વાતચીત રેકર્ડ કરેલી 'સ્પૂલ' પણ વગાડી જોવામાં આવી.

'વિચિત્ર ! હજુ પણ આપણને સમજાતું નથી કે આ આદમી શું કરવા માગે છે. હવે તો તંગ થઈ જવાય છે !' બેન્દ્રેએ ઉદ્ગાર કાઢ્યો.

'મને આ ઈન્દ્રજિતની સ્થિતિ અજબ લાગે છે. કદાચ નેવલ ડિફેન્સના અધિકારીઓ તેની પાસે કંઈક કરાવવા માગતા હોય... ઓહ ઈશ્વર, મારી બુદ્ધિ કેમ ચાલતી નથી ! મને સમજાતું કેમ નથી – ખેર ! સંજીવ માટે તમે એક રિપોર્ટ તૈયાર કરો... કમ-સે-કમ મારે તેને બધી વાત કરવી પડશે...'

પરદેશથી પાછા આવતાં સંજીવ કલકત્તા થઈને આવ્યો. તારીખ ૨૭મીએ તે અમદાવાદ ઊતર્યો ત્યારે વિમાનઘર પર શૈલજા તેને લેવા આવી હતી. વિમાનઘરની ચકચકિત ફરસ પર પીળાં વસ્ત્રો પહેરીને ઊભેલી શૈલજા અલૌકિક લાગતી હતી. પીળી સાડી અને પીળી ચોળી અને વાળમાં નાખેલી પીળી વાસંતીની વેણી... સંજીવે તેની સ્વપ્નસુંદરી સામે જોયું. શૈલજાના સ્મિતમાં કોઈ અજબ આસવ હતો. તેના ચમકતા મોતી જેવા દાંત અને કંડારેલા – ઓછી લિપસ્ટિક લગાડેલા હોઠમાં કંઈક એવું હતું કે જે કોઈને પણ જકડી રાખે. તેની સામું જોનાર ભાગ્યે જ પોતાની આંખ

હઠાવી શકે. સંજીવે તેને સહેજ બાથમાં લીધી. તેની પત્નીના ચહેરા પરની રેખાઓ પરથી તે કંઈક પામવા પ્રયત્ન કરતો હતો. સંજીવ તેની પત્નીના અંગે અંગથી, તેના સ્વભાવથી, તેના મિજાજથી સંપૂર્ણતઃ પરિચિત હતો જ. શૈલજાના ખુશનુમા ચહેરા પરથી પણ તેની ચિંતાગ્રસ્તતા તેને દેખાતી હતી, છતાં એ સ્વસ્થ હતી.

'શું કર્યું તેં ૧૫મી તારીખે ? મારો તાર મળ્યો હતો ?' સંજીવે પહેલો જ પ્રશ્ન કર્યો.

'મને એમ કહ્યું હતું કે તું સિંગાપુરથી કૉલ કરીશ.' શૈલજાએ કહ્યું.

'કરત પણ મને ખાતરી હતી કે તું ઘેર નહિ હોય.'

'એવું જ થયું હતું. હું ઉદેપુર ગઈ હતી.' શૈલજાએ ખૂબ જ સ્વાભાવિકતાથી કહ્યું. 'તારી ગેરહાજરીમાં જબરી મજા કરી... ઈન્દ્રજિત આવ્યો હતો. ગયે શનિ-રવિએ પણ હું મહાબળેશ્વર ગઈ હતી.' શૈલજાએ સાચવીને એ પણ કહી દીધું.

'અચ્છા ! તો તો તને કંટાળો નહિ જ આવ્યો હોય.'

'ન આવે ? તને ખબર નથી આ દિવસો દરમિયાન કોણ જાણે કેમ પળે પળે હું તને યાદ કરતી હતી...'

'ના હોય ? હું તને પળે પળે ભૂલવા મથતો હતો.' સંજીવે હસીને કહ્યું. બંને જણ વિમાનઘરના બેઠા ઘાટના મકાનની બહાર નીકળ્યાં. અને સાગર એન્ટરપ્રાઈઝના માર્કાવાળી કેડિલેકમાં ગોઠવાયાં. ત્યાં ઊભેલાં બધા જ લોકોનાં મોંમાંથી એક આહ નીતરી આવી.

●

ઘેરથી તૈયાર થઈને સંજીવ ઑફિસે ગયો. શૈલજા પોતાની જાત પર ભારે મુસીબતે કાબૂ રાખી રહી હતી. બે અઠવાડિયાંથી તે અપાર 'ટૅન્શન' અનુભવી રહી હતી. આ શનિવારે શું બહાનું કાઢીને ઈન્દ્રજિત પાસે જવું ? જરૂર આ શનિ-રવિ તો સંજીવ તેની સાથે જ રહેશે... રહેવાનો આગ્રહ રાખશે... તે અકળાઈ ઊઠી. ઘડીભર તેને થયું કે તે સંજીવને બધું જ કહી દે... એ પહેલાં તેણે પ્રેમાને ફોન જોડવાનો નિર્ણય લીધો.

'હલો પ્રેમા...!' જેસ્મિન હૉસ્પિટલ પર પ્રેમા સાથે તેણે ફોન કનેક્ટ કરાવ્યો.

'તારે શું કામ છે ? શા માટે તું ફોન જોડ્યા કરે છે ? મેં તને કહ્યું ન હતું કે તારે વારંવાર ફોન કરવાની જરૂર નથી ?' પ્રેમાએ તદ્દન તોછડાઈથી કહ્યું. શૈલજાને ઘડીભર એ ફોન પછાડીને બંધ કરવાની ઈચ્છા થઈ આવી.

'તું ગુસ્સે થાય છે કારણ તું મારી પરિસ્થિતિમાં નથી અને ઈશ્વર કરે અને તું કદીય એવી પરિસ્થિતિમાં ન મુકાય... પ્રેમા, હું તને કેટલો પ્રેમ...'

'બસ... બસ... લાગણીવેડા નહિ જોઈએ... જે વાત કરવી હોય તે પતાવ જલદી...' પ્રેમાએ જડતાથી કહ્યું.

'અચ્છા ! તારું વલણ એવું જ હોય તો મને પણ પરવા નથી.' શૈલજાનો ચહેરો લાલચોળ થઈ ગયો હતો. 'તારા એ નાલાયક વરને કહી દેજે કે આ શનિ-રવિ મારાથી મુંબઈ તેની સાથે "રાત" ગાળવા નહિ અવાય. મારો વર સંજીવ છે... એ તો તને ખબર જ છે ને...' કહીને શૈલજા ફોન પછાડવા જતી હતી ત્યાં જ પ્રેમા બોલી ઊઠી.

'નહિ... નહિ શૈલુ...' પ્રેમાનો અવાજ તરડાતો હતો. 'તું બધી બાજી ઊંધી વાળીશ.'

'શેની બાજી ? તમે લોકો મને કહેતાં કેમ નથી કે તમે શું કરવા ધારો છો ? આ બધું શું છે ?' શૈલજા બોલી. પ્રેમા થોડી વાર શાંત રહી. શૈલજાને લાગ્યું કે તેની પાસે કોઈ જવાબ ન હતો, અથવા તો તે હાથે કરીને ચૂપ રહેતી હતી.

'શૈલજા, હું તારા વરને ફોન કરું છું પછી તો તને આવવાનું બહાનું મળશે ને ?' પ્રેમાએ ધીરે અવાજે કહ્યું.

'તારે જેમ કરવું હોય તેમ કર. મને તો લાગે છે કે મારે મારા વરને બધી વાત કરી દેવી પડશે. મારું જે થવાનું હોય તે થાય.'

'એવું કરવાની ભૂલ ન કરીશ, શૈલજા. હું તને કદી માફ નહિ કરું, કદી નહિ...' કહીને પ્રેમાએ ફોન મૂક્યો. તેના છેલ્લા વાક્યમાં ગજબ દર્દ હતું કે ધમકી તે શૈલજાને સમજાયું નહિ.

'કમાલ છે ! ચોરી અને ઉપરથી શિરજોરી ?' શૈલજા બોલી ઊઠી.

●

સોલી ઍન્ડ સહગલનું કાર્ડ મોકલાવીને પ્રબોધ શાહ સંજીવની આલિશાન ઑફિસમાં દાખલ થયો. અંદર આવીને તેણે એક સીલ કરેલું પરબીડિયું સંજીવના ટેબલ ઉપર ગોઠવ્યું.

'હું સોલી ઍન્ડ સહગલ ડિટેક્ટિવ એજન્સીનો અમદાવાદ ખાતેનો પ્રતિનિધિ છું. મિ. દસ્તૂરે આ ઍન્વેલપ મોકલ્યું છે. તે તમારે માટે છે. આમાં જે કાંઈ લખેલું છે તે વાંચીને તમારે કોઈ પગલાં લેવાના નથી. આ તો કેવળ તમને બધી વિગતોથી

વાકેફ કરવા માટેનો રિપોર્ટ છે.' પ્રબોધે ચેતવણી આપતા સ્વરે કહ્યું, 'તમારે કશું જ કરવાનું નથી. કંઈ પણ પ્રશ્ન હોય તો તમારે મને ફોન કરવાનો.' કહીને તેણે ફોન નંબર આપ્યો. 'મને આ નંબર પરથી તરત સંદેશો મળી રહેશે.'

સંજીવે તેનો આભાર માનીને તેને રવાના કર્યો અને એકચિત્તે તેણે દસ્તૂર અંકલ તરફથી મળેલો રિપોર્ટ વાંચવા માંડ્યો. ખાસ્સો લાંબો એ રિપોર્ટ હતો. જેમ જેમ તે વાંચતો ગયો તેમ તેમ તેના મગજમાં અનેક વિચારો અને પ્રશ્નો ઊભા થતા ગયા.

સોલી દસ્તૂર ખૂબ જ કાબેલ આદમી હતા. છતાં સંજીવને દહેશત હતી કે ક્યાંક કંઈક ભૂલ છે. તેને એ સમજાતું ન હતું કે શૈલજા પાછળ ઈન્દ્રજિત પોતે શું કરવા માણસો ગોઠવે ! શા માટે ઈન્દ્રજિત ખુદ પોતાની પાછળ પણ આદમીઓ મૂકે... એ વિચિત્ર લાગતું નથી ? જોકે સોલી દસ્તૂરને પોતાને પણ એ વિચિત્ર લાગતું તો હશે જ... છતાં એ આ આદમીઓ દ્વારા તે પોતાની જ બાબતોનો ચોવીસ કલાકનો અહેવાલ તો તૈયાર નહિ કરાવતો હોય ને ! વળી આજ દિન સુધી તેના મગજમાં એ ઊતરતું ન હતું કે સૌ પ્રથમ જ્યારે શૈલજા ઈન્દ્રજિતના ફ્લૅટ પર ગઈ ત્યારે તેની પાછળ કેવી રીતે આદમી પડ્યો હતો.

અને પ્રેમાએ ઘેર ખાવાનું કેમ છોડી દીધું હશે ? તેના ઘરમાંથી નોકરોને પણ તેણે પવાઈ મોકલી દીધા હતા ? તેની સાસુ પાસે તેણે પોતાની દીકરીને શા માટે મોકલી દીધી હશે ? વગેરે અનેક સવાલ સંજીવના મનમાં ઊઠતા રહ્યા. તે વિચારોમાં ખોવાયો હતો ત્યાં જ તેનો અંગત ફોન રણકી ઊઠ્યો.

'હલો...' તેણે ફોન ઉઠાવ્યો.

'હલો... હું પ્રેમા બોલું છું.'

'ઓહ પ્રેમા !' સંજીવ આશ્ચર્યથી બોલ્યો. પણ તરત જ તેણે પોતાના અવાજને કાબૂમાં લીધો. 'અરે પ્રેમી, કેટલા દિવસે ફોન કરે છે !'

'તું મજામાં છું ને સંજુ ! ખેર... મેં ફોન એટલા માટે કર્યો હતો કે તું શૈલજાને આ શનિ-રવિ મને મળવા મુંબઈ મોકલજે. મારે થોડું અંગત કામ છે.'

'માઈ ગૉડ ! તું ધરાતી લાગતી નથી. છેલ્લા બે શનિ-રવિથી તો તે તારી પાસે જ હોય છે.' સંજીવે કહ્યું. પ્રેમા સહેજ ખચકાઈ, તેમ છતાં તેને ખાતરી હતી કે શૈલજાએ પૂરી વાત તો સંજીવને નહિ જ કહી હોય.

'તો શું થઈ ગયું ? તારી સાથે એ પાંચ પાંચ વર્ષથી શનિ-રવિ ગાળે છે તો મારી સાથે બે-ચાર "વીક એન્ડ" ગાળે તેમાં વાંધો શું છે ?'

'વાંધો ક્યાં છે.... મને તો નવાઈ લાગે છે કે તને સમય ક્યાંથી મળી રહે છે !'

'અરે ભાઈ... આજકાલ ઑપરેશન્સમાંથી મુક્તિ છે. મારા હાથમાં "કૅમ્પ" થયા છે. વળી ટીની પણ સાસુમા પાસે છે.' પ્રેમાએ સ્વાભાવિક અવાજે કહ્યું.

'એમ ! તો ટીનીને ત્યાં મૂકી આવ્યાં છો ! હવે તો ટીની મોટી લાગતી હશે ! કેટલાય વખતથી મેં જોઈ નથી. અને સેલારકા સાહેબ ?'

'મારા સસરાની તબિયત જરા નરમ-ગરમ રહે છે.' પ્રેમાએ જવાબ આપ્યો. 'એ માથેરાન કૉટેજ પર આરામ કરવા ગયા છે.'

'હંમ... ત્યારે તો પતિ-પત્ની હનીમૂન જેવો સમય ગાળો છો એમ જ ને !!' સંજીવ બોલ્યો.

'હા, પણ તું ચોક્કસ શૈલજાને મોકલજે. મેં તેની સાથે વાત કરવા ફોન જોડ્યો પણ લાગતો નથી.' પ્રેમાએ ગપ્પું માર્યું.

'સારું, હું શૈલજાને કહીશ. કદાચ આવતા શનિ-રવિ મારે દિલ્હી જવાનું થાય. જો તેમ થશે તો શૈલજાને ઠીક રહેશે.' સંજીવે સૂચક રીતે ઉમેર્યું.

'તારે દિલ્હી જવાનું થાય કે ન થાય, પણ શૈલજાને તું અહીં મોકલજે.'

'પણ શું કામ છે તે તો કહે !'

'તારે શી પંચાત...' પ્રેમાએ વાત કાપી નાખી.

'આજકાલ ઈન્દ્રજિત શું કરે છે ?'

'તેને તો ફુરસદ જ ક્યાં છે ? હમણાં હમણાં ડિફેન્સનું કંઈક કામ ચાલે છે.'

'ડિફેન્સનું ? કેમ લશ્કરમાં ભરતી થયો છે ?' સંજીવે પૂછ્યું.

'ના રે ભાઈ, નેવલ ડિફેન્સ એસ્ટાબ્લિશમૅન્ટ તરફથી તેની કંપનીને કંઈક કૉન્ટ્રેક્ટ મળવાના છે તેની ગડભાંજ...'

'એમ ! ત્યારે તો તેનો આખો દિવસ સિક્રેટ એજન્ટ જેવો જ જતો હશે.' સંજીવે હસીને કહ્યું. પણ પ્રેમા હસી નહિ. તેણે થોડીક આડીઅવળી વાતો કરીને ફોન મૂક્યો.

●

સંજીવે એક કલાક પછી દસ્તૂર અંકલને ફોન કર્યો : 'હલો અંકલ, તમારો રિપોર્ટ વાંચી ગયો. શું લાગે છે તમને ?'

'It beats me... હજુ મને કંઈ સમજાતું નથી. પણ ઈન્દ્રજિત કોઈ ખતરનાક રમત રમી રહ્યો છે તેમાં મને શંકા નથી. આ શનિવારે, મારું ધારવું છે કે, આપણને ચોક્કસ ખબર પડશે જ.'

'પણ અંકલ, પ્રેમા અને ઈન્દ્રજિત છેલ્લાં ત્રણ અઠવાડિયાંથી ઘેર જમતાં નથી અને રાતે સૂતી વખતે જ ઘેર આવે એ નવાઈની વાત નથી ?' સંજીવે પૂછ્યું.

'મને લાગે છે કે ઈન્દ્રજિત એવું કંઈક કરવા માગે છે જેમાં આ બધી બાબતો મદદરૂપ થાય. મેં તેના ઘર પર નજર રાખવા માટે પણ એક ઑપરેટિવ મૂક્યો હતો, પણ તેને ઘેર કોઈ જ આવતું જતું નથી.' દસ્તૂર અંકલે કહ્યું.

'બીજી નવાઈની વાત તો એ છે કે જ્યારે શૈલજા સૌ પ્રથમ વાર ઈન્દ્રજીતને મળવા માટે લવર્સ નૂકમાં હોટેલ પર ગઈ ત્યારે ઈન્દ્રજિતે તેને સ્ટેશનથી જ સીધા હોટેલ પર જવાની સૂચના આપી હતી. પણ શૈલજાએ સ્ટેશન પર ઊતરીને ઈન્દ્રજિતને ઘેર પહેલાં જવાનું નક્કી કર્યું અને ત્યાંથી કોઈએ તેનો પીછો કર્યો... હવે ધારો કે ઈન્દ્રજિતે જ તેનો પીછો કરવાનું કહ્યું હોય તો તેની શી ખબર પડી કે શૈલજા તેને ઘેર જશે ?' સંજીવે પૂછ્યું.

'અરે ! સાવ સીધી વાત છે. ઈન્દ્રજિતે કોઈને બૉમ્બે સેન્ટ્રલથી જ શૈલજાનો પીછો કરવાનું કામ સોંપ્યું હોય !' અંકલે ફોનમાં કહ્યું. સંજીવ ચૂપ રહ્યો. તેને આ સાદી વાત મગજમાં ઊતરતી ન હતી. જો શૈલજાનો પીછો બૉમ્બે સેન્ટ્રલથી જ કોઈ કરતું હોય તો તે આદમી પેલા લિફ્ટમૅનને પૂછત નહિ. તે ઈન્દ્રજિતના મકાનની બહાર જ ઊભો રહે અને શૈલજા બહાર નીકળે તેની રાહ જુએ.

સંજીવના મનમાં ઊલટાસૂલટી સવાલો ઊઠતા હતા. એ શૉફર જેવો દેખાતો માણસ જો ઈન્દ્રજિતના ઍપાર્ટમેન્ટ પર નજર રાખતો હોય તો ક્યાં બેઠો હોય ? જરૂર તે લિફ્ટની સામે કે પૅસેજમાં તો ન જ બેસે ને ! એમ કરે તો જરૂર કોઈ તેને પૂછ્યા વગર ન રહે. તો પછી તેને કેવી રીતે ખબર પડી કે શૈલજા ઈન્દ્રજિતના ઍપાર્ટમેન્ટમાં જ જતી હતી ? કદાચ દસ્તૂર અંકલ વિચારે છે તેમ ઈન્દ્રજિતે આદમીને પહેલેથી જ કહ્યું હોય કે આમ બનશે... તેમ છતાં એ માણસને લિફ્ટમૅનને શા માટે પૂછવું પડે... તો પછી શું ? સંજીવે વિચાર્યું અને કેટલાંક નિર્ણયો લીધા.

તેણે વિજયને બોલાવ્યો. વિજય મલહોત્રા સંજીવનો અંગત મદદનીશ હતો... સંજીવનો બૉડીગાર્ડ... ટેનિસ પાર્ટનર અને મિત્ર જે કહો તે બધું જ હતો. ખાવું, પીવું અને ટેનિસ રમવું એટલું જ કામ મોટે ભાગે તેને કરવાનું રહેતું. ટેનિસનો એ નેશનલ કક્ષાનો ખેલાડી હતો. હજુ તેની ઉમ્મર ચોવીસ વર્ષની જ હતી. ટેનિસમાં તેની પ્રગતિ અસાધારણ હતી, સાગર ઔદ્યોગિક સાહસોમાં તેનો પગાર ઊધરતો.

'વિજય... આપણી બેન્ટલે ટુ સીટર લઈને તારે મુંબઈ જવાનું છે. પરમ દિવસે સવારે ચાર વાગ્યે હું મુંબઈ આવીશ. તારે ઍરપૉર્ટ પર મને લેવા આવવાનું છે... તારી સાથે મારી ઓવરનાઈટ બૅગ... અને લુગર લઈને તારે જવાનું છે.'

'શું કહ્યું... બૉસ...લુગર ?'

'હા હા. લુગર...' સંજીવે કહ્યું. જોકે વિજયને આશ્ચર્ય થાય તેમાં સંજીવને નવાઈ ન લાગી. છેલ્લાં સાત વર્ષથી એ જર્મન બનાવટની લુગર-ઑટોમેટિક મશીન-પિસ્તોલ તેના ઘરમાં હતી. પણ વર્ષમાં બે-ત્રણ વખત કેવળ તે ચાલુ હાલતમાં છે કે નહિ તે જોવા માટે જ ફોડવામાં આવતી. ફક્ત નિયમિત રીતે તેની સાફસૂફી જ કરવામાં આવતી.

'માઈ... બૉસ કંઈ બૅન્ક લૂંટવાની નથી ને ?' વિજયે પૂછ્યું.

'એવું જ કંઈક છે.' સંજીવે કહ્યું. ત્યારે તેને ખ્યાલ ન હતો કે એથીય ભયાનક કંઈક બનવાનું છે. વિજયને તેણે બેન્ટલ ગાડીનું સંપૂર્ણ ચેકિંગ કરાવી લેવાની સૂચના આપી. 'ઓ.કે., તું જા, પરમ દિવસે ઍરપૉર્ટ પર મળજે.'

વિજયને પૂછવાનું તો મન થયું કે તે શું કરવા ધારે છે, પણ તેણે પૂછ્યું નહિ. સંજીવ ખપ પૂરતી વાત કરવામાં માનનારો આદમી હતો.

●

સાગરમહાલના સ્વિમિંગ-પુલમાં ફરી એ દૃશ્ય રચાયું હતું. શૈલજા ચિંતાતુર હતી છતાં સંજીવના દૈનિક કાર્યક્રમને તોડવાની તેની ઇચ્છા ન હતી. વળી બે અઠવાડિયે તે સંજીવને મળતી હતી.

'અરે વાહ... આજ કંઈ તને પીળા રંગની દિલચસ્પી થઈ આવી છે ?' સ્વિમિંગ કૉસ્ચ્યૂમ પહેરીને બહાર આવેલી શૈલજા તરફ તે જોઈ રહ્યો અને બોલ્યો. શૈલજાએ પીળા રંગના કૉસ્ચ્યૂમ પહેર્યા હતા. પાણીમાં પડ્યા પછી સંજીવને લાગતું હતું કે રોજ કરતાં તેની પત્નીનાં અંગો આજે વધુ ગરમ લાગતાં હતાં. તેને એ પણ ખ્યાલ આવ્યો કે આજે શૈલજા તેને વધુ આનંદિત કરવા પ્રયત્ન કરી રહી છે.

પરિણયનાં પાંચ વર્ષોમાં કદીય ન અનુભવી હોય તેવી એ રાત હતી. શૈલજાએ સંજીવને આખી રાત જકડી રાખ્યો હતો. તેનાં ગૌર રેશમી અંગોમાં કોઈ અનેરો આવેગ પ્રગટ્યો હતો. સંજીવ પોતે પણ ઘડીભર શૈલજાના ચુંબનોથી અકળાઈ ઊઠ્યો હતો. પ્રેમનો અસ્ખલિત સ્રોત આજે અતિ ઝડપથી વહેતો હતો. બેડરૂમના અરીસામાં એ પતિપત્નીનાં આલિંગનોનાં પ્રતિબિંબ દેખાતાં હતાં. શૈલજા આજે બેફામ બનીને પ્યાર કરી રહી હતી. તેને એમ જ હતું કે આજનો દિવસ તેના લગ્નનો છેલ્લો જ દિવસ છે. કદાચ સંજીવ આજ પછી ક્યારેય તેને બોલાવશે નહિ. કદાચ તેના નામથી પણ તિરસ્કારથી ભભૂકી ઊઠશે... શૈલજાને ભય હતો કે આ શનિ-રવિમાં ઇન્દ્રજિત તેની પાસે એવું કંઈક કરાવશે જે જિંદગીભર ભૂલી નહિ શકાય... ભૂંસી પણ નહિ શકાય...

ઈશ્વરે ઊંઘ આપીને માનવી પર કેટલો આશીર્વાદ ઢોળ્યો છે ! સાગરમહાલના બેનમૂન શયનખંડમાં આછી આસમાની રેશમની ચાદર પર સૂતેલી પત્નીને જોઈને સંજીવ વિચારી રહ્યો હતો. અઠ્ઠાવીસમી તારીખની એ સવાર હતી. શૈલજાનો ચહેરો એવો ને એવો જ હતો. તેનાં અંગોમાં એટલી જ માદકતા હતી. તેના પ્રેમમાં એટલો જ ઉન્માદ હતો, જેટલો સંજીવ પરિણયની પ્રત્યેક પળે પળે માણતો હતો. છતાં સંજીવને એક અસાધારણ વ્યથા થતી હતી. તે જાણતો હતો કે ઈન્દ્રજિત પોતાની પત્ની પાસે કંઈક અજુગતું કામ કરાવવાનો છે. શું કામ કરાવવાનો છે તેની તેને હજુ પણ ખબર ન હતી. તેણે બેલાશક સોલી ઍન્ડ સહગલ ડિટેક્ટિવ એજન્સીને આ કેસ સોંપ્યો હતો, પણ તેને હૈયે ધરપત નહોતી. પીઢ ડિટેક્ટિવ સોલી દસ્તૂર પણ કંઈક ખોટી ધારણા પર થિયરી બાંધી રહ્યા હોય તેવું તેને લાગતું હતું. વળી તેમાં એમનો વાંક પણ નહોતો. ઈન્દ્રજિત શૈલજાને બોલાવતો હતો પણ કશું કહેતો નહોતો, કોઈ પગલું લેતો નહોતો. એટલે સ્વાભાવિક જ તેની મકસદ અજાણી જ રહી હતી.

સંજીવ સુંવાળી પથારીમાંથી બેઠો થયો. શૈલજાના સોનાગેરુ જેવા શરીર પર તેણે રેશમી પિછોડી નાખી. નીચે ઝૂકીને તેણે તેના ગળા પર ચુંબન કર્યું. તે શૈલજાને ચાહતો હતો. પંણ આજ પહેલી વાર પોતાની પત્ની તેને અજાણી લાગતી હતી. ૨૮મી તારીખ પણ રોજિંદા સામાન્ય વ્યવહારમાં વીતી. શૈલજાને એક વાતની રાહત હતી કે પ્રેમાએ જ સંજીવને ફોન કરીને શૈલજાને મુંબઈ મોકલવાનું કહ્યું હતું. એટલે સંજીવ પાસે કોઈ બહાનું બતાવીને તેને જવું પડે તેમ ન હતું. રાતના મેલની ટિકિટ પણ સંજીવે મંગાવી રાખી હતી. સ્ટેશન પર પણ સંજીવ તેને મૂકવા આવ્યો હતો. ટ્રેન ઊપડી ત્યાં સુધી શૈલજા ઍરકન્ડિશન્ડ કોચના બારણા પાસે ઊભી રહી હતી. તેને એમ લાગતું હતું કે હવે કદીયે અમદાવાદ આવવાનું થશે નહિ. સ્ટેશન પરની ભીડમાં ગાડી સરી... પ્લૅટફૉર્મ પર ઊભેલા માનવીઓ વચ્ચે, જ્યાં સુધી પોતાનો વર દેખાતો રહ્યો ત્યાં સુધી શૈલજાએ હાથ હલાવ્યા કર્યા. ગાડી પ્લૅટફૉર્મની બહાર સરી પછી તે પોતાના કંપાર્ટમૅન્ટમાં ચાલી ગઈ.

શૈલજાને સ્ટેશન પર મૂકીને સંજીવ ઘેર આવ્યો. સાગરમહાલમાંથી શૈલજા ક્યાંય જતી તો જાણે એવું લાગતું હતું કે એ ભવ્ય હવેલીમાંથી સોડમ ચાલી જતી. પણ સંજીવ અત્યારે એ એકલતાનો અનુભવ કે તેનું પૃથક્કરણ કરવાના મૂડમાં નહોતો. તેણે શર્માને બોલાવ્યો. સાગરમહાલમાં રહેતા કોડીબંધ કર્મચારીઓમાં શર્માનો પણ સમાવેશ થતો. પૂરણ શર્મા ઍરફૉર્સમાંથી નિવૃત્ત થયેલો સ્ક્વૉડ્રન લીડર હતો.

હવાઈદળમાંથી છૂટ્યા પછી તે સાગર એન્ટરપ્રાઇઝમાં જોડાયો હતો. સાગર કુટુંબ પાસે જ વિમાન હતું તેનો એ ચાલક હતો.

સંજીવે તેને સૂચનાઓ આપીને ઍરપૉર્ટ પર મોકલ્યો. શર્માએ વિમાન 'ચેક' કર્યું અને બરાબર અઢી વાગ્યે સંજીવ ઍરપૉર્ટ પર આવી પહોંચ્યો. સાડાત્રણ અને દસ મિનિટે તે બંને મુંબઈ આવી પહોંચ્યા. શર્માને આશ્ચર્ય થતું હતું પણ ગુલાબી મિજાજવાળો એ પાઈલટ પોતાના બૉસને ખૂબ માન આપતો. સંજીવ શાંત છે અને કંઈ બોલતો નથી તેનું આશ્ચર્ય થતું હતું. આવી રીતે રાતે એકાએક ક્યાંય જવાનો પ્રસંગ ભાગ્યે જ આવતો. શર્માએ કારણોની કશી પૂછપરછ કરી નહિ.

શર્માએ વિમાન 'પાર્ક' કરવા માટેની વિધિ પતાવી અને મુંબઈ વિમાનઘરની લાઉન્જમાં આવ્યો ત્યારે વળી તેને એક નવું આશ્ચર્ય થયું. લાઉન્જમાં વિજય આવીને બેઠો હતો અને સંજીવ તેને કંઈક સૂચનાઓ આપતો હતો. શર્માને તેણે સૂચના આપી કે તે થોડો આરામ કરીને ઍમ્બેસી હોટેલમાં આવે. વિજય અને સંજીવ બેન્ટલે ગાડીમાં મરીન ડ્રાઈવ પર આવેલી ઍમ્બેસી હોટેલ પર પહોંચ્યા અને શર્મા વિચારમૂઢ થઈને પાઈલટ માટેના રેસ્ટ-રૂમમાં પહોંચ્યો.

●

૨૯મી ને શનિવારની સવાર ખુશનુમા હતી. શૈલજા દાદર ઊતરીને 'લવર્સ નૂક' હોટેલ પર ચાલી ગઈ હતી. ઈન્દ્રજિતની સૂચના મુજબ તે કમરા નં. ૩૭માં ઊતરી હતી.

આજે આ કમરામાં આવતાં શૈલજાને કોઈ જુદી જ અનુભૂતિ થતી હતી. આજે તે ખૂંખાર બનીને આવી હતી, કારણ આજે તેણે નિશ્ચય કર્યો હતો કે ઈન્દ્રજિતની મકસદ જાણ્યા વગર તે પાછી જવાની નથી. એટલું જ નહિ પણ ઈન્દ્રજિત અને પ્રેમા તેને કઠપૂતળી જેવી સમજતાં હોય તો તેમને પણ પાઠ ભણાવી દેવો.

દસ વાગ્યા સુધી તે તંદ્રામાં જ પડી રહી. દસ વાગ્યે તેણે ઈન્દ્રજિતની સૂચના પ્રમાણે ઈન્દ્રજિતની ઑફિસે ફોન કર્યો.

'મિ. સેલારકા સાથે હું વાત કરી શકું ?' તેણે જે. બી. ઈલેક્ટ્રોનિક્સના ઑપરેટરને કહ્યું.

'મિ. સેલારકા કૉન્ફરન્સમાં છે અને અત્યારે વાત નહિ કરી શકે.' ઑપરેટરે ખૂબ વિનયથી કહ્યું.

'પણ તેમણે જ મને... મારે જરૂરી કામ છે.' શૈલજાએ કહ્યું. 'તમે એને કહો કે મિસિસ સાગરનો ફોન છે. શૈલજા સાગરનો.'

'તમે લાઇન ચાલુ રાખજો. હું પૂછી જોઉં.' ઑપરેટરે કૉન્ફરન્સ રૂમના ઇન્ટરકૉમ પર ઇન્દ્રજિતને કહ્યું. ઇન્દ્રજિતે ઑપરેટરને સૂચના આપી કે જે સંદેશો હોય તે લઈ લે. પણ શૈલજાએ હઠ પકડી. ફરી ઑપરેટરે ઇન્દ્રજિતને કહ્યું.

'સર.. એ કોઈ મિસિસ સાગર છે અને અત્યારે જ તમારી સાથે વાત કરવા માગે છે. મેં ઘણું કહ્યું પણ...'

'ઓહ ડેમ ઈટ. એ ઓરતને કોઈ ધંધો નથી.' કહીને તેણે ઑપરેટરને લાઇન આપવા કહ્યું.

'હલો...'

'હલો...ઇન્દ્ર, હું લવર્સ નૂકમાં છું. તું કેટલા વાગ્યે મળે છે ?'

'સાંજે... મેં તને કહ્યું નથી કે તારે મને ઑફિસના સમય દરમિયાન ફોન ન કરવો ? તારે એટલું તો સમજવું જોઈએ ને કે હું આખો દિવસ તારે માટે આપી ન શકું. તું ઑપરેટરને તારો નંબર લખાવી દે...' કહીને ઇન્દ્રજિતે ઇન્ટરકૉમનું બટન દબાવીને ઑપરેટરને કહ્યું. 'એ શૈલજા સાગર છે, મારી મિત્ર છે. તમે તેનો નંબર લખી લો.'

શૈલજાએ હોઠ દબાવીને ગુસ્સો ખાળતાં લવર્સ નૂકનો નંબર લખાવ્યો.

●

સોલી ઍન્ડ સહગલ ડિટેક્ટિવ એજન્સીનો અમદાવાદ ખાતેનો પ્રતિનિધિ પ્રબોધ શાહ શૈલજાની સાથે જ ટ્રેનમાં મુંબઈ આવ્યો હતો. એટલું જ નહિ લવર્સ નૂકમાં પણ તે શૈલજાની પાછળ જ આવ્યો હતો. શૈલજાનો ઉદેપુરમાં પીછો કરનાર ચૌધરી અમદાવાદમાં પણ તેની પાછળ હતો, અને પ્રબોધની જેમ એ પણ 'લવર્સ નૂક'માં આવ્યો હતો. પ્રબોધને ખાતરી હતી કે ચૌધરી તેને ઓળખી લેશે. એટલે લવર્સ નૂકમાં પહોંચ્યા બાદ બેન્દ્રેએ શૈલજાના પડછાયા તરીકે રહેવાનું સ્વીકાર્યું હતું અને પ્રબોધને જીમી ફારૂક પાસે મોકલી અપાયો હતો. જીમી ખૂબ જ હોશિયારીથી ઇન્દ્રજિતનો પીછો કરી રહ્યો હતો.

બીજી તરફ મોનાને જેસ્મિન હૉસ્પિટલમાં ગોઠવવામાં આવી હતી. તે એક દરદીની સાથે તેની શુશ્રૂષા કરવા હૉસ્પિટલમાં દાખલ થઈ ગઈ હતી. કમલ પણ તેની સાથે હતો. મહાબળેશ્વરના પેલા હોટેલ-માલિક મામાસાહેબ પણ તેમની સાથે જોડાયા હતા. મામાસાહેબના કોઈ સગાને હૉસ્પિટલમાં ભરતી કરાવીને એ ત્રણે જણાં સગાંવહાલાંના પાત્રમાં ગોઠવાયાં હતાં.

●

સવારે સાડા નવ વાગ્યે વિજય, શર્મા અને સંજીવ મળ્યા હતા અને સંજીવે વિજયને બેન્ટલે ગાડી આપી નેરલ જવા રવાના કર્યો હતો અને પાઈલટ શર્માને પવાઈ મોકલ્યો હતો. બંને જણને તેણે જુદી જુદી કામગીરીઓ સોંપી હતી અને સાંજના આઠ પહેલાં આવી જવાનો હુકમ કર્યો હતો. જોકે તેને જે કલ્પના હતી, જે વાત તેણે કલ્પી હતી તે આંધળાના ગોળીબાર જેવી જ હતી.

સાડા નવ વાગ્યે ઈન્દ્રજીત પ્રેમાને હૉસ્પિટલમાં ઉતારીને ઑફિસ પહોંચ્યો હતો અને લગભગ દસ વાગ્યે તેણે શૈલજા સાથે ફોન પર વાતચીત કરી હતી. સવારથી જ તે નેવીના અધિકારીઓ માટેના ડ્રૉઈંગ્ઝ કરવાની પળોજણમાં હતો. સાડા બાર વાગ્યે તે ઑફિસમાંથી નીકળ્યો અને પબ્લિક ટેલિફોન પરથી તેણે નંબર જોડીને કંઈક વાતચીત કરી. ફોન પર વાત કરીને તે સચિવાલયની બાજુમાં આવેલી નિઝામ રેસ્ટોરાંમાં ગયો હતો. અમદાવાદથી આવેલો સોલી એન્ડ સહગલ પ્રાઈવેટ ડિટેક્ટિવ એજન્સીનો ઑપરેટિવ પ્રબોધ શાહ તેની પાછળ જ હતો. નિઝામ રેસ્ટોરાંમાં ઈન્દ્રજિત ગયો તે સાથે જ તે પણ હોટેલમાં પેઠો હતો. ઈન્દ્રજિતે એક ટેબલ પર જગ્યા લીધી અને ચા મંગાવી. તે ચા પી રહ્યો હતો ત્યાં જ નિઝામ રેસ્ટોરાંના કાઉન્ટર પરથી તેના માલિકે હોટેલના એક વેઈટરને કહ્યું કે કોઈ મિસ્ટર દાસ માટે ટેલિફોન છે.

વેઈટરે ત્યાં આજુબાજુમાં ત્રણ-ચાર ટેબલ પર બેઠેલા લોકોને પૂછ્યું હતું અને ઈન્દ્રજિત પાસે આવ્યો હતો. 'એક્સક્યૂઝ મી' વેઈટરે પૂછ્યું. તેની પાછળના ટેબલ પર બેઠેલા પ્રબોધ શાહે કાન સરવા કર્યા. 'આપનું નામ મિ. દાસ છે ?'

'હા કેમ ?' ઈન્દ્રજિતે જવાબ આપ્યો.

'આપનો ફોન છે.' વેઈટરે કહ્યું. ઈન્દ્રજિત ઊભો થાય તે પહેલાં પ્રબોધ ઊભો થયો હતો અને કાઉન્ટર પર પહોંચ્યો હતો. ઈન્દ્રજિત ટેલિફોન લે ત્યારે શું વાત થાય છે, કોની સાથે વાત થાય છે તે જાણવાનો તેનો ઈરાદો હતો. કાઉન્ટર પર જઈને તેણે સોની નોટના છૂટા માગ્યા હતા. દરમિયાનમાં ઈન્દ્રજિતે આવીને ફોન લીધો હતો.

'હલ્લો... હું દાસ બોલું છું.' ઈન્દ્રજિતે કહ્યું. તેના અવાજમાં ધ્રુજારી હતી. 'હલ્લો હાં' સામે છેડેથી કોણ શું બોલતું હશે તે તો પ્રબોધથી સંભળાતું ન હતું. પણ ઈન્દ્રજિતનો અવાજ બરાબર સંભળાતો હતો. કાઉન્ટર પર બેઠેલો આદમી પ્રબોધ માટે સોના છૂટા ગલ્લામાંથી કાઢતો હતો.

'જી. બધું બરાબર છે. હા સાડા ત્રણ પછી હું દસ કલાકે સેટ કરીશ. એટલે રાતના દોઢ થશે. પછી આપણા "ડીલ" નું શું ? તેમાં ફરક ન પડે.' ઈન્દ્રજિતે કહ્યું અને ફોન મૂક્યો. કાઉન્ટર પર જ તેણે બિલના પૈસા અને ટિપ ચૂકવી. તેણે અડધી

રાખેલી ચા પૂરી કરવા પણ તે પાછો ગયો નહિ. પ્રબોધે સોની નોટના છૂટા રૂપિયા ગણી લીધા હતા. કાઉન્ટર પરથી સિગારેટનું પાકીટ ખરીદીને તેણે પાછો ઇન્દ્રજિતનો પીછો કર્યો હતો પણ ઇન્દ્રજિત સીધો ઑફિસે પહોંચ્યો હતો. તેના ચહેરા પર ભાર વરતાતો હતો. પ્રબોધે જીમીને વાત કરી અને જીમીએ તરત જ સોલી દસ્તૂરને ફોન કરીને ઇન્દ્રજિતે ફોન પર જે વાત કરી હતી તેની શબ્દશઃ નોંધ કરાવી. મિસ્ટર દસ્તૂરે એ રિપોર્ટ વારંવાર વાંચ્યો. કંઈક સાડા ત્રણ વાગ્યે થશે અને ત્યાર બાદ રાતના દોઢ વાગ્યે કંઈક બનશે. પણ શું બનશે? શું બનશે?

●

એક બે બ્યુટિશિયનની દુકાનમાંથી સંજીવ બહાર આવ્યો ત્યારે ઘડીભર પોતે જ પોતાને ન ઓળખી શકે તેવો તેનો ચહેરો થઈ ગયો હતો. તેણે પોતાના વાળ કપાવીને સોલ્જરો જેવા બનાવરાવ્યા હતા. કથ્થઈ રંગની ડાઈ કરાવી હતી. મૂછો તદ્દન કપાવી નાખી હતી. વાળ 'વેવ' કરાવી લીધા હતા. ઑપ્ટિશિયનની દુકાનમાંથી ચાંદીના તારની ફ્રેમવાળાં તદ્દન ગોળ ચશ્માં લીધાં હતાં. ટૅક્સી પકડીને ઇન્દ્રજિત રહેતો હતો ત્યાં એપાર્ટમૅન્ટના પાછલા ભાગમાં પહોંચ્યો. તેણે મકાનની પછી તે ગોઠવેલી ફાયર એસ્કેપ જોઈ, પછીથી આગળ આવ્યો અને સહેજ પણ ખચકાયા વગર લિફ્ટમાં ચોથે મજલે પહોંચ્યો. લિફ્ટમાંથી નીકળીને તે ઘડીભર પોતાના હાથમાંની બ્રીફકેસ સાથે ગડમથલ કરતો ઊભો રહ્યો. લિફ્ટ નીચે જાય ત્યાં સુધી તેણે રાહ જોઈ. પછી ઇન્દ્રજિતના બારણા પાસે ઊભો રહ્યો. અંદરથી કોઈ અવાજ આવતો ન હતો. તેણે કી-હોલમાંથી બારણાની ભીતરમાં જોવાનો પ્રયાસ કર્યો. અંદર કોઈ દેખાતું ન હતું. કેવળ બારણાથી થોડે દૂર પડેલા કૅન્વાસના ભૂરા બૂટ તેને દેખાતા હતા. એક બૂટ પર મોજું પડ્યું હતું. જાણે હમણાં જ કોઈએ મોજું કાઢીને ત્યાં નાખ્યું હોય તેવી રીતે એ પડ્યું હતું. તેણે કૉલબેલ તરફ જોયુ, પછી ડોકું ધુણાવ્યું અને બારણા પર ટકોરા માર્યા. ટકોરા મારીને તે બારણા આગળથી ખસીને ઇન્દ્રજિતના પાડોશીના ફ્લૅટના બારણે જઈને ઊભો રહ્યો.

થોડી જ ક્ષણોમાં તેને ખ્યાલ આવ્યો કે ઇન્દ્રજીતના મકાનમાં કોઈ ચોક્કસ હતું, કારણ તેણે જેવા ટકોરા માર્યા કે તરત જ તેને બારણાની નીચેની તડમાં પડછાયો પડતો દેખાયો. અંદર જે કોઈ હતું તે બારણે આવીને બીજા ટકોરાની રાહ જોતું ઊભું હશે તેવું તેણે અનુમાન કર્યું. આવું થશે એ પણ એની કલ્પનામાં હતું અને એટલે જ તે બાજુના ફ્લૅટને બારણે જઈને ઊભો રહ્યો હતો. જેવો તેણે બારણાની નીચે દેખાતી તેજરેખા પર પડતો પડછાયો જોયો કે તરત બાજુના ફ્લૅટના દરવાજા પરની કૉલબેલ

દબાવી હતી. એ ફ્લૅટમાંના નોકરે બારણું ખોલ્યું હતું. ફ્લૅટના બારણા પર એસ. એ. માધવાનીના નામનું પાટિયું હતું, એ સંજીવે વાંચી લીધું હતું. એટલે જ તેણે બારણું ખોલવા આવેલા નોકરને પૂછ્યું :

'મિસ્ટર માધવાની નથી ?'

'એ તો અત્યારે ઑફિસે હોય.' પેલા નોકરે જવાબ આપ્યો.

'અચ્છા, તો હું ઑફિસે મળીશ. તેમને જરા સંદેશો આપજો ને કે ભાવસારસાહેબ આવ્યા હતા.' સંજીવે હસીને કહ્યું. પેલા નોકરે 'જી સારું' કહીને બારણું વાસ્યું. સંજીવે લિફ્ટ તરફ ડગલાં ભર્યાં પણ તેનું ધ્યાન ઇન્દ્રજિતના બારણાની નીચે હાલતા પડછાયા પર હતું. તેને ખ્યાલ આવ્યો કે તેની વાતચીત સાંભળીને કોઈ અંદર ચાલ્યું ગયું છે. સંજીવના ચહેરા પર સ્મિત આવ્યું. તેટલામાં લિફ્ટ આવી પહોંચી અને તે નીચે ચાલ્યો ગયો.

●

સોલી દસ્તૂરની કેબિનનું વાતાવરણ ચિંતામય હતું. કલાકે કલાકના અહેવાલો જુદી જુદી જગ્યાએથી આવતા હતા. પણ જીમીએ જે વાત કરી તે ખરેખર અગત્યની હતી. નિઝામ રેસ્ટોરાં પર ઇન્દ્રજિતને કોઈએ ફોન કર્યો... ફોનમાં તે બોલ્યો હતો 'હા...સાડા ત્રણ પછી હું દસ કલાકે સેટ કરીશ એટલે રાતના દોઢ થશે. પછી આપણા "ડીલ"નું શું ? તેમાં ફરક ન પડે !' એ ઇન્દ્રજિતના શબ્દો હતા.

સોલી દસ્તૂરે એ શબ્દો લખેલો 'મેમો' વારંવાર વાંચ્યો પણ તેનો કોઈ અર્થ જડતો નહોતો. અનેક તર્કવિતર્ક તેમણે કર્યા. કંપનીના ઇન્દ્રજિત પાછળ મુકાયેલા, પ્રેમા અને ઇન્દ્રજિત પાછળ મુકાયેલા બધા જ ઇન્વેસ્ટિગેટરોને તેમણે સાબદા કર્યા હતા. નાનામાં નાની વાતનો તત્કાલ રિપોર્ટ આપવાના હુકમો આપ્યા હતા. છતાં તેમને સ્પષ્ટ થતું ન હતું કે સાડા ત્રણે શું ? તે પછી શું ? ઇન્દ્રજિતે શેનો સોદો કર્યો હતો, કોની સાથે સોદો કર્યો હતો ? ત્યાં જ જીમીનો ફોન આવ્યો.

'હલ્લો બૉસ...'

'યસ જીમી...'

'જુઓ બૉસ... સાડા ત્રણ વાગ્યે નેવીના અધિકારીઓને કંઈક ડેમોન્સ્ટ્રેશન માટે ઇન્દ્રજિત રિઝર્વ બૅન્ક ટ્રેઝરીમાં લઈ જવાનો છે.'

'રિઝર્વ બૅન્ક ટ્રેઝરીમાં !' સોલી દસ્તૂરે આશ્ચર્યથી પૂછ્યું.

'હા. નવી ટ્રેઝરીમાં, બેલાર્ડ એસ્ટેટ પરની... ત્યાં બૅન્કના ઇલેક્ટ્રોનિક લોકર્સનું ડેમોન્સ્ટ્રેશન છે.' જીમીએ કહ્યું.

'આર યુ સિરિયસ... જીમી ખરેખર ? આ માહિતી કોણે આપી ?' દસ્તૂરે પૂછ્યું.

'પાંચસો રૂપિયા આપીને આ માહિતી મેળવી છે.' જીમીએ જવાબ આપ્યો.

'પ્રબોધ ક્યાં છે ?'

'ઈન્દ્રજિતની પાછળ છે. ઈન્દ્રજિત અને પ્રેમા "ચેકર્સ"માં જમવા ગયાં છે.' જીમીએ ફોન પૂરો કર્યો.

મિસ્ટર દસ્તૂરે સિગાર સળગાવી. તેમના કપાળમાં પરસેવાનાં બુંદ જામ્યાં હતાં, પણ ચહેરા પરની ચિંતા ચાલી ગઈ હતી. ચિંતાની જગ્યાએ હવે તેમના ચહેરા પર દઢતા આવી હતી. તેમણે જોરજોરથી સિગારના કશ લેવા માંડ્યા હતા. ફોન ઉઠાવીને તેમણે રિઝર્વ બૅન્ક પર પોતાના ઑપરેટિવ્ઝની ગોઠવણ કરી.

●

ચેકર્સના એરકન્ડિશન્ડ ભોજનખંડમાં એક ખૂણે બે જ વ્યક્તિ માટેના ટેબલ પર પ્રેમા અને ઈન્દ્રજિત ખાણું લઈ રહ્યાં હતાં. પ્રેમા અસ્વસ્થ હતી. ઈન્દ્રજિત તેની સામે જોઈને ચૂપચાપ જમતો હતો. બંને જાણે ભૂલથી જ આ ટેબલ પર સામસામાં ગોઠવાયાં હોય તેવું લાગતું હતું. વેઈટરે મૂકેલા ગરમ પાણીના બાઉલમાં હાથ ધોયા પછી ઈન્દ્રજિતે ઘડિયાળ જોઈ હતી અને પ્રેમાના હાથ પર હાથ મૂક્યો હતો. પ્રેમાએ સ્મિત આપ્યું હતું. પ્રેમાનું સ્મિત અત્યારે પણ એવું જ ઉન્માદક હતું. એ સ્મિતમાં પતિ પ્રત્યેનો પ્રેમ અને પ્રોત્સાહન હતું. ઈન્દ્રજિત ધીરેથી બોલ્યો :

'તું ફિકર ન કરીશ. બધું બરાબર છે.'

પ્રેમાએ ડોકું ધુણાવ્યું હતું. ચેકર્સની ઘડિયાળમાં સવા ત્રણ વાગવા આવ્યા હતા.

સોલી ઍન્ડ સહગલ એજન્સીના પ્રબોધે પણ ઘડિયાળ જોઈ. પ્રેમા અને ઈન્દ્રજિતે જુદી જુદી ટેક્સીઓ પકડી હતી ત્યારે સાડા ત્રણમાં પાંચ કમ હતી.

બગલાની પાંખ જેવા સફેદ યુનિફોર્મમાં સજ્જ નેવલ અધિકારીઓ જીપમાં ગોઠવાયા હતા. બીજી એક ઍમ્બેસેડર પણ હતી. કોમોડર રાઘવન અને ફ્લેગ ઑફિસર દીક્ષિત, નેવલ ઈન્ટેલિજન્સના કૅપ્ટન એન્થની, ફાઈનાન્સ ડિરેક્ટર મલિક વગેરે અફસરો સાથે ઈન્દ્રજિતે હાથ મેળવ્યા અને થોડી મિનિટોમાં એ કાફલો બેલાર્ડ એસ્ટેટ પર પહોંચ્યો હતો.

ગેરુ રંગના પથ્થરોમાંથી મઢેલી આલિશાન ઈમારત પાસે નેવલ જીપ અને એમ્બેસેડર અટકી. ઈન્દ્રજિતે ચકચકિત બ્રાસના અક્ષરોમાં લખેલા સાઈનબોર્ડ તરફ જોયું અને આછો નિઃશ્વાસ પણ કાઢ્યો. રિઝર્વ બૅન્ક ટ્રેઝરીના બોર્ડથી થોડે ઊંચે રેશમી રાષ્ટ્રધ્વજ ફરકતો હતો. ટ્રેઝરીના કસ્ટોડિયન મિ. મેનન પગથિયા પર જ ઊભા હતા. તેમણે જ અધિકારીઓનું અભિવાદન કર્યું. પ્રથમ મજલા પર આવેલી તેમની આલિશાન ઍરકન્ડિશન્ડ ઑફિસમાં નેવલ અધીકારીઓ અને ઈન્દ્રજિતને લઈ જવામાં આવ્યા. મિ. મેનનને કોકાકોલા મંગાવી. ઠંડીગાર ઑફિસમાં પણ ઈન્દ્રજિતને કપાળે પરસેવો વળતો હતો. તે વારંવાર રૂમાલ કાઢીને મોં લૂછતો હતો. થોડી વાર ઔપચારિક વાતો ચાલી. પછી કૅપ્ટન ઍન્થનીએ કહ્યું, 'કસ્ટોડિયન સાહેબ, તો આપણે વોલ્ટમાં જઈશું ?'

'બેલાશક...' મિસ્ટર મેનને કહ્યું. તેમણે ઘડિયાળ જોઈ અને પોતાના ખાનામાંથી ત્રણ ચાવીઓ ઉઠાવી. ચારેય અફસરો, ઈન્દ્રજિત અને કસ્ટોડિયન મેનન તથા બૅન્કના વોલ્ટ સુપરિન્ટેન્ડેન્ટ વગેરે સૌ લિફ્ટ મારફતે વોલ્ટમાં પહોંચ્યાં. વોલ્ટ બે મજલાનું હતું. લિફ્ટ અમુક હદ સુધી જ જતી હતી. લિફ્ટમાથી નીકળીને વોલ્ટમાં જવા માટે થોડાં પગથિયાં ઊતરવાનાં હતાં. પગથિયાં જ્યાં શરૂ થતાં ત્યાં એક સંત્રી ઊભો હતો. નૌકાદળના યુનિફૉર્મમાં આવેલા અધિકારીઓને જોઈને તેણે બૂટ અફળાવ્યા અને બંદૂક સાબદી કરી. દસ પગથિયાં નીચે એક કમરા જેવો પૅસેજ હતો. પૅસેજની સામે મોટું બારણું હતું. એ બારણા પર એક સાદું પણ તોતિંગ તાળું મારેલું હતું. તોતિંગ બારણાની બંને પડખે બે સંત્રીઓ ઊભેલા હતા. બંનેના હાથમાં ઈશાપોર ઑટોમેટિક સ્ટેનગનો તૈનાત હતી. તેમણે પણ નેવલ અધિકારીઓને જોઈને સલામ કરી. મિસ્ટર મેનન આગળ આવ્યા. તેમની પાછળ તેમનો ચપરાશી હતો છતાં મેનને બારણાં પરનું તાળું ખોલ્યું. એ બારણામાંથી વોલ્ટનો પૅસેજ શરૂ થતો હતો. પૅસેજ પંદર ફૂટ લાંબો અને દસેક ફૂટ પહોળો હશે. સામે છેડે એક દરવાજો હતો. અસામાન્ય દેખાવનો એ દરવાજો નક્કર પોલાદનો હતો. તેની મધ્યમાં મોટરના સ્ટિયરિંગ જેવું ચક્કર હતું અને એ ચક્કરથી થોડે ઊંચે બારણા પર જડેલી ઘડિયાળ હતી. એ ઘડિયાળ સામાન્ય કરતાં વધુ મજબૂત દેખાતી હતી. બારણાના પોલાદી કલેવરની તળે એ ઘડિયાળ રાખવામાં આવી હતી અને જાણે કોઈ બીજી જ ધાતુનો બનાવેલો હોય તેવો જાડો કાચ ઘડિયાળ પર મઢેલો હતો.

એ બારણા પાસે બધા પહોંચ્યા કે તરત ઈન્દ્રજિતે સમજાવવા માંડ્યું : 'આ છે મુખ્ય વોલ્ટનું બારણું. બારણાનાં બે ફાડિયાં છે. તેમાંનું એક મોટું છે અને બીજું નાનું. તેમ છતાં બંનેના વજન સરખાં છે. લગભગ અઢી ટન વજનનું એક બારણું છે. તેના ઉપર જે ઘડિયાળ દેખાય છે તે બારણાની ભીતરમાં જડેલી છે. તેના ઉપરનો કાચ

"અન્બ્રેકેબલ" ગ્લાસનો બનેલો છે. એ ઘડિયાળ જેવું જ એક ડાયલ બારણાની અંદરના ભાગમાં છે. જે આપણે બારણું ખોલ્યા પછી જોઈશું. હવે આપણે જેમ એલાર્મ ઘડિયાળ સેટ કરીએ છીએ તેવી જ રીતે એ ઘડિયાળ અંદરથી ગોઠવવાનું હોય છે. જેટલા વાગ્યે આ બારણું ખોલવું હોય એટલા વાગ્યાના આંકડા અંદરથી પહેલાં ગોઠવવાના અને ત્યારબાદ બારણું વાસવાનું હોય છે. હવે આ બહાર બારણા પર દેખાય છે તે ઘડિયાળમાં જ્યારે પ્રી-સેટ કરેલો સમય થાય ત્યારે ઈલેક્ટ્રોનિક મૅગ્નેટિક સર્કિટ છૂટો પડે છે અને બારણાની અંદર ગોઠવેલો લગભગ અડધા ટન પ્રેશરનો લૅચ ઊંચકાય છે. એ સમય પહેલાં કોઈ પણ રીતે એ લૅચ ઊંચકી શકાય નહિ. લૅચ ઊંચકાઈ જાય પછી પણ બારણું બંધ જ રહે છે. તેને માટે ચાવી વાપરવી પડે છે. અત્યારે આપણું ડેમોન્સ્ટ્રેશન રાખ્યું હતું. એટલે સાડા ત્રણ ને પાંચનો સમય 'પ્રી-સેટ' કરવામાં આવ્યો હતો તેથી અત્યારે બારણું અંદરથી ખુલ્લું છે. હવે મિસ્ટર મેનન, તમે એ ખોલી બતાવો.' ઈન્દ્રજિતે કહ્યું. નેવલ અધિકારીઓ રસપૂર્વક બધું જોઈ રહ્યા હતા.

મિ. મેનને ગજવામાંથી બે ચાવીઓ કાઢી. તેમાંની નાની ચાવી સાદી ચાવીઓ જેવી હતી. એ ચાવી તેમણે બારણા પર દેખાતા એક સ્લૉટમાં નાખી અને ત્રણ આંટા ફેરવ્યા તે સાથે જ બારણામાંથી એક નાનકડા ખાનાનું બારણું ખૂલ્યું. તેમાં પણ એક સ્લૉટ હતો અને એ નાનકડા ખાનામાં એક સ્વિચ પણ હતી. મેનને પહેલાં સ્વિચ ચાલુ કરી.

'આ સ્વિચ ચાલુ નથી કરવામાં આવતી પણ બંધ કરવામાં આવે છે. જેથી સર્કિટ તૂટે છે અને આ બીજી ચાવી આ સ્લૉટમાં ફેરવી શકાય છે.' મેનને કહ્યું અને તે પ્રમાણે કર્યું. ચાવી ફેરવ્યા પછી તેમણે સ્ટિયરિંગ વ્હીલ જેવું, ચક્કર પણ 'એન્ટિક્લૉક' દિશામાં ફેરવ્યું અને બારણાને સાચવીને ધક્કો માર્યો. તે સાથે જ અઢી ટન વજનનું પડખું ખૂલી ગયું.

'આમ તો આ તદ્દન સાદા સિદ્ધાંત પર ગોઠવાયેલું છે.' કહીને બારણાની અંદરના ભાગમાં મુકાયેલું ડાયલ નેવલ અફસરોને બતાવ્યું. 'આપણે ૪ અને ૧૫ પર એલાર્મ ગોઠવીશું' કહીને ૧૬૧૫ આંકડો તેણે ગોઠવ્યો અને બધા બહાર આવ્યા. મેનને વ્યવસ્થિત રીતે પાછું બારણું બંધ કર્યું. વોલ્ટના પૅસેજમાં ૪.૧૫ થવાની રાહ જોતા બધા ઊભા રહ્યા.

'આ બારણું એક વાર લૉક થયા પછી એક જ મિનિટમાં ચેતવણી માટેની સર્કિટ શરૂ થાય છે. એટલે બારણાના આ વ્હીલ પર કોઈ હાથ પણ લગાડે તો 'એલાર્મ' ગાજી ઊઠે છે. એલાર્મનું સીધું જોડાણ સિક્યોરિટી હેડક્વાર્ટર્સ સાથે છે એટલે તેનું

ડેમોન્સ્ટ્રેશન અપાશે નહિ.' ઈન્દ્રજિતે હસીને કહ્યું અને બધા દસ મિનિટ ક્યારે વીતે તેની રાહ જોતા ઊભા રહ્યા. તે દરમિયાન ઈન્દ્રજિતે એ લૉકરની વિશિષ્ટતાઓ સમજાવ્યા કરી.

બરાબર દસ મિનિટ બાદ ચાર અને પંદર મિનિટે એક સિસકારા જેવો અવાજ થયો. 'એ સિગ્નલ છે. એ સિગ્નલ વાગે કે તરત જ બહાર પૅસેજમાં લાલ લાઈટ થાય છે.' મેનને લાલ લાઈટ બતાવતાં કહ્યું : 'આવી જ લાઈટ મારી ઑફિસમાં થાય છે. જેથી અહીં ઊભેલા ગાર્ડ્ઝને અને મને ખબર પડે કે બારણું ખુલ્લું છે. આ જ પ્રમાણે વોલ્ટ સુપરિન્ટેન્ડેન્ટની ઑફિસમાં પણ લાઈટ થાય છે.'

વળી પાછું બારણું ખોલવામાં આવ્યું. ફરી એક વાર બધાએ અંદરના ડાયલની કરામત પૂછી. ઈન્દ્રજિતે બને તેટલી સરળતાથી અંદરનાં ટ્રાન્ઝિસ્ટર્સ વગેરેની માહિતી આપી.

'આ શું છે ?' કોમોડર રાઘવને પ્રશ્ન કર્યો.

'એ ગોલ્ડ સેક્શન છે.' સામે જ જાળીઓવાળું બારણું બતાવીને મેનને કહ્યું અને ગજવામાંથી એક ચાવી કાઢીને તેણે બારણું ખોલ્યું. નેવલ અધિકારીઓ તે તરફ ગયા.

'માઈ ગૉડ...' ફાઈનાન્સ ડાઈરેક્ટર મલિક બોલી ઊઠ્યા. 'આખું વોલ્ટ સોનાથી ભરેલું છે ને ! મિ. મેનન, કેટલું સોનું અહીં રાખવામાં આવે છે ?'

'ઘણું બધું...' મેનને જવાબ વાળ્યો. 'અમારે કેટલીક માહિતી ખાનગી રાખવાની હોય છે.'

'આઈ કૅન્ અન્ડરસ્ટૅન્ડ' મલિકે હસીને કહ્યું. દરમિયાનમાં નેવલ અધિકારીઓ ત્યાં ગોઠવાયેલી સોનાની પાટો તપાસવા માંડ્યા.

ઈન્દ્રજિતે ઝડપથી એક નજર ફેરવી. નૌકાદળના સભ્યો સોના વિશે પૂછપરછ કરવામાં રોકાયેલા હતા.

'મિસ્ટર મેનન... આ ડાયલ કેટલા પર ગોઠવવું છે ?' ઈન્દ્રજિતે પૂછ્યું.

'હું ગોઠવી દઈશ...' વોલ્ટ સુપરિન્ટેન્ડેન્ટે કહ્યું.

'ગોઠવી દો ને મિ. સેલારકા.' મેનને કહ્યું. 'સોમવારે અગિયાર વાગ્યે,' મેનને જવાબ આપ્યો. 'ઈન્દ્રજિતે ડાયલ ફેરવ્યું અને ઍલાર્મ સેટ કર્યું. મેનને તે તરફ નજર નાખી. કસ્ટોડિયન તરીકે સોના બાબતનું તેમનું જ્ઞાન અગાધ હતું. વોલ્ટ સુપરિન્ટેન્ડેન્ટ દરિયામાંથી પકડાયેલા બિનવારસી સોનાના જથ્થા વિશે વાત કરી રહ્યા હતા.

નૌકાદળના અધિકારીઓ અનેક પ્રશ્નો પૂછતા હતા. થોડી વારે બધા બહાર નીકળ્યા. ઇન્દ્રજિત અને મેનન છેલ્લા બહાર આવ્યા. વાતો કરતાં કરતાં જ મેનને બધી ચાવીઓ ફેરવી અને બારણું 'લૉક' કર્યું. વોલ્ટનો દરવાજો બંધ કરીને ફરી પાછા બધા ઑફિસમાં આવ્યા. ઑફિસમાં ચા અને નાસ્તાની ડિશો તૈયાર હતી. નેવલ અફસરો હજુ પણ સોનાની અને સિક્યોરિટીની ચર્ચા કરતા હતા. મિ. મેનને ચા પીધી. તે થાકેલા લાગતા હતા. ઇન્દ્રજિત આનંદથી નૌકાદળના અધિકારીઓ સાથે વાત કરતો હતો અને નાસ્તો પણ ઝાપટતો હતો. નૌકાદળ માટે અગત્યનાં લૉકર્સ બનાવવાનાં હતાં અને તેને માટે પસંદગીનો ઢોળ જે. બી. ઇલેક્ટ્રોનિક્સ પર ઊતર્યો હોય તેવું વાતાવરણ સર્જાયું હતું. નાસ્તો પત્યા પછી નૌકાદળના અધિકારીઓએ મિ. મેનનનો આભાર માન્યો અને બહાર નીકળ્યા. મિ. મેનન અને ઇન્દ્રજિત તે પછી ૧૫ મિનિટે છૂટા પડ્યા.

●

રિઝર્વ બૅન્ક ટ્રેઝરીમાં શું થયું તેનો અંદાજ જ કેવળ જીમી અને પ્રબોધ મેળવી શક્યા હતા. તેમણે મિ. દસ્તૂરને પોતાના રિપોર્ટ્સ ઝડપથી પહોંચાડ્યા હતા.

●

ઇન્દ્રજિત 'લવર્સ નૂક' પર પહોંચ્યો ત્યારે સવા છ વાગ્યા હતા. શૈલજા તેની રાહ જોઈને અકળાઈ ગઈ હતી. સોલી ઍન્ડ સહગલનો ચીફ ઑપરેટિવ બેન્દ્રે પણ અકળાઈ ગયો હતો. ઇન્દ્રજિત આવ્યો ત્યારે તેનામાં તેજી આવી.

'ચાલ શૈલજા...' ઇન્દ્રજિતે કહ્યું. 'આપણે બહાર જઈએ.' રૂમમાં પ્રવેશેલા ઇન્દ્રજિતના ચહેરા પર સ્મિત હતું, છતાં આંખોમાં અજંપો હતો. શૈલજા કશું બોલી નહિ. ચુપચાપ તેણે સૅન્ડલ પહેર્યાં. ભૂરા ગૅબર્ડિનનું જીન્સ અને પીળું જમ્પર તેણે પહેર્યું હતું. અરીસામાં જોઈને તેણે વાળ સરખા કર્યા. ઇન્દ્રજિત બહાર નીકળે તે પહેલાં તે બહાર નીકળી.

લવર્સ નૂકની લાઉન્જમાંથી બહાર નીકળતાં ઇન્દ્રજિતે શૈલજાના હાથમાં હાથ નાખ્યો હતો. પ્રેમી પારેવડાંની માફક રિસેપ્શનિસ્ટના કાઉન્ટર પાસેથી તે બંને પસાર થયાં.

●

જૂહુના દરિયાકાંઠે માનવમેદની જામવા માંડી હતી. સૂરજ દરિયાઈ ક્ષિતિજ તરફ ઢળતો જતો હતો. શૈલજા અને ઇન્દ્રજિત એક પછી એક અવિરત લયમાં આવતાં મોજાંઓમાં પગ ભીંજવતાં ઊભાં હતાં.

'હવે મને કહીશ, આપણે શું કરવાનું છે ? મને અહીં શા માટે લઈ આવ્યો

છું ?' શૈલજાએ પૂછ્યું. બેન્દ્રે ત્યાંથી દૂર ઊભો હતો. તે બંનેને જોઈ શકતો હતો પણ વાતચીત સાંભળી શકતો ન હતો. એકાએક ઈન્દ્રજિતે શૈલજાનો હાથ પકડ્યો અને તેને નજીક ખેંચી. શૈલજા તદ્દન તટસ્થભાવે ખેંચાઈ પણ ખરી. ઈન્દ્રજિતે તેના માથા પર ચુંબન કર્યું અને કહ્યું :

'જો શૈલજા... આજે લગભગ રાતે બે વાગ્યે હું ત્રણ કલાક માટે "લવર્સ નૂક" છોડીને ચાલ્યો જઈશ. સવારે પાંચ વાગ્યામાં હું પાછો આવી જઈશ... તે દરમિયાન તારે રૂમમાં જ રહેવાનું... અને ભવિષ્યમાં તને પૂછવામાં આવે ત્યારે તારે એમ જ કહેવાનું કે હું તારી સાથે જ આખી રાત હતો.'

'પણ શા માટે ? તને કોણ એવું પૂછવાનું છે ? અને શા માટે મારે મોઢે તારે આવું કહેવરાવવું છે ?'

'શૈલજા...તને એમ લાગે છે કે તારી આબરૂની મને ખબર નથી ? તને એમ લાગે છે કે હું તારું જીવન બરબાદ કરવા માગું છું ?'

'તો પછી તું શું કરી રહ્યો છું !' ઈન્દ્રજિત... આ મહિના દરમિયાન મારે માથે શું વીતી રહ્યું છે તેની તને કલ્પના નથી...'

'છે... મને બધી જ કલ્પના છે. અને એટલે જ હું તને અહીં લાવ્યો છું. મારે તને બધી જ વાત કરવાની છે. અત્યારે જ કરવાની છે...' ઈન્દ્રજિતે તેનો હાથ પકડ્યો. તેના સ્પર્શમાં અનેરી મમતા હતી. એક સજ્જન જેટલી મૃદુતા હતી. દરિયાના પાણીથી થોડે દૂર રેતીમાં તેણે શૈલજાને બેસાડી અને ધીરેથી વાત કહેવાનું શરૂ કર્યું. શૈલજાના ચહેરા પરથી એકાએક સુરખી ચાલી ગઈ. ઈન્દ્રજિતે તેને જે કહેવાનું હતું તે પૂરું કર્યું ત્યારે શૈલજા ભયથી ધ્રૂજતી હતી.

'ઈન્દ્ર...' તે વધુ બોલી ન શકી. ઈન્દ્રજિતે તેને ઊભા થવામાં મદદ કરી. શૈલજા ઈન્દ્રજિતની વાત સાંભળીને સ્તબ્ધ થઈ ગઈ હતી. બંને જ્યારે લવર્સ નૂકમાં પહોંચ્યાં ત્યારે શૈલજાથી પગ પણ મંડાતા ન હતા.

બેન્દ્રે વિચારતો રહ્યો. તેને પણ આશ્ચર્ય થતું હતું. શૈલજાની સ્તબ્ધતા તે દૂરથી પણ કળી શકતો હતો, તેમ છતાં એવું શાથી થયું તે સમજી શકતો ન હતો.

●

મિસ્ટર દસ્તૂરના મગજમાં સાંજે છ વાગ્યે કંઈક પ્રકાશ પડ્યો અને તેમણે પોતાના બે ઑપરેટિવ્ઝને એક કામગીરી સોંપી એક જણને તેમણે માથેરાનમાં પ્રોફેસર સેલારકાના કૉટેજ પર અને પવાઈમાં આવેલા તેમના ક્વાર્ટર્સ પર તલાશ કરવા મોકલી આપ્યા હતા. બુઝુર્ગ ડિટેક્ટિવ સોલી દસ્તૂરે આખો દિવસ સિગાર પીવામાં અને માથું ધુણાવવામાં ગાળ્યો હતો.

●

ઈન્દ્રજિત અને શૈલજા પર જેમ સોલી ઍન્ડ સહગલના ઑપરેટિવો નજર રાખતા હતા તેમ જૉન ફ્રાંસિસ, પવાર અને ચૌધરી પણ નજર રાખતા હતા. આ માણસો શા માટે નજર રાખતા હતા તેની માહિતી સોલી દસ્તુરને હજુ સુધી મળી ન હતી. ઈન્દ્રજિતના જ એ માણસો છે કે કેમ તે પણ કોઈને સમજાતું ન હતું. પણ સાંજ પડતાં એ લોકો એકાએક ગાયબ થઈ ગયા હતા. સોલી ઍન્ડ સહગલના બે માણસો રિઝર્વ બૅન્ક ટ્રેઝરી પાસે ગોઠવાયેલા હતા. પણ તેમને સ્પષ્ટ સૂચનાઓ આપવામાં દસ્તૂર નિષ્ફળ નીવડ્યા હતા. આવી જ રીતે લવર્સ નૂકની બહાર પ્રબોધ શાહ અને જિમી ગોઠવાયેલા હતા. હોટેલના રૂમ નં. ૩૭માં શૈલજા હતી અને ૩૮માં બેન્દ્રે ગોઠવાયો હતો. કોઈ ભયાનક નાટકનો તખ્તો ગોઠવાતો હોય તેવું ટૅન્શન આ બધા ઑપરેટિવ્ઝને હતું.

●

બરાબર આઠ વાગ્યે સંજીવનો મદદનીશ વિજય અને પાઇલટ શર્મા ઍમ્બસી હોટેલમાં પાછા આવ્યા. શર્મા થોડો વહેલો આવ્યો હતો. તેણે રિપોર્ટ આપ્યો કે પવાઈ ખાતેના પ્રોફેસર સેલારકાના ક્વાર્ટર્સમાં કોઈ નથી. પાડોશીઓનું કહેવું છે કે પ્રોફેસરનાં પત્ની અને તેમની પૌત્રી (પ્રેમાની દીકરી) ક્યાંક બહાર ગયાં છે. ક્યાં ગયાં છે તેની કોઈને ખબર નથી.

વિજય મલહોત્રા માથેરાન જઈ આવ્યો હતો. તેની માહિતી મુજબ પ્રોફેસર બપોર સુધી માથેરાનમાં હતા. ને પછી ટ્રેનમાં કોઈની સાથે તે નેરલ ગયા હતા. અને ત્યાંથી એક કાળી ઍમ્બેસડરમાં બેસતા તેમને ટ્રેનના કંડક્ટરે જોયા હતા. સંજીવ ક્યાંય સુધી આ વાત પર વિચારતો રહ્યો. તેને દસ્તૂર અંકલ સાથે વાત કરવાની ઇચ્છા થઈ આવી હતી. તેને ખાતરી હતી કે જો મિ. દસ્તૂરને ખબર પડે કે તે પણ મુંબઈ આવ્યો છે તો તેને કશું જ પગલું ભરવા નહિ દે. સંજીવને એ પણ થતું હતું કે જો તે પગલું નહિ ભરે તો ખૂબ મોડું થઈ જશે... તે ભયાનક ચક્રવાતમાં ફસાયો હોય તેવું લાગતું હતું...તે બુદ્ધિ લડાવવા માગતો હતો... નિર્ણય લેવા માગતો... પણ રહસ્ય ઘેરું જ થતું જતું હતું... નિર્ણય દોહ્યલો જ લાગતો હતો... તેમ છતાં તેણે ફોનનું રિસીવર ઉઠાવ્યું અને નંબર જોડ્યો.

'કોણ સંજીવ ?' સોલી દસ્તૂરે ફોન ઉઠાવ્યો.

'હા. અંકલ... મને ખૂબ ચિંતા થતી હતી એટલે મેં કૉલ કર્યો. ઘડીભર મને

થયું કે ફોન કરવાને બદલે હું જ મુંબઈ આવી જાઉં.' સંજીવે કહ્યું નહિ કે પોતે મુંબઈમાં જ છે.

'પણ પછી મને થયું કે તમને પૂછી લઉં.'

'તેં સારું કર્યું.' કહીને દિવસભરનો અહેવાલ મિ. દસ્તૂરે તેને આપ્યો. સંજીવ ધ્યાનપૂર્વક સાંભળી રહ્યો.

'તમને નથી લાગતું અંકલ કે ઈન્દ્રજિતને જે ફોન નિઝામ રેસ્ટોરાં પર આવ્યો તે ખૂબ અગત્યનો હોય ?' સંજીવે પૂછ્યું.

'એ જ ફોનને આધારે મેં બધી સ્ટ્રેટેજી ગોઠવી છે.' દસ્તૂરે કહ્યું, 'તું શૈલજાની ચિંતા ન કરતો. તેની સાથે અમારો બેન્દ્રે છે. બેન્દ્રે જેટલો કાબેલ માણસ આખા મુંબઈમાં કોઈ નથી.'

'મને તેની ચિંતા નથી. મને તો ઈન્દ્રજિતના પિતા, પ્રોફેસર સેલારકાની ચિંતા છે.' સંજીવે કહ્યું. સોલી દસ્તૂર ઘડીભર વિચારમાં પડ્યા. પ્રોફેસર સેલારકાની ચિંતા કરવાનું કોઈ કારણ ન હતું, છતાં એક 'રૂટિન' મુજબ તેમણે તેનો બંદોબસ્ત કરવા વિચાર્યું જ હતું.

'મેં તેમને માટે પણ "ઑપરેટિવ્ઝ" રવાના કર્યા છે.' દસ્તૂરે કહ્યું. પણ ફોન મૂક્યા પછીય દસ્તૂરના મગજમાં એ પ્રશ્ન તો ધબકતો જ રહ્યો કે સંજીવે એવો શું તર્ક કર્યો હશે જેથી તેને પ્રોફેસર સેલારકાની ચિંતા થાય ?

●

અમદાવાદથી આવેલા સંજીવના મદદનીશો વિજય અને શર્મા તેમને સોંપેલાં કામો તો કરી આવ્યાં હતાં, પરંતુ 'બૉસ' શી મૂંઝવણમાં છે તેની તેમને ખબર ન હતી.

સંજીવે બંને જણને બેસાડી આખી વાત સમજાવી. વિજય તો એ સાંભળીને સ્તબ્ધ થઈ ગયો. પાઈલટ શર્માને ઍરફોર્સ છોડ્યા પછી ક્યારેય કોઈ સાહસ કરવાનું આવ્યું જ ન હતું. એટલે તેને વાતની આંટીઘૂંટી કરતાં તેમાં કંઈક સાહસ કરવાનું આવશે એ જ વાત અગત્યની લાગી હતી.

'હવે મારું માનવું છે કે ઈન્દ્રજિત કંઈક ભયાનક કામ કરશે અને તે કામ રાતે દોઢ વાગ્યા પછી થશે... એ કામ શું છે તે આપણે અંદાજવાનું છે. પણ એટલી વાત ચોક્કસ છે કે એ કામમાં તે એકલો જ નથી. બીજા પણ કોઈક છે. મને ચોક્કસ ખાતરી છે કે એ માણસોમાંનો કોઈક ઈન્દ્રજિતના ફ્લૅટ પર પણ છે જ. સંજીવને

ક્યારનીય એ શંકા હતી જ. સૌ પ્રથમ, શૈલજા, ઇન્દ્રજિતને ઘેર ગઈ ત્યારે તેનો પીછો કરવાનું પેલા શૉફર જેવા આદમીને શી રીતે સૂઝ્યું ? એ પ્રશ્ન સંજીવે પોતાની જાતને અનેક વાર પૂછ્યો હતો અને એટલે જ તેણે સવારે પોતાની જાતને ખાતરી કરાવવા ઇન્દ્રજિતના ફ્લૅટની મુલાકાત લીધી હતી અને ખરેખર ઇન્દ્રજિતના બારણાની તડમાંથી તેને કોઈ આદમી અંદર હોવાનો આભાસ પણ થયો હતો.

●

બરાબર રાતે બાર વાગ્યે, સંજીવ... વિજય મલ્હોત્રા અને પાઇલટ શર્મા ઇન્દ્રજિતના ગ્રીન ઍપાર્ટમૅન્ટ તરફ રવાના થયા હતા. પેડર રોડ પર પદમ ટેકરીના પાછલા ભાગમાં આવેલું આલિશાન મકાન જૂની બાંધણીવાળું છે. છ માળના મકાનના પાછલા ભાગમાં 'ફાયર એસ્કેપ' બનાવેલી હતી. મોટે ભાગે તેનો ઉપયોગ નોકરો અને સાફસૂફી કરનાર કર્મચારીઓ કરતા. દરેક મજલા પરના બબ્બે ઍપાર્ટમૅન્ટની વચ્ચે પેન્ટ્રી છે. અને ફાયર એસ્કેપ દ્વારા એ પૅન્ટ્રીમાં જઈ શકાય તેવી વ્યવસ્થા છે.

બેન્ટલે ગાડી દૂર પાર્ક કરીને ત્રણે જણા નીચે ઊતર્યા. સંજીવે પોતાની બ્રીફ-કેસમાંથી નાનકડી બેરેટા પિસ્તોલ કાઢી અને પૅન્ટના ગજવામાં મૂકી. વિજય મલ્હોત્રા પાસે પણ મેડિકલ રિપ્રેઝેન્ટેટિવ્ઝ રાખે છે તેવી સૅમ્પલ બૅગ હતી. 'વિજય... ઇન્દ્રજિતનો ફ્લૅટ ચોથા માળ પર છે.' કહીને સંજીવે ફરી એક વાર વિજયને સૂચનાઓ આપી અને ઉમેર્યું, 'જો કંઈ પણ થાય તો પિસ્તોલનો ઉપયોગ કરતાં ખચકાઈશ નહિ.' સંજીવ પોતે એવા નિર્ણય પર આવ્યો હતો કે જરૂર એવું કંઈક થશે કે જેમાં રાહ જોવાનો પણ મોકો નહિ મળે. એટલે જ તે ગમે તે જોખમ ખેડવા તૈયાર થઈ ગયો હતો. વિજયને તેણે લુગર ઑટોમૅટિક આપી હતી.

સંજીવ અને પાઇલટ શર્મા ફાયર એસ્કેપ દ્વારા ઉપર ચડ્યા અને ચોથા માળ પર ઇન્દ્રજિતના ફ્લૅટની પાછળ પૅન્ટ્રીમાં જઈને ઊભા. પૅન્ટ્રીમાંથી ફ્લૅટમાં જવાનું બારણું બંધ હતું. એ બંધ હશે જ તેવી પણ સંજીવને ખાતરી હતી. બાજુના બીજા ફ્લૅટમાં પડતું બારણું પણ બંધ હતું.

સંજીવની સૂચના પ્રમાણે વિજય લિફ્ટ દ્વારા ચોથે માળ પહોંચ્યો. રાતનો લિફ્ટમૅન ઊંઘમાં જ હતો. તદ્દન યાંત્રિક ઢબે તેણે લિફ્ટ ચલાવી હતી. વિજય પણ જાણે રોજ એ મકાનમાં આવતો હોય તેમ સાહજિકતાથી લિફ્ટમાં પ્રવેશ્યો હતો અને એટલી જ સહજતાથી ચોથા માળ પર લિફ્ટમાંથી બહાર નીકળ્યો હતો. અને ઇન્દ્રજિતના બારણે જઈને તેણે કૉલબેલ દબાવ્યો હતો. ફ્લૅટના પાછળના ભાગમાં ફાયર એસ્કેપ પાસે પૅન્ટ્રી જેવી જગ્યામાં ઊભેલા સંજીવે અને શર્માએ એ ઘંટડી

સાંભળી હતી. સંજીવને ખાતરી હતી કે ફ્લૅટમાં બે કે તેથી વધારે માણસો હોવા જોઈએ. તેને એ પણ ખાતરી હતી કે જ્યારે વિજય ઘંટડી મારશે ત્યારે એક આદમી ફ્લૅટનું બારણું ખોલવા જશે અને બીજું જે કોઈ હશે તે પાછળ ફાયર એસ્કેપ તરફ આવશે. અને બરાબર એવું જ બન્યું. એક માણસ પૅન્ટ્રીના બારણે આવ્યો અને બારણું ખોલ્યું. સંજીવના ચહેરા પર સ્મિત આવ્યું. બારણાની બહાર સંજીવ અને શર્મા તૈયાર જ ઊભા હતા. જેવું બારણું ખૂલ્યું કે તરત જ શર્મા ત્રાટક્યો. બારણું ખોલીને બહાર આવતા માણસને તેણે એક હાથ જકડીને બીજા હાથે તેનું મોં દાબ્યું. તે સાથે જ સંજીવે પોતાના હાથમાં રાખેલી પિસ્તોલ એ આદમીના લમણામાં ઝીંકી દીધી. દસ જ સેકન્ડમાં એ બની ગયું. બારણું ખોલીને બહાર આવેલા આદમીએ આવું કંઈ થશે એવી અપેક્ષા રાખી ન હતી. તે તમ્મર ખાઈ ગયો. તેના ગળામાંથી દર્દનો અવાજ નીકળે તે પહેલાં તો સંજીવે તેને બીજો ફટકો માર્યો હતો અને એ નીચે પડે તે પહેલાં તો તેના જ્ઞાનતંતુઓ શિથિલ થઈ ગયા હતા. શર્માએ તેને ઘસેડીને રસોડામાં જવાના બારણામાં ઘસડ્યો અને સંજીવ રસોડામાંથી અંદર જવાના પૅસેજમાં સરક્યો. બીજી તરફ વિજય હજુ થોડી થોડી વારે ઘંટડી મારતો હતો. બીજો એક માણસ ફ્લૅટના બારણામાંની કાચની 'આઈ'માંથી બહાર કોણ છે તે જોવાનો પ્રયત્ન કરતો હતો. તેણે ઍમ્બુલન્સવાળા માણસો પહેરે છે તેવો ભૂરો યુનિફૉર્મ પહેર્યો હતો. તેની પીઠ પૅસેજ તરફ હતી અને તે બારણાની 'આઈ'માંથી બહાર જોતો હતો. સંજીવ સાવચેતીથી સર્યો.

'સ્ટૅડી' તેણે ધીરેથી કહ્યું. પેલો માણસ ઘડીભર એમ ને એમ જ સ્થિર થઈ ગયો. ત્રણ-ચાર સેકન્ડ એમ જ વીતી. તેણે સહેજ ડોકું ફેરવ્યું અને પાછળ જોયું. સંજીવને તરત જ ખ્યાલ આવ્યો કે એ આદમી આવી પરિસ્થિતિમાં, આ પહેલાં ઘણી વાર મુકાયો હોવો જોઈએ. અન્ય કોઈ માણસ આ પરિસ્થિતિમાં ઝાટકા સાથે પાછો ફર્યો હોત.

'બારણું... ધીરેથી ખોલ... એકદમ ધીરેથી...' સંજીવે હુકમ આપ્યો. પેલા માણસે હવે પોતાનું આખું મોં ફેરવ્યું અને સંજીવ તરફ જોયું. જમણા હાથે તેણે બારણાની કળ ફેરવી. તેનું ધ્યાન સંજીવના હાથમાં પકડેલી પિસ્તોલ તરફ હતું. કળ ફરી તે સાથે જ બારણાની બહાર ઊભેલા વિજયે જોરથી બારણાને ધક્કો માર્યો. પેલા માણસને એ ખ્યાલ નહિ આવ્યો હોય કે વિજય આવી રીતે બારણું ખોલશે. વળી તેનું ધ્યાન પણ સંજીવ તરફ જ હતું. બારણું જોરથી તેના ખભા સાથે અથડાયું અને અથડાઈને પાછું વસાઈ જાય તે પહેલાં વિજય અંદર ધસી આવ્યો. પેલો આદમી બારણાના ધક્કાથી ભીંત સાથે અફળાયો હતો, તેના બંને ખભા પર જોરથી વાગ્યું

હતું. તે ક્ષણવાર એમ ને એમ કળ ખાઈને ઊભો રહ્યો અને પછી વેદનાથી નીચે બેસી ગયો. તે સાથે જ સંજીવે કસીને તેના પડખામાં લાત મારી હતી. તે ચિત્કારી ઊઠ્યો. વિજયે બારણું બંધ કર્યું અને પિસ્તોલ તૈનાત કરી.

પેન્ટ્રીમાં જે માણસને માથામાં ફટકો મારવામાં આવ્યો હતો તે સંપૂર્ણતઃ બેહોશ જ થઈ ગયો હતો. શર્મા તેને ઘસેડીને બેડરૂમમાં લઈ આવ્યો હતો. સંજીવ તેની પાસે ગયો. તેણે શર્માને કાનમાં કંઈક કહ્યું. શર્મા બારણું ખોલીને ફ્લેટમાંથી બહાર નીકળ્યો. દાદર ઊતરીને તે ગ્રીન ઍપાર્ટમૅન્ટ્સની બહાર નીકળી ગયો.

●

બેન્દ્રેએ ઘડિયાળ જોઈ. રાતના એક વાગ્યો હતો. તે પોતાના કમરામાં આંટા મારતો હતો અને વારે વારે રૂમની પાછળની લૉબીમાંથી બહાર જોતો હતો. 'લવર્સ નૂક'ના ડાઈનિંગ હૉલમાં કૅબેરેના બૅન્ડના સૂરો ગાજતા હતા.

ઈન્દ્રજિત તેના કમરામાં તૈયાર થતો હતો. તેણે ખોટી દાઢી લગાવી હતી અને શીખ જેવી પાઘડી બાંધી હતી. સ્પિરિટ ગમથી ચહેરા પર ચોંટાડેલા વાળ પર તેણે ઈન્ટીમેટ છાંટ્યું અને અરીસામાં જોયું. શૈલજા તેને જોતી તેની પાછળ ઊભી હતી.

'ઈન્દ્રજિત, તેં મને બધી વાત કરી... તો પછી અત્યારે ક્યાં જાય છે તે કહેતો નથી... હું બધું જાણતી હોઉં તો...' શૈલજા બોલી.

'જો શૈલજા, હું તને એટલા માટે કશું કહેતો નથી કે તારી જો એક જ ભૂલ થાય તો મારું તો નિકંદન જ નીકળી જાય. તેં આટલી ધીરજ રાખી છે તો બસ બે કલાક માટે તું ધીરજ રાખી લે... જરા પણ ચિંતા કે વિચાર કર્યા વગર તું સૂઈ રહે.. તને ઊંઘ ન આવતી હોય તો શાંતિથી બેસી રહે.. પણ મારે ખાતર કશું જ કરતી નહિ...'

'પણ... ઈન્દ્રજિત...' શૈલજા કશું બોલી શકતી ન હતી... તેના મનમાં અનેક શંકા-કુશંકાઓ થતી હતી.

ઈન્દ્રજિતે બૂટ પહેર્યા. શૈલજાની નજીક આવીને તે તેના સુંદર ચહેરા તરફ જોતો ઊભો રહ્યો. તેણે બંને હાથ શૈલજાના ખભા પર મૂક્યા. 'શૈલજા... તારો ઉપકાર હું કદી નહિ ભૂલું...' તેણે ધીરેથી કહ્યું... અને શૈલજા તરફ જોયા વગર જ તે કમરામાંથી બહાર નીકળ્યો.

૩૮ નંબરના કમરાનું બારણું થોડુંક ખુલ્લું હતું. બેન્દ્રેએ એ અધખુલ્લા બારણામાંથી ઈન્દ્રજિતને બહાર નીકળતો જોયો. એક ક્ષણવાર તો તે આશ્ચર્ય પામી ગયો કે 'આ સરદારજી શૈલજાના કમરામાં ક્યાંથી આવ્યો ?' બીજી જ ક્ષણે તેને

ખ્યાલ આવ્યો કે એ ઈન્દ્રજિત હતો. ઈન્દ્રજિત દાદર સુધી પહોંચ્યો એટલે એ પણ પોતાના કમરામાંથી બહાર નીકળ્યો.

'લવર્સ નૂક' હોટેલના મેઈન ગેટ પાસે પ્રબોધ શાહ ઊભો હતો. બેન્દ્રે ઈન્દ્રજિતની પાછળ નીકળ્યો કે તરત એ હોટેલમાં પેઠો અને બેન્દ્રેના કમરામાં પહોંચ્યો. જેથી ૩૭ નંબરના કમરા પર, અને શૈલજા પર તે નજર રાખી શકે. સોલી દસ્તૂરની સૂચના હતી કે ગમે તે થાય પણ શૈલજાને ઊની આંચ પણ આવવી જોઈએ નહિ.

બહાર પાર્કિંગ લૉટમાં જીમી દસ્તૂર સોલી ઍન્ડ સહગલની માલિકીની ફિયાટ ગાડીમાં બેઠો હતો. તેણે પણ ઈન્દ્રજિતને બહાર આવતો જોયો. તે પણ ઈન્દ્રજિતને ઓળખી શક્યો ન હતો. પણ તેણે પ્રબોધને હોટેલમાં જતો જોયો અને ઈન્દ્રજિતની પાછળ બેન્દ્રેને આવતો જોયો. તે પરથી જ સમજી ચૂક્યો હતો કે જે પળની તે બધા રાહ જોતા હતા તે આવી ચૂકી હતી. ઈન્દ્રજિત પાસે પણ ફિયાટ ગાડી હતી. ઈન્દ્રજિતે ગાડી ચાલુ કરી અને પાર્કિંગ લૉટની બહાર કાઢી. બેન્દ્રે ઝડપથી જીમીની મોટર પાસે ગયો અને અંદર ગોઠવાયો. સાન્તાક્રુઝ અને જૂહુ તરફ જતે રસ્તે ઈન્દ્રજિતે પોતાની ગાડી વાળી હતી. જીમીએ પણ તેની પાછળ ગાડી હંકારી.

વરસોવા ગામ તરફ જતાં ઈન્દ્રજિતે ગાડી ઊભી રાખી. બેન્દ્રેએ ક્ષણમાં નિર્ણય લઈ લીધો અને જીમીને ગાડી આગળ લેવા કહ્યું. દરિયાકિનારા તરફ જતા એક નળિયા આગળ તેણે જીમીને ગાડી ઊભી રાખવાનું સૂચન કર્યું. બંને જણા ફિયાટમાંથી ઊતર્યા. રસ્તાની બંને તરફ નાળિયેરીઓની વાડીઓ હતી. રસ્તો સૂમસામ હતો. બંને નાળિયામાંથી બહાર આવ્યા અને રસ્તાની બાજુમાં આવેલા નાળિયેરીના ઝુંડમાં ઊભા રહ્યા. તેમને ઈન્દ્રજિતની ફિયાટ રસ્તાની એક બાજુ ઊભેલી દેખાતી હતી. ઈન્દ્રજિતે સિગારેટ સળગાવેલી હતી. અંધકારમાં સિગારેટનું સળગતું ટોપચું નાનકડી લાલબત્તી જેવું દેખાતું હતું. ઈન્દ્રજિત ગાડીમાં જ બેસી રહ્યો હતો. જાણે કોઈ વાયરલેસથી સંદેશો મળ્યો હોય તેમ જ. થોડી જ મિનિટોમાં એક વૉક્સવૅગન આવી અને ઈન્દ્રજિતની ગાડી પાછળ ઊભી રહી. ઈન્દ્રજિતે જલતી સિગારેટ એક તરફ નાખી અને મોટરમાંથી બહાર નીકળ્યો. વૉક્સવૅગનના ડીમ લાઇટના અજવાળામાં બેન્દ્રે અને જીમીને બધું સ્પષ્ટ દેખાતું હતું. ઈન્દ્રજિત પોતાની મોટરમાંથી ઊતરીને વૉક્સવૅગનમાં ચાલ્યો ગયો. વૉક્સવૅગનમાંથી બીજો કોઈ આદમી ઊતર્યો અને તે ઈન્દ્રજિતની ગાડીમાં ગોઠવાયો અને મોટર સ્ટાર્ટ કરી.

શ્યામ બેન્દ્રે મૂંઝવણમાં મુકાયો. શું થઈ રહ્યું છે તે તેને સમજાતું ન હતું. પોતે શું કરવું તે પણ નિર્ણય કરી શકતો ન હતો.

'હું અહીં રહું છું, તું એ ફિયાટનો પીછો કર.' જીમીએ કહ્યું. તે વખતે પેલી ફિયાટ પાછી વળી રહી હતી.

બેન્દ્રેને એ વાત યોગ્ય લાગી. નાળિયામાં ઊભી રાખેલી ફિયાટ તરફ તે પહોંચ્યો અને આંખના પલકારામાં તો તેણે નાળિયામાંથી ફિયાટ બહાર કાઢી અને ઈન્દ્રજિતની ફિયાટ પાછળ હંકારી. જીમી વૉક્સવૅગન શું કરે છે તે જોતો ઊભો રહ્યો.

●

'હવે...જો આખી વાત તું કહીશ તો જ તું બચવાનો છું...' સંજીવે પેલા આદમીને બેઠો કરતાં કહ્યું. તેને બેડરૂમમાં એક ખુરશીમાં બેસાડવામાં આવ્યો હતો. બીજા બેહોશ આદમીને એક ખૂણે ઊંધો સુવાડવામાં આવ્યો હતો. વિજય બંને પર ગોળી છોડી શકાય તેવી રીતે તૈયાર ઊભો હતો.

'જો... તારું નામ મને ખબર છે. મેં તને અમદાવાદમાં જોયો હતો. એટલે હવે જરા પણ વિલંબ કર્યા વગર મોં ફાડ... આ બધું છે શું ? તું અહીં કેમ છું ? આ ફાયરબ્રિગેડનો યુનિફોર્મ તેં કેમ પહેર્યો છે ?' સંજીવે પૂછ્યું પણ પેલો જવાબ આપતો ન હતો.

સંજીવ તેની નજીક સર્યો. કાનનો પડદો ચિરાઈ જાય તેટલા જોરથી તેણે પેલાના કાન પર લાફો જડી દીધો. 'તારું નામ ચૌધરી છે તેની મને ખબર છે. આ બંધ મકાનમાં તું શું કરે છે ?'

'મારા શેઠનું મકાન છે !' ચૌધરીએ કહ્યું. સંજીવના એક લાફાની તેના પર કોઈ અસર થઈ ન હતી. સંજીવે મુઠ્ઠી વાળીને કસીને તેના જડબા પર ફેંટ મારી. ખુરશીમાં બેઠેલા ચૌધરીને તમ્મર આવી ગઈ. તેના બંને હોઠ ચિરાઈ ગયા હતા અને દાંત તૂટીને હોઠમાં ભરાઈ ગયો હતો. એક મિનિટ બાદ તે બેડરૂમની કાર્પેટ પર થૂંક્યો હતો. તેના મોંમાંથી લોહી પડતું હતું.

'સીધી વાત કરવી છે કે કમોતે મરવું છે ?' સંજીવ તાડૂક્યો. આટલું વાગ્યા પછી પણ એ ચૌધરીનો બચ્ચો અડગ હતો. ડાબા હાથ પર પહેરેલી ઘડિયાળ તરફ તેણે નજર નાખી અને બોલ્યો :

'કહું છું ને ઈન્દ્રજિત સેલારકા મારો બૉસ છે. તેણે જ મને અહીં બેસવાનું કહ્યું હતું.' તે બોલ્યો. પણ સંજીવ તેની સાથે વાતચીતમાં સમય બગાડવા માગતો ન હતો. તેણે પોતાની બ્રીફકેસમાંથી સાઈલન્સર કાઢ્યું અને તેને બેરેટા પર લગાવ્યું. ચૌધરીના શરીરમાંથી એક ધ્રુજારી પ્રસરી ગઈ. તે પણ ખેલાડી હતો. તેણે પણ પોતાની જિંદગીમાં આવા કંઈક પ્રસંગો જોયા હતા.

'તારો જાન લેતાં હું અચકાવાનો નથી. હું તને દસ સેકન્ડ આપું છું.' કહીને સંજીવે પિસ્તોલ ઊંચી કરી અને દસ ગણવા માંડ્યો... ચૌધરી સહેજ ડગ્યો. સંજીવ આઠ સુધી આંકડા બોલ્યો ત્યાં સુધી ચૌધરીએ રાહ જોઈ.

'એક મિનિટ... ડોન્ટ શૂટ... હું નાનો માણસ છું... મને કશી ખબર નથી... તમે ઇન્દ્રજિતને મળો...'

'તમે ઇન્દ્રજિતને મળતા કેમં નથી ?'

'તે હું જરૂર મળીશ.' સંજીવે કહ્યું. 'પણ તું બોલ... તું કેમ બોલતો નથી ?' તેણે ચૌધરીને કહ્યું. ચૌધરી સંજીવના હાથમાંની પિસ્તોલ તરફ જોઈ રહ્યો હતો. સંજીવને એ ચોક્કસ ખ્યાલ હતો કે આ ચૌધરીનો બચ્ચો ગમે તેમ કરીને સમય વેડફવા માગે છે. 'જો, હવે હું રાહ જોવાનો નથી.' સંજીવે પિસ્તોલ સહેજ ઊંચી કરીને નિશાન લીધું. ચૌધરીએ સહેજ ઊંડો શ્વાસ લીધો. 'તને એમ લાગે છે, હું કેવળ દમ ભિડાવું છું અને ગોળી છોડતાં ખચકાઈશ ?' સંજીવ બોલ્યો. પાંચ સેકન્ડ કે દસ સેકન્ડ સ્તબ્ધતામાં વીતી અને એકાએક સંજીવે ઘોડો દબાવ્યો. ચૌધરી ચિત્કારી ઊઠ્યો. સંજીવે ઝડપથી પિસ્તોલ નમાવી હતી અને બેરેટાની નાનકડી કારતૂસ ચૌધરીના બૂટમાં ખૂંતી હતી. ચૌધરી પગ અધ્ધર કરીને બેસી ગયો. થોડી સેકન્ડોમાં તો તેના બૂટ અને મોજાં લોહીથી ખરડાયાં.

'હવે બોલ... બીજી ગોળી બીજા પગમાં વાગશે.'

ચૌધરીને સખત દર્દ થતું હતું... તેના મોઢામાંથી અવાજ પણ નીકળી શકતો ન હતો. તેમ છતાં તે ધીરેથી બોલ્યો, 'તમે કોણ છો ? તમારાથી કંઈ જ નહિ થાય, કંઈ જ નહિ થઈ શકે...'

'ચર્ચા નહિ. બોલવા માંડ... બીજા પાંચ ગણું છું... તારું મોત હું સહેલાઈથી નહિ લાવું. અને જો તું આખી વાત કરીશ તો હું તને પોલીસ પાસેથી પણ છોડાવી લાવીશ.' ચૌધરીનો ચહેરો ફિક્કો પડતો જતો હતો. તેના કૅન્વાસના ભૂરા બૂટ હવે લોહીથી ભીંજાઈને કાળા લાગતા હતા. મોજામાંથી લાલ રંગ ઊભરાતો હતો.

'ટ્રેઝરી... ટ્રેઝરીનું વોલ્ટ...'

'શું ? કઈ ટ્રેઝરી... ?'

'મને ખબર નથી. સાચું કહું છું. મને ખબર નથી. પણ કોઈ બૅન્કનું વોલ્ટ

ખૂલવાનું છે... અમને તો...' ચૌધરીને પારાવાર દર્દ થતું હતું, છતાં તે પણ ખડતલ આદમી હતો.

'તમને શું...'

'અમને... જુદું જ કામ સોંપાયું હતું.'

'શું કામ... જલદી વાત કર... વખત ન બગાડ...' સંજીવે કહ્યું. સંજીવના મગજમાં ઝડપથી અનેક વિચારોના સરવાળા થતા હતા. ચૌધરી વારંવાર કાંડા-ઘડિયાળમાં સમય જોતો હતો.

'અમારે ઍમ્બુલન્સ ચલાવવાનું કામ કરવાનું હતું.'

'ક્યાં છે ઍમ્બુલન્સ ?' સંજીવે પૂછ્યું.

ચૌધરીએ કણસવા માંડ્યું. 'મને પાણી પાશો ? મારી જીભ સુકાય છે... ઈશ્વરને ખાતર...' ચૌધરી તૂટક અવાજે બોલ્યો.

'ઈશ્વરને ખાતર હું બધું કરીશ, પણ અત્યારે નહિ. પહેલાં જવાબ આપ, ઍમ્બુલન્સ ક્યાં છે ?'

ચૌધરી સંજય તરફ જોઈ રહ્યો. તેને રંજ થતો હતો. એક તદ્દન નાજુક અને સુંવાળા ચહેરાવાળો આદમી તેને અત્યારે પરાસ્ત કરી રહ્યો હતો. ચૌધરીએ નિશ્વાસ નાખ્યો. તે મરવા માગતો ન હતો. ચૌધરી આવી પરિસ્થિતિમાં ઘણી વાર આવી ચૂકેલો હતો. ઘણી વાર કટોકટીમાંથી સમયે તેને તક આપીને વિજયી બનાવેલો હતો. આ તો જીવન અને મોતના ચોકઠાવાળી શતરંજ હતી. એ બરાબર સમજતો હતો અને કોઈ તકની રાહ જોતો હતો.

'બોરડે ફાર્મ.' તે બોલ્યો.

'મને જૂઠું સાંભળવાની આદત નથી.' સંજીવે કહ્યું : 'બોરડે ફાર્મ ક્યાં આગળ છે. તારું બોરડે ફાર્મ ?' સંજીવે પિસ્તોલથી ચૌધરીના પાંસળામાં ગોદો માર્યો. ચૌધરીની આંખે અંધારાં આવ્યાં. તેને ખાતરી થતી જતી હતી કે આ કોઈ તદ્દન બેપરવા આદમી છે.

'બોરડે ફાર્મ... નાળિયેરીનો બગીચો... વરસોવા પાસે...'

'વાત શું છે પણ... ઍમ્બુલન્સ શેને માટે ?'

'મને ખબર નથી... મને ખબર નથી... ઈશ્વર કસમ...' ઈશ્વરની કસમ હેઠળ જૂઠું બોલનારા આદમી સંજીવે પણ જોયા હતા. તેણે ચૌધરીની આંખોમાં આંખ પરોવી.

'કોણ છે ઍમ્બુલન્સમાં...?' સંજીવે પૂછ્યું.

'કોઈ બુઢ્ઢો છે. તેની ઓરત છે અને એક નાની છોકરી.' પેલા ચૌધરીએ કહ્યું.

'માઈ ગૉડ... માઈ ગૉડ...' સંજીવ બોલી ઊઠ્યો. તેણે ખૂણે પડેલો ફોન જોડ્યો. વિજય ચૌધરીની નજીક જ ઊભો હતો. સંજીવે વિજય સામે જોયું અને પોતે ફોન પાસે ગયો અને સોલી ઍન્ડ સહગલ કંપની પર ફોન જોડ્યો. ફોન પર સોલી દસ્તૂર હાજર હતા.

'હલ્લો...'

'કોણ ? સંજીવ... ? કેમ...?

'દસ્તૂર અંકલ... તમે સાંભળો..'

'તું ક્યાંથી બોલે છે ?' દસ્તૂરે પૂછ્યું.

'તેની તમે ચિંતા ન કરો. હું કહું છું તે વાત બરાબર સાંભળી લો. કોઈ ટ્રેઝરીનું વોલ્ટ ખૂલવાનું છે.' સંજીવે કહ્યું.

'તું ક્યાં છું સંજીવ...'

'તમે મારી વાત સાંભળો... એક ઍમ્બુલન્સમાં...' સંજીવ વાક્ય પૂરું કરે તે પહેલાં પેલો ચૌધરી ઊછળ્યો હતો. આંખના પલકારામાં તેણે ફોનનું દોરડું ખેંચી લીધું હતું. વિજય બે ક્ષણ મોડો પડ્યો હતો. સંજીવને સ્વપ્ને પણ ખ્યાલ ન હતો કે ચોધરી આવું કંઈક કરશે. જેવું ચૌધરીએ દોરડું ખેંચ્યું કે તરત જ વિજયે લુગરમાંથી ગોળીઓ છોડી દીધી હતી અને મશીન-પિસ્તોલમાંથી છૂટેલી ગોળીઓ વરસાદનાં ફોરાંની માફક ચૌધરીના જિસ્મમાં પરોવાઈ હતી. નાનકડા કમરામાં ધણધણાટી થઈ હતી. ચૌધરી ઢગલો થઈ ગયો. વિજય અને સંજીવ માટે હવે અહીંથી ભાગ્યા વગર છૂટકો ન હતો. બંને જણ ફાયર એસ્કેપ ભણી દોડ્યા અને નીચે ઊતર્યા. ચોથા માળથી છેક નીચે ઊતરતાં તેમને ઝાઝો સમય લાગ્યો નહિ, તેમ છતાં ગ્રીન ઍપાર્ટમૅન્ટના બધા ફ્લૅટમાં લાઇટો ઝળહળી ઊઠી. ઊંઘમાંથી જાગી ઊઠેલા રહીશો કંઈ સમજે તે પહેલાં સંજીવ અને વિજય નીચે રસ્તા પર પહોંચી ગયા હતા. ચૌધરી અને તેના બીજા બેભાન થયેલા સાથીદારને ઇન્દ્રજિતના ફ્લૅટમાં રહેવા દઈને ભાગ્યા હતા.

નીચે પદમ ટેકરીના ઢોળાવ પર પાર્ક કરેલી બેન્ટલેના વ્હીલ પર પાઇલટ શર્મા બેઠેલો હતો. તેણે પણ ધડાકા સાંભળ્યા હતા. મોટર સ્ટાર્ટ કરીને બારણું ખુલ્લું કરીને તે રાહ જોઈ જ રહ્યો હતો, તેની અપેક્ષા મુજબ જ વિજય અને સંજીવ ગણતરીની મિનિટોમાં જ દોડી આવ્યા હતા. ત્રણે જણ બેન્ટલેમાં ગોઠવાયા.

'કઈ તરફ ?' શર્માએ પૂછ્યું.

'જૂહુ...' સંજીવ બોલ્યો.

●

જીમી મૂંઝાતો હતો. વરસોવાના એકાંત રસ્તા પર નાળિયેરીના ઝુંડની પાછળ ઊભા રહીને તે રસ્તામાં ઊભેલી વૉક્સવેગન તરફ જોઈ રહ્યો હતો. પોતાની ફિયાટમાંથી ઊતરીને ઇન્દ્રજિત વૉક્સવેગનમાં દાખલ થયો હતો અને વૉક્સવેગનમાંથી ઊતરીને એક આદમી ફિયાટમાં બેસીને પાછો વળ્યો હતો. બેન્દ્રેને ન છૂટકે એ ફિયાટનો પીછો કરવાનો નિર્ણય લેવો પડ્યો હતો.

વૉક્સવૅગન થોડી વાર ત્યાં ઊભી રહી પછી ઊપડી. જીમીએ મનમાં ને મનમાં બે ગાળો દીધી. વૉક્સવૅગનનો પીછો કરવાનું હવે અશક્ય બનવાનું હતું. તેને થયું કે બેન્દ્રે ત્યાં જ રહ્યો હોત તો સારું થાત. કમ-સે-કમ તેમની પાસે મોટર તો રહી હોત. વૉક્સવૅગન ઊપડી અને જીમી હતાશ થઈને નાળિયેરીઓ વચ્ચેથી બહાર આવ્યો. અંધારામાં સરી જતી વૉક્સવૅગનનાં લાલ બૅક લાઇટ્સ તરફ તે નિરાશાથી જોઈ રહ્યો.

'લેટ મી ટ્રાય...' તેણે એકાએક લગભગ બસો વાર દૂર પહોંચેલી વૉક્સવૅગનની લાલ લાઇટોને ડાબી તરફ સરતી જોઈ. જીમીને ખ્યાલ હતો કે એ તરફ કોઈ જાહેર રસ્તો ન હતો. એ તરફ નાળિયેરીના બગીચાઓ હતા. જીમીએ દોડવા માંડ્યું. સાતઆઠ મિનિટ દોડ્યા પછી તે જે જગ્યાએથી વૉક્સવૅગન વળી હતી ત્યાં આવી પહોંચ્યો. એ તરફ કોઈ પાકો રસ્તો ન હતો. કોઈ ફાર્મમાં જવા માટેનું નાળિયું હતું. થોડી વાર તે વિચાર કરતો ત્યાં જ ઊભો રહ્યો. કાપી નાખવામાં આવેલી નાળિયેરીના ઠૂંઠાં ત્યાં ખડાં હતાં. થોડા થોર અને જંગલી ઘાસના ઝૂંડ વચ્ચેથી એ રસ્તો અંદરના ભાગ તરફ જતો હતો. જીમી ધ્યાનપૂર્વક ચાલ્યો... એકાએક તેણે લાકડાના ખપાટિયાનો ઝાંપો જાણે ચંદ્રના આછા અજવાળામાં તેને રસ્તાની માટી પર પડેલા ટાયરોનાં નિશાન દેખાતાં હતાં. તે નજીક સર્યો. ઝાંપો ખુલ્લો જ હતો. પણ જીમી ઝાંપામાંથી જ અંદર જવાની મૂર્ખતા કરે તેવો બિનઅનુભવી આદમી ન હતો.

●

સોલી એન્ડ સહગલ પ્રાઇવેટ ડિટેક્ટિવ એજન્સીના ચીફ ઑપરેટિવ શ્યામ બેન્દ્રેને કંઈક અકથ્ય લાગણી થતી હતી. જીમીને જૂહુ વરસોવા રોડ પર છોડીને તેણે ફિયાટનો પીછો કર્યો હતો. તે સિવાય કોઈ પર્યાય પણ ન હતો. આગળ જતી ફિયાટ ખાસ નોંધપાત્ર ઝડપે જતી ન હતી. બેન્દ્રેને ફિકર એટલી જ હતી કે એ ફિયાટમાં બેઠેલા

આદમીને જરૂર ખ્યાલ આવવાનો છે કે તેનો પીછો થઈ રહ્યો છે. તે ગમે તેટલી કાળજી રાખે તો પણ આવું બન્યા વગર રહેવાનું નથી. બેન્દ્રેએ ઘડિયાળમાં જોયું. બે વાગવા આવ્યા હતા. રસ્તાનો ટ્રાફિક સાવ ઓછો થઈ ગયો હતો. માહિમ વટાવ્યા પછી આગલી ગાડીએ સ્પીડ પકડી હતી. બેન્દ્રેએ પણ કમને ગતિ વધારી હતી. તેને શંકા થતી જ હતી કે તે છતો થયા વગર નહિ રહે. આગળની ફિયાટ હાજી અલી આગળ પહોંચી ત્યારે તો ખરેખર બેન્દ્રેની મૂંઝવણ વધી ગઈ હતી. શું આગલી ગાડીવાળો તેને કોઈ ગેરરસ્તે તો દોરતો નહિ હોય ને ! આંખમાં ધૂળ નાખવા તે પેરવી તો નહિ કરતો હોય ને ? 'ખેર, ગમે તે થાય, એ ગાડીનો પીછો કર્યા સિવાય હવે બીજું કંઈ થઈ શકે તેમ પણ નથી.' તે મનમાં બબડ્યો અને એક્સેલેટર પર જોર આપ્યું.

પેડર રોડ પરથી ગાડી પસાર થઈ. મરીન ડ્રાઇવ પર જવા માટે વળી. શું કરવું તે બેન્દ્રેને સમજાતું નહોતું, પેલી ફિયાટ વણથંભી ચર્ચગેટ તરફ ચાલી જતી હતી... ત્યાંથી ફાઉન્ટન અને પછી બેલાર્ડ એસ્ટેટ તરફ... ગાડી સહેજ ધીરી પડી.

'ચોક્કસ... ચોક્કસ...' બેન્દ્રએ પોતાને, પોતાનો લખેલો રિપોર્ટ યાદ આવ્યો. જીમીએ કહ્યું હતું કે ઇન્દ્રજિતે કોઈને ફોન કર્યો હતો નિઝામ રેસ્ટોરાંમાંથી કે 'સાડા ત્રણ વાગ્યે ડેમૉન્સ્ટ્રેશન અને રાતના દોઢ પછી "સેટ" થશે...' ઓહ માઈ ગૉડ... એ લોકો ટ્રેઝરી ઉપર ટ્રેઝરી પર... તેણે વિચાર કર્યો ત્યાં તો તેની આંખો સામેથી આવતી મોટરના મોટા સર્ચલાઇટથી અંજાઈ ગઈ હતી. એકાએક સામેથી કોઈ ભારે ખટારો તેની સામે ધસી આવતો હોય તેવું તેને લાગ્યું. વિચિત્ર છે ! તે વિચારે તે પહેલાં ખટારો તેની સામે જ ધસમસતો આવ્યો. આંખના પલકારામાં તેણે સ્ટિયરિંગ ફેરવ્યું, પણ તેની આંખો તદ્દન અંજાઈ ગઈ હતી. શું થઈ રહ્યું છે તેનો ખ્યાલ આવે તે પહેલાં તે બેભાન થઈ ગયો હતો. તેણે છેલ્લે કોઈકની બૂમ સાંભળી હતી, પણ તે પહેલાં તો સર્ચલાઇટવાળી ગાડી પસાર થઈ ગઈ હતી.

રસ્તા પરની મરક્યુરી લાઇટના અજવાળામાં નેવલ પોલીસની જીપ અને એક ભૂરા રંગનો નેવલ ટોપાઝનો ખટારો તેમજ એક લશ્કરી ઍમ્બેસેડર ગાડી રિઝર્વ બૅન્ક ટ્રેઝરી આગળ આવીને ઊભી રહી. જીપમાંથી ત્રણ નેવલ અધિકારીઓ જેવા આદમીઓ ઊતર્યા અને બેધડક ટ્રેઝરીના મકાનમાં ગયા. મકાનને દરવાજે સી.એસ.એફના બે જવાનો ઊભા હતા. તેમણે યુનિફૉર્મમાં આવેલા અમલદારોને જોઈને બૂટ અફાળ્યા.

'દરવાજા ખોલો...' એક અફસરે હુકમ આપ્યો.

'પણ' પેલો બોલ્યો. બીજા સંત્રીએ આશ્ચર્યથી નેવલ અફસર સામે જોયું.

"I say open the door." અધિકારી દરજ્જાનો આદમી બોલ્યો. ભૂરા રંગના

ખટારામાંથી સ્ટેનગનો સાથે બીજા નૌકાદળના ગણવેશમાં સજ્જ ચાર સૈનિકો નીચે ઊતર્યા. તે સાથે જ ટ્રક રિવર્સમાં લેવામાં આવી અને પાછલાં વ્હીલ ફૂટપાથ પર ચઢાવી દેવામાં આવ્યાં, જેથી ટ્રકનું બારણું બરાબર ટ્રેઝરીના બારણા સામે જ અને નજીક આવી જાય.

ટ્રેઝરીના સંત્રીઓ જરા મૂંઝાયા. આવું ક્યારેય બન્યું ન હતું. લશ્કરી માણસો શા માટે આવ્યા હશે ? વળી બારણું ખોલ્યા વગર સંત્રીઓ પોતાના ઉપરી અધિકારી સાથે વાત પણ કરી શકે તેમ ન હતા. તેમણે નેવલ અધિકારીના હુકમથી બારણું ખોલ્યું. જેવા તે અંદર ગયા કે તરત જ સફેદ ફ્લેગ ઑફિસરના ગણવેશ પહેરેલા બે અફસરોએ આંખના પલકારમાં પિસ્તોલો કાઢી અને બંને સંત્રીઓના ગળા પર ધરી. ખૂબ જ ઝડપથી અને યાંત્રિક રીતે બધું બની રહ્યું હતું. ટ્રકમાંથી બે જણે આવીને બંને સંત્રીઓને દોરડાથી મુશ્કેટાટ બાંધી દીધા અને ટ્રેઝરીના પ્રવેશદ્વારની ડાબી તરફ આવેલા ટૉઈલેટ બ્લૉકમાં બંનેને ઊંધા નાખ્યા.

બેન્દ્રેએ જેનો પીછો કર્યો હતો તે ફિયાટ ગાડી આવીને ત્યાં ઊભી રહી. તેમાંથી એક પાતળો ઊંચો આદમી ઊતર્યો. તે સરસરાટ ટ્રેઝરીમાં દાખલ થયો. નેવલ ગણવેશમાં ઊભેલા ત્રણ જણ લાઉન્જમાં જ ઊભા હતા. તેમાંના એકે પૂછ્યું :

'યસ... રાજા'

'બરાબર પોણા ત્રણ વાગ્યે.' તેણે કહ્યું. અને જાણે આખાય પ્રસંગનું બરાબર રિહર્સલ કરવામાં આવ્યું હોય તેમ ત્રણે અફસરોમાંથી એક લાઉન્જમાં ઊભો રહ્યો. ફિયાટમાં આવેલો નવો આદમી, જેને 'રાજા' કહીને સંબોધવામાં આવ્યો હતો તે અને બે અફસરો પૅસેજમાં થઈને વોલ્ટના દાદર પાસે આવ્યા. સ્ટેનગનોવાળા આદમીઓ મોરચા માંડીને જુદી જુદી જગ્યાએ ઊભા રહ્યા. એક મશીન-પિસ્તોલવાળો સૈનિક અફસરોની પાછળ ચાલ્યો. તે વોલ્ટમાં જવાના દાદરને મથાળે ઊભો રહ્યો. અફસરો અને રાજા એક તરફ દીવાલને અઢેલીને ઊભા રહ્યા. દાદરની નીચે વોલ્ટની પડાળીમાં એક સંત્રી ભરી બંદૂકે ઊભો હતો. મશીન-પિસ્તોલ લઈને દાદરને મથાળે ઊભેલા સૈનિકે એક ક્ષણ રાહ જોઈ અને પછી સંત્રીને ધીરેથી બૂમ પાડી. વોલ્ટના શાંત વાતાવરણમાં એ અણધારી બૂમથી એ સંત્રી ચમકી ઊઠ્યો. કશું જ કરવાનો તેની પાસે અવકાશ ન હતો. કેવળ તેણે જોરથી 'કોન હૈ'ની બૂમ પાડી. તે સાથે જ દીવાલની આડશમાંથી ગોળી છૂટી અને એ સંત્રી ઢળી પડ્યો. અવાજ સાંભળીને અંદર ઊભેલા બીજા બે ચોકિયાતો દોડી આવ્યા. પેલો સૈનિક દાદરના મથાળે દીવાલના ખૂણે ઊભો રહ્યો હતો. દોડી આવેલા ચોકિયાતોએ બડી અદબથી દાદર ઊતરીને આવતા અફસરને જોયા. તે બંને સ્તબ્ધ થઈને ઊભા રહ્યા, કે તરત જ દાદરને મથાળે ઊભેલો સૈનિક સ્ટેનગન તાકીને ઊભો રહ્યો. 'હાલશો તો વીંધાઈ જશો.' તેણે કહ્યું.

વોલ્ટના ચોકિયાતો આશ્ચર્યથી જોઈ રહ્યા. દાદર પરથી ઊતરતાં અફસરો અને દાદરને મથાળે ઊભેલો નૌકાસૈન્યનો સૈનિક...તેમને કશું સમજાયું નહિ. તેમણે પોતાનાં હથિયારો નીચે ફેંક્યાં. પેલા 'રાજા' નામના આદમીએ ચોકિયાતોની સ્ટેનગનો ઉઠાવી લીધી. પળવારમાં એ સંત્રીઓને પણ બાંધવામાં આવ્યા. વોલ્ટના આગળના બારણાનું તાળું તો સાઈલન્સર લગાડેલી પિસ્તોલના એક જ ધડાકે તોડવામાં આવ્યું હતું.

રાજાએ ઘડિયાળ જોઈ. 'ઇન્દ્રજિતે શું કહ્યું છે ?' તેની બાજુમાં ઊભેલા આદમીને પૂછ્યું.

'બધું બરાબર છે. અઢીને પાંચે બારણા પર હાથ લગાડવાનો છે.'

'કમબખ્તે મોડું કરાવ્યું.' એક અફસર બોલ્યો.

'પણ તે ચાલાકી તો નહિ કરતો હોય ને ?' બીજાએ પૂછ્યું.

'ચાલાકી...! અશક્ય, તેની હેસિયત નથી. મને તેની ચિંતા નથી, બીજી વાતની છે.' રાજા બોલ્યો. 'એ ઇન્દ્રજિતનો બચ્ચો કમાલ આદમી લાગે છે. તે કોઈ કરોડપતિની બૈરી સાથે આડા સંબંધ રાખે છે. તેનું નામ છે શૈલજા... શૈલજા સાગર... એ કમબખ્ત બાઈના પતિએ તેની પાછળ કોઈ ડિટેક્ટીવ ગોઠવ્યા છે. આજે પણ એ બાઈ સાથે જ હતો. – લવર્સ નૂકમાં.'

'શું કહ્યું ?' એ અફસરે પૂછ્યું.

'મને નવાઈ લાગે છે કે આજે પણ એ આદમીને પ્રેમ કરવાનું કેમ સૂઝતું હશે ?' રાજાએ કહ્યું.

'આ વાત વિચિત્ર છે, રાજા...' ટુકડીના નેતા જેવા લાગતા અફસરે આશ્ચર્ય ઠાલવ્યું. તે ઘડીભર સ્તબ્ધ થઈને રાજા તરફ જોઈ રહ્યો. એના કડક ચહેરા પર આશ્ચર્ય હતું કે ગુસ્સો તે કળવું મુશ્કેલ હતું. 'તારે મને તારી મોટરમાંથી સંદેશો મોકલવો જોઈતો હતો.'

'પણ બૉસ, મને ખબર ન હતી કે રાતે પણ એ બાઈની પાછળ માણસો રોકાયેલા હશે.' રાજાએ કહ્યું.

'પણ બેવકૂફ, એ આદમી જો તું કહે છે એમ શૈલજા સાગરની પાછળ રોકાયેલો હોય તો તારી પાછળ શું કામ આવે ?' પેલા બૉસ જેવા આદમીએ કહ્યું.

'એલ. કે. ... તેને લાગ્યું હોય કે...' રાજાએ પ્રથમ વાર એ આદમીનું નામ લીધું. નેવલ અધિકારીના યુનિફોર્મમાં સજ્જ એ માણસનું નામ એલ. કે. નિગમ હતું.

‘શટ અપ રાજા... એ આદમી ક્યાં છે ?’ બીજા અફસરે પણ પૂછ્યું.

‘મારી પાછળ એ ફિયાટમાં આવતો હતો. મેં મોટરમાંથી રેડિયો ટેલિફોન દ્વારા આપણી કંટ્રોલકારને ખબર આપી હતી. કંટ્રોલકારે મારી સૂચનાનો અમલ કરી નાખ્યો હતો... બેલાર્ડ એસ્ટેટના બૅન્ડ પાસે કંટ્રોલકારે તેના પર સર્ચલાઇટ ફેંક્યું હતું... અને...’

‘... અકસ્માત કરાવ્યો હતો... તારે એ જ કહેવાનું છે ને રાજા... માઈ ગૉડ... તારી બુદ્ધિ કટાઈ ગઈ છે ! તારે એને ખતમ કરી નાખવો હતો. એ અકસ્માતમાં જીવતો રહ્યો હશે તો...’ એલ. કે. નિગમે તુચ્છકારથી કહ્યું. રાજા નીચું માથું નાખીને ઊભો રહ્યો. ‘એ ઓરત ક્યાં છે ?’

‘લવર્સ નૂકમાં હશે...’ રાજાએ કહ્યું.

‘હશે એટલે ?’ નિગમે પૂછ્યું. ‘તને મેં કહ્યું ન હતું કે ઇન્દ્રજિતની બધી જ હિલચાલ પર નજર રાખવાની છે ?’

‘એટલે તો મને ખબર હતી કે...’

‘ખબર હતી ! શું ધૂળ... જો એ આદમી કોઈ કરોડપતિની પત્ની સાથે આડા સંબંધ ધરાવે છે તે બાબત પર તેં મારું ધ્યાન ગઈ કાલે દોર્યું હોત તો...ખેર ! કંટ્રોલકારને ખબર આપ... લવર્સ નૂકવાળી ઓરત આપણે કબજે રહેવી જોઈએ...’ ટુકડીના બૉસ નિગમે હુકમ આપ્યો. રાજા દાદરો ચડીને ટ્રેઝરીની લાઉન્જમાં આવ્યો અને ત્યાં ઊભેલા પોતાના આદમીને સંદેશો આપ્યો. રાજા વોલ્ટમાં પાછો ઊતર્યો ત્યારે પોણા ત્રણ થઈ ગયા હતા. બારણાની પાસે ઊભેલો નિગમ ઘડિયાળ જોતો હતો. બારણામાંથી ધીરો સિસકારો આવ્યો.

‘પરચા, ચાવીઓ...’ નિગમે તેની બાજુમાં ઊભેલા નેવલ અફસરને કહ્યું.

‘પાંચ મિનિટ જવા દે એલ. કે.’ પરચા નામનો આદમી બોલ્યો.

પાંચ મિનિટ બધા તદ્દન મૌન ઊભા રહ્યા. એ દૃશ્ય ભયંકર હતું. વોલ્ટના પગથિયા પાસે એક ચોકિયાત મરેલો પડ્યો હતો. તેના શરીરમાં વાગેલી ગોળીઓથી નીકળતું લોહી પગથિયા પર ફેલાયેલું હતું. બીજી તરફ બીજા બે ચોકિયાતો મુશ્કેટાટ બંધાઈને પડ્યા હતા. તેમની આંખો તગતગતી હતી. નેવીના અફસરો આ શું કરી રહ્યા છે ? તેનો આઘાત તેમના ચહેરા પરથી જતો ન હતો.

પાંચ મિનિટ વીતી. પરચાએ આપેલી ચાવીઓ એલ. કે.એ હાથમાં લીધી. તેના રૂક્ષ ચહેરા પર સ્મિત આવ્યું. તેણે ધીરેથી નાની ચાવી એક કળમાં ફેરવી.

નાનકડી સ્લિટ તોતિંગ બારણાની પ્લેટમાંથી ખસી. તેમાં બીજી મોટી ચાવી નાખવામાં આવી. તે પછી બારણા પરનું વ્હીલ ફેરવવામાં આવ્યું. તોતિંગ બારણું મોરના પીંછા જેટલી સલૂકાઈથી ખૂલી ગયું... વોલ્ટમાં દીવો બળતો હતો. નેવલ યુનિફોર્મમાં સજ્જ રાજા, એલ. કે., પરચો અને બીજો સૈનિકના યુનિફોર્મમાં આવેલો આદમી... ચારે જણા વોલ્ટમાં જોઈ રહ્યા. ચારેય જણના ચહેરા પર અપાર આનંદ છવાયો. વોલ્ટમાં ચમકતી સોનાની પાટો પર પડતો દીવાનો પ્રકાશ વોલ્ટની છત પર પરાવર્તિત થતો હતો. એલ. કે. નિગમના અટ્ટહાસ્યથી વોલ્ટ ગાજી ઊઠ્યું. નેવલ ઑફિસરોના લિબાસમાં આવેલી એક ખૂંખાર ટોળકીએ ભારતભરમાં ચકચાર ફેલાવનારી લૂંટની શરૂઆત કરી હતી.

'કમ ઑન... હરી અપ બૉઈઝ...' એલ. કે. બરાડી ઊઠ્યો. તેમની પાસે સમય કમ હતો. સોનાનો જથ્થો વધારે હતો.

●

બેન્દ્રેની ગાડી સાથે ટક્કર મારીને કંટ્રોલકાર ચર્ચગેટ તરફ જતી હતી ત્યાં જ તેને હુકમ મળ્યો. પોલીસ ખટારા જેવી એ ગાડીમાં એલ. કે. નિગમના છ ચુનંદા આદમીઓ હતા. રાજાનો સંદેશો હતો કે લવર્સ નૂક પર પહોંચવું અને ઈન્દ્રજિત સાથે આવેલી શૈલજા સાગરને ઉઠાવી લેવી. બીજો સંદેશો ન મળે ત્યાં સુધી તેને કબજે રાખવી. કંટ્રોલ સંભાળતો રોગન નામીચો આદમી હતો. માથા પર વાળ વગરનો, તોલિયો રોગન કેવળ મહાકાય આદમી જ નહિ, પણ જન્મજાત આખલો જ હતો. તેને રાજાનો આ સંદેશ ગમ્યો. ઓરતો તરફની એની દિલચસ્પી વિચિત્ર હતી. તેણે કંટ્રોલકાર તેના મદદનીશને ભળાવી અને પોતે નીચે ઊતર્યો. કંટ્રોલવાનમાં બીજા પાંચ આદમીઓ હતા, તેમાંથી લખ્ખનને તેણે નીચે ઉતાર્યો. લખ્ખન સ્મિત સાથે નીચે આવ્યો.

'આપણે મિજલસમાં જવાનું છે લખ્ખન... કરોડપતિની ઓરત છે...' રોગન બોલ્યો.

'કરોડપતિની ઓરત હશે તો કોઈ "ચીજ" બી હશે.' લખ્ખને હિંદીમાં કહ્યું. ઈરોઝ સિનેમાના ખાંચા આગળથી તેમણે ત્યાં સ્ટૅન્ડ-ટુ માટે ઊભી રાખેલી એલ. કે. નિગમની ગાડી ઉઠાવી.કંટ્રોલકાર રિટ્ઝ હોટેલ પાસેથી પાછી વળી.

●

બેલાર્ડ એસ્ટેટના બૅન્ક પાસે મર્ચન્ટ નેવીની ભરતી કચેરીની ફૂટપાથ પર વૉટર હાઈડ્રન્ટ સાથે અથડાઈને ફિયાટ પડી હતી. તેના કાચની કચ્ચરો થઈ ગઈ હતી.

ફિયાટમાં બેઠેલો બેન્દ્રે ડ્રાઈવરની સીટમાં જ સ્થિર થઈ ગયો હતો. તેનાં પાસળાં ત્રણ કકડામાં તૂટી ગયાં હતાં. મૃત્યુ પામતા પહેલાં પાંચ મિનિટ માટે તેણે દોજખની વેદના અનુભવી હતી. મોડી રાતે એ રસ્તો પણ વેરાન હતો. ફૂટપાથ પર સૂનારા કેટલાક જનાબે આલી ત્યાં એકઠા થઈ ગયા હતા. શું કરવું તેની ચર્ચા ચાલતી રહી. અકસ્માત પછી લગભગ પંદર મિનિટે બીટ પરનો કૉન્સ્ટેબલ આવ્યો હતો. અને ત્યાર બાદ પોલીસ કાર્યવાહી શરૂ થઈ હતી.

●

મિસ્ટર દસ્તૂર વિચારમાં પડી ગયા હતા. તેમને સમજાતું ન હતું કે સંજીવનો ફોન કેવી રીતે, ક્યાંથી આવ્યો હતો અને શા માટે કપાઈ ગયો હતો. તેમ છતાં તેમણે શબ્દો બરાબર સાંભળ્યા હતા. સંજીવે કહ્યું હતું કે કોઈ ટ્રેઝરીનું વોલ્ટ ખૂલવાનું છે. અને એક ઍમ્બુલન્સમાં... બસ તે પછી ફોન કપાઈ ગયો હતો. મિ. દસ્તૂરે ફરીથી બેન્દ્રેએ આપેલો રિપોર્ટ મંગાવ્યો અને વાંચ્યો...' બેન્દ્રે કમબખ્ત ક્યાં હતો ? મનમાં જ મિ. દસ્તૂર બબડ્યા... ઈન્દ્રજિત રિઝર્વ બૅન્કની ટ્રેઝરીના વોલ્ટનું ડેમોન્સ્ટ્રેશન નૌકાદળને માટે આપવાનો હતો.

'તો શું એ વોલ્ટ...!' મિ. દસ્તૂરે પોતાની જાતને પૂછ્યું. 'ઈન્દ્રજિતે કોઈ કરામત તો નહિ કરી હોય...?' મિ. દસ્તુરે કપડાં બદલ્યાં અને ટેબલના ખાનામાંથી પિસ્તોલ ઉઠાવી.

●

શૈલજાએ ઘડિયાળ જોઈ. ત્રણને દસ થઈ હતી. ઈન્દ્રજિતે તેને જે વાત કરી હતી તે ભયાનક હતી, છતાં તેણે પૂરી વાત નથી કરી તેવું તેને લાગતું હતું. ઊંઘ આવવાનો તો પ્રશ્ન જ ન હતો. ચિંતાનો પહાડ તેના પર તૂટી પડ્યો હતો. અત્યારે તેને પોતાની આબરૂની ચિંતા ન હતી કે, તેને સંજીવની ચિંતા, ઈન્દ્રજિતે તેને કમરામાં જ રહેવાનું કહ્યું હતું. છેલ્લા દોઢ કલાકથી તે લવર્સ નૂકના ૩૭ નંબરના કમરામાં કોઈ ઝૂના પાંજરામાં પુરાયેલી વાઘણની માફક આંટા મારી રહી હતી. દર દસ મિનિટે તે ઘડિયાળ જોતી અને નિસાસો નાખતી હતી. ઈન્દ્રજિતે તેને કહ્યું હતું કે તે પાંચ વાગતામાં તો પાછો આવતો રહેશે. ક્યાં ગયો છે તે પણ તેણે કહ્યું ન હતું. થોડી થોડી વારે તે રૂમમાંથી ઝરૂખામાં જવાના બારણે આવીને ઊભી રહેતી. રાત સૂમસામ હતી છતાં વાતાવરણ આહ્લાદક હતું. પવનની લહેરો તેના નાઈટ ગાઉન સાથે અટકચાળું કરી જતી.

એલ. કે. નિગમની મર્સિડીઝ લવર્સ નૂકમાં પાર્કિંગ લૉટમાં આવીને ઊભી રહી. રોગને સિગારેટ સળગાવી. લખ્ખન હસ્યો. રોગન અને લખ્ખન દેખાવમાં એક

જબરો વિરોધાભાસ ઊભો કરતા. લખ્ખન પચ્ચીસી વટાવી ચૂકેલો હતો, છતાં તેનો ચહેરો કિશોર ટીનએજર જેવો હતો. તેની નાનકડી મૂછો સોનેરી હતી. તેના વાળ પાતળા અને આછા હતા. રોગન તેનાથી તદ્દન જુદા જ પ્રકારનો હતો. માથે તોલો, મહાકાય આદમી. દેખતાંવેંત જ કોઈ દંતકથાના પહેલવાન જેવો લાગે. તે લાગણીશૂન્ય આદમી હતો. લખ્ખન જેવો દેખાતો હતો તેટલો સાલસ ન હતો. ક્રૂરતા અને પરપીડન તેની રગે રગમાં વ્યાપેલાં હતાં. રોગનને ગાડીમાં જ બેસવાનું કહીને લખ્ખન લવર્સ નૂકની લાઉન્જમાં આવ્યો. લાઉન્જમાં એક ચોકિયાત હાથમાં તસ્બી લઈને બેઠો હતો. રિસેપ્શન કાઉન્ટર પર કોઈ ન હતું. હોટેલના સ્ટુઅર્ડ જેવો એક આદમી ત્યાં મુકાયેલા વિઝિટર્સ માટેના સોફામાં સૂતો હતો.

'હલો... એ ભાઈ...' લખ્ખને ધીરેથી કહ્યું. અરધો ઊંઘતો સ્ટુઅર્ડ સફાળો બેઠો થયો.

'શું હતું ?'

'મારે શૈલજા સાગરને એક સંદેશો આપવાનો છે.' લખ્ખને તેના નિર્દોષ દેખાતા ચહેરા પર સ્મિત આણીને કહ્યું.

'તમે ચિઠ્ઠી મૂકતા જાઓ, સવારે હું આપી દઈશ.' પેલાએ બગાસું ખાતાં કહ્યું.

'પણ મારે અગત્યનો સંદેશો આપવાનો છે. અગત્યની વાત ન હોત તો હું અત્યારે ધક્કો ખાઉં એવો આદમી તમને લાગું છું ? મને તેમનો રૂમ નંબર કહેશો તો હું જાતે પહોંચી જઈશ.' લખ્ખને કહ્યું. પેલો સ્ટુઅર્ડ ઘડીભર તેની સામે જોઈ રહ્યો. તેને જબરી ઊંઘ આવતી હતી, તેમ છતાં તે આળસ ખાઈને ઊઠ્યો.

'તમારું નામ શું ?' તેણે પૂછ્યું.

'લેખરાજ.' લખ્ખને કહ્યું.

'એમ કરો, તમે ઈન્ટરકૉમ પર વાત કરી લો. હું તમને એમના કમરા સાથે જોડી આપું.' સ્ટુઅર્ડે કહ્યું.

'એવું છે ને, એ મને ઓળખતાં નહિ હોય. મારે તેમને સંદેશો જ આપવાનો છે. હું તો ચિઠ્ઠીનો ચાકર છું.' લખ્ખને હસીને આંખ મારી. લવર્સ નૂકમાં આવી અનેક લફરાંબાજીઓ અને જવાનીની સોદાબાજીઓ થતી હતી. લખ્ખને ગજવામાંથી પાંચની નોટ પણ કાઢીને પેલાના હાથમાં સેરવી દીધી.

'રૂમ ૩૭...' નોટ હાથમાં લેતાં સ્ટુઅર્ડે કહ્યું. લખ્ખને આભાર માન્યો અને દાદર ચડ્યો. ૩૭ના બારણા પાસે આવીને તે અટક્યો. તેણે પોતાનું શર્ટ ઠીક કર્યું.

ઘડીભર બારણાના તળિયેથી ચળાઈ આવતા અજવાળા તરફ નજર કરી અને બારણે ટકોરા માર્યા.

શૈલજા આરામખુરસીમાં બેઠી હતી. તે સફાળી બેઠી થઈ ગઈ. તેને થયું કે ઈન્દ્રજિત પાછો આવ્યો. તેણે ઝડપથી બારણું ખોલ્યું.

'સૉરી...મેડમ...' લખ્ખન નજાકતથી માથું નમાવીને બોલ્યો. 'તમારે માટે સંદેશો લઈ આવ્યો છું...'

'અંદર આવો...' શૈલજા બોલી. લખ્ખન અંદર પેઠો. સામે જ દેખાતા અરીસામાં પડતું શૈલજાનું પ્રતિબિંબ તેણે જોયું. ખૂણા પર બળતા લૅમ્પનું અજવાળું શૈલજાના નાઈટ ગાઉનમાંથી ચળાઈને અરીસામાં પડતું હતું. આછા પીળા રંગના નાઈટ ગાઉનની ભીતરમાંથી શૈલજાના અદ્‌ભુત અંગો તેજરેખાની જેમ અરીસામાં દેખાતાં હતાં. એક ક્ષણમાં એ દશ્ય પલટાયું. શૈલજા લૅમ્પના તેજકિરણ પાસેથી ખસીને લખ્ખનની સામે ઊભી હતી.

'તમારે મારી સાથે આવવાનું છે મેમ...' તે બોલ્યો. વિવેકશીલ માણસની માફક તે નજર ઢાળીને બોલતો રહ્યો. 'સાહેબે ગાડી મોકલી છે. તમને તાત્કાલિક બોલાવ્યાં છે.'

શૈલજા વિચારમાં પડી ગઈ. ઈન્દ્રજિતે આવું કશું કહ્યું ન હતું. તેણે રૂમની બહાર જવાની કે કશું કરવાની ના પાડી હતી.

'નહિ પણ... સાહેબ ક્યાં છે ?' શૈલજાએ પૂછ્યું.

'એ પેડર રોડ ગયા છે.' લખ્ખને કહ્યું.

'એમને ઘેર... તો પછી તેમણે ટેલિફોન કેમ નહિ કર્યો ?' શૈલજાએ પૂછ્યું.

'મેમ... એ તો હું કેવી રીતે પૂછું !'

'તું કોણ છે ?'

'હું સાહેબનો પ્યૂન છું.'

'એક મિનિટ, હું તૈયાર થઈ જાઉં.' શૈલજાએ કહ્યું.

'ચાલશે મેમ... તમને તરત જ લઈ આવવાનું કહ્યું છે. તમારો સામાન હું આવીને લઈ જઈશ.' લખ્ખને ધીમેથી કહ્યું. 'મોટર નીચે જ છે મેમ... સાહેબ જલદીમાં હતા.'

'તું બહાર ઊભો રહે. હું એક મિનિટમાં આવી.' શૈલજાએ લખ્ખનને બહાર

કાઢ્યો. તેણે ઝડપથી કપડાં બદલ્યાં, પગમાં કોલ્હાપુરી ચંપલ પહેરી અને વાળમાં બેલ્ટ નાખ્યો. તે બહાર નીકળી. લખ્ખને સેવકની અદાથી સ્મિત વેર્યું.

'બ્લૅમ સિલ્કની સાડી અને ડાર્ક સ્લીવલેસ બ્લાઉઝમાં તે અદ્દ્ભુત લાગતી હતી. તેના શરીરમાંથી, તેના કપડાંમાંથી આવતી ખુશબૂનો નશો લખ્ખનની આંખમાં ચડી રહ્યો હતો.

રિસેપ્શન કાઉન્ટર પર ચાવી ભરાવીને શૈલજા બહાર નીકળી. 'ક્યાં છે ગાડી ?' તેણે પૂછ્યું.

'ત્યાં...' લખ્ખને કહ્યું. પાર્કિંગ લૉટમાં ઘણી ગાડીઓ પડેલી હતી. લખ્ખન શૈલજાને મર્સિડીઝ ગાડી તરફ દોરી ગયો. શૈલજાના મનમાં કંઈક અજબ ખચકાટ થતો હતો. તે પોતાની જાતને જાણે પૂછવા માગતી હોય તેવું મન ડહોળાતું હતું, પણ તે સમજી શકતી ન હતી.

'આ મર્સિડીઝમાં...' શૈલજાએ મર્સિડીઝની બાજુમાં ઊભેલી ફિયાટ જોઈ હતી. ઈન્દ્રજિત પાસે ફિયાટ હતી. એ ફિયાટ જોઈને તેને લાગ્યું કે તેમાં જ જવાનું હશે પણ એવું ન હતું. લખ્ખને મર્સિડીઝનું બારણું ખોલ્યું.

'હા... મેમ... આ કંપનીની ગાડી છે.' શૈલજા બારણામાં ઊભી રહી. તે કંઈક અસ્વસ્થતા અનુભવતી હતી. મર્સિડીઝ ક્રીમ કલરની હતી. દિલચસ્પ હતી. તેના કાચ કાળા હતા. સનગ્લાસના બનેલા હતા. શૈલજાએ ખભે લટકાવેલી પર્સ સરખી કરી અને ગાડીમાં બેઠી. લખ્ખને વિનમ્ર શૉફરની અદાથી બારણું બંધ કર્યું. પોતે બૉનેટ આગળ થઈને શૉફરની સીટમાં ગોઠવાયો. ચેમ્પિયન ડ્રાઇવરની માફક તેણે ગાડી ફેરવી અને લવર્સ નૂકના પાર્કિંગ લૉટમાંથી બહાર કાઢી.

શૈલજાનું હૃદય ઘડીભર થંભી ગયું. મર્સિડીઝમાં પાછલી સીટમાં સૂતેલો રોગન બેઠો થયો. શૈલજાએ મોં ફેરવ્યું. ઘોડા જેવા દાંત અને તોલું માથું ! રોગન બેફામ હસતો હતો. શૈલજા ચીસ પાડી ઊઠી. તેનો હાથ મર્સિડીઝના બારણાના હેન્ડલ પર જાય તે પહેલાં જ, પાછળથી રોગને તેના વાળ પકડ્યા...

'નહિ બેબી... ચાલતી ગાડીમાંથી પડવાની કોશિશ ઠીક નહિ...' કહીને ખડખડાટ હસ્યો. શૈલજાનું માથું સીટની પીઠ સાથે જાણે જડાઈ ગયું હોય તેમ તેણે વાળ પકડ્યા હતા. રોગનનો પાવડા જેવો ખરબચડો હાથ શૈલજાના ગાલ પર ફર્યો.

'નહીં રોગન, અભી નહીં...' લખ્ખને તેને વાર્યો. રોગન તો હુશ્નનો જામ પીવા તત્પર હતો. તે માણસ ન હતો, આખલો હતો.

'લખ્ખન... ક્યા ચીજ હૈ...' તે બબડ્યો. તેનું તોલું માથું શૈલજા પર ઝૂક્યું.

મોટરની પાછલી સીટમાં બેઠેલો મહાકાય, તોલિયો, નરરાક્ષસ સમો રોગન, આગલી સીટમાં બેઠેલી શૈલજા સાથે ચેડાં કરતો હતો. મર્સિડીઝ ગાડી લખ્ખન ચલાવતો હતો. શૈલજા ભારે જહેમત કરીને રોગનના હાથ તેના શરીર પરથી દૂર કરવા પ્રયાસ કરતી હતી. લખ્ખન રોગનને વારતો હતો. 'અભી નહીં રોગન...'

'એમાં યાર, ક્યા ખૂબસૂરત ચીજ હૈ...' રોગન બબડતો હતો. સીટ પરથી ઊંચો થઈને તેના ખરબચડા ગાલ તે શૈલજાના ગાલ પર ઘસવા, તેને ચુંબન કરવા પ્રયાસ કરી રહ્યો હતો. જો લખ્ખન તેને વારતો ન હોત તો તેણે ક્યારનોય શૈલજા પર બળાત્કાર કર્યો હોત. મોટર પૂરઝડપે જૂહુ તરફ જઈ રહી હતી. શૈલજા ગભરાઈને ચૂર થઈ ગઈ હતી. ઈન્દ્રજિતે તેને રૂમમાં જ બેસી રહેવાનું કહ્યું હતું. લખ્ખનની વાત માની લઈને તે બહાર નીકળી હતી. આ લોકો તેનો બૂરો અંજામ લાવશે તેની તેને કોઈ શંકા ન હતી.

તેણે જોરથી રોગનની આંગળી પર બચકું ભર્યું. રોગન ઊકળી ઊઠ્યો. ઘડીભર તો વીજળીનો શોક લાગ્યો હોય તેમ તેણે શૈલજાના ગાલ પરથી હાથ ઉઠાવી લીધો પણ બીજી જ સેકન્ડે તેણે શૈલજાના માથામાં એક થપ્પડ મારી. શૈલજાને તમ્મર આવી ગયાં. તે મર્સિડીઝની આગલી સીટમા ઢળી પડી. રોગન ઓર ઝૂક્યો.

●

જીમી નાળિયેરીની ઓથમાં ઊભો રહ્યો હતો. વૉક્સવેગન ધૂળિયા રસ્તા પર થઈને એક ફાર્મમાં પેઠી હતી. ફાર્મના ઝાંપાની એક તરફ લગાડેલા થાંભલા પરનું બોર્ડ ઝૂકી ગયું હતું. જીમીએ મહાપ્રયત્ને એ બોર્ડ પરનું લખાણ વાંચ્યું - 'બોરડે ફાર્મ.' ઝાંપામાંથી અંદર જવું તે તો મૂર્ખતા જ હતી. જીમીએ ફાર્મની આસપાસ બનાવેલી વાડને ફરતે ચાલવા માંડ્યું. ઘાસ, થોર અને કેરાંનાં ઝાંખરાં એટલાં હતાં કે તેને કોઈ જોઈ જાય તે શક્યતા ન હતી. તારની વાડમાંથી જગ્યા કરીને અંદર ઘૂસ્યો. થોડી જ વારમાં તે ફાર્મમાં જવાના ડ્રાઈવ-વેની નજીક આવ્યો. નાળિયેરીનું ઓઠું લઈને તે પૂતળાની માફક ઊભો રહ્યો. અંધારાથી તેની આંખો પૂરેપૂરી ટેવાઈ ગઈ હતી. પેલી વૉક્સવૅગન થોડેક દૂર જ નાળિયેરીઓ વચ્ચે ઊભી રહી ગઈ હતી. ત્યાંથી બસો-ત્રણસો વાર દૂર ફાર્મ પરનું મકાન દેખાતું હતું. થોડે દૂર એક ઍમ્બુલન્સ ઊભી હતી. જીમીને આશ્ચર્ય થયું કે ફાર્મના મકાન આગળ એ વૉકસવૅગનને કેમ લઈ જવામાં નહિ આવી હોય ! વૉક્સવૅગનમાં શું ચાલતું હતું તે તેનાથી દેખી શકાતું ન હતું. તે ખૂબ જ જાળવીને નાળિયેરીઓ વચ્ચેથી, એક પછી એક નાળિયેરીના થડ

પાછળ સંતાતો ખસતો હતો. વૅગન હવે વીસ-પચ્ચીસ ફૂટ દૂર રહ્યું હતું. તેમ છતાં વૅગનમાંથી આવતા વાતચીતના ગણગણાટ સિવાય તેને કંઈ સંભળાતું ન હતું. અંધારું ખૂબ હતું એટલે જ્યાં સુધી કોઈ બૅટરી લઈને તેની શોધ કરવાનું વિચારે નહિ ત્યાં સુધી તેને કોઈ દેખી નહિ શકે તેની તેને ખાતરી હતી. કોઈને એ પ્રમાણે કરવાનું કારણ ન હતું, કારણ કોઈને એવી ખબર પણ ન હતી.

વૉક્સવૅગનમાંથી વારાફરતી બે જણ થોડી વાર માટે ઊતર્યા હતા. જીમીના અંદાજ પ્રમાણે તેમાં બે જ જણ હતા અને ત્રીજો ઇન્દ્રજિત. ત્યાંથી દૂર ઊભેલી ઍમ્બુલન્સ પાસે પણ કોઈ બે જણ બેઠા હતા. તે બંને નીચે બેઠા હતા. તેમના હાથમાં સળગતી સિગારેટના ટોપચાં પરથી જ જીમીને ખ્યાલ આવતો હતો કે ત્યાં બે જણા હતા. ઍમ્બુલન્સ શાને માટે ઊભી કરી હતી, તેની તેને કલ્પના આવતી ન હતી. ત્યાં જ ડ્રાઇવ-વેમાં પ્રકાશ થયો. જીમી નાળિયેરીના થડ સાથે ચપકાયો. તેને ડર પણ લાગ્યો. તેની પાસે ચાકુ સિવાય કોઈ હથિયાર પણ ન હતું.

એ બેન્ટલે ગાડી હતી. સુસવાટાની જેમ અંદર આવી હતી. ઍમ્બુલન્સ આગળ બેઠેલા બે માણસો સૈનિકોની માફક ઊભા થઈ ગયા. ઇન્દ્રજિતના ઘરમાંથી, પેલા ચૌધરી પાસેથી મળેલી વાતને કારણે સંજીવ, વિજય અને પાઇલટ શર્મા બોરડે ફાર્મ પર આવ્યા હતા. અત્યારે મોટર વિજય ચલાવતો હતો. તેણે વૉક્સવૅગન પાસે જઈને ગાડીની બ્રેક મારી. ધૂળનો મોટો ગોટ ઊડ્યો. મોટરમાં એકલો વિજય જ હતો. જેવી મોટર નજીક આવી કે તુરત જ વૉક્સવૅગનમાંથી એક આદમી ઊતર્યો હતો. વિજયે મોટર ઊભી રાખી, લાઇટો ડિમ કરી અને પરિસ્થિતિ આવરી લીધી. વૉક્સવૅગનના ડ્રાઇવર બાજુનું બારણું ધીમેથી ખૂલતું તેણે જોયું હતું. વિજયને ખ્યાલ આવ્યો કે કોઈ અંદરથી તેના પર નજર નાખી રહ્યો છે.

'કોણ છો ભાઈ !' વૉક્સવૅગનમાંથી ઊતરેલા આદમીએ વિજયને પૂછ્યું.

'અરે ! યાર, આ મોટરનું આગલું વ્હિલ જામ થઈ ગયું છે, મહામુસીબતે રસ્તા પરથી અંદર લાવ્યો. મને થયું કે આટલામાં હેવી જૅક મળી જાય તો તપાસી લઉં.' વિજયે આસાનીથી કહ્યું.

'અહીંયા જૅક નથી.' પેલા આદમીએ ઝડપથી જવાબ આપ્યો.

'ઓહ, કંઈ વાંધો નહિ. તો એમ કરું. આ ગાડી અહીં જ મૂકતો જાઉં છું. સવારે મિકેનિકને લેતો આવીશ અને લઈ જઈશ.' વિજયે જરાક વિનંતીના સ્વરમાં કહ્યું. પેલો આદમી વિચારમાં પડ્યો. તે વૉક્સવૅગનના બારણા પાસે ગયો.

જીમી નાળિયેરીના થડ પાછળથી આ બધું જોતો હતો. તેને ખરેખર એમ લાગ્યું કે કોઈ બિચારાની ગાડી ખોટવાઈ લાગે છે. ગાડી લઈને આવનારો આદમી બહુ સાહજિકતાથી વાત કરતો હતો. તે આ વિચારતો હતો ત્યાં જ તેની નજર સ્થિર થઈ ગઈ. બેન્ટલેની ડીકી ધીરેથી ઊઘડતી હતી. તેમાંથી કોઈ માણસ સર્યો અને ડ્રાઈવ-વેની બાજુમાં જ ઊભેલી નાળિયેરીઓની હારમાળામાં પેઠો અને સ્થિર ઊભો રહી ગયો. પેલો આદમી તો હજુ વૉક્સવેગનના બારણા આગળ કંઈક ચર્ચા કરતો ઊભો જ હતો.

'તમારે ગાડી મૂકવી હોય તો ત્યાં ફાર્મનું મકાન છે ત્યાં મૂકો.' પેલો આદમી વૉક્સવેગનમાં બેઠેલા બીજા કોઈકની સલાહ લઈ પાછો આવ્યો.

'તમે સાથે આવો તો ઠીક રહેશે.' વિજયે તેને કહ્યું. એ આદમીએ ફરીથી વૉક્સવેગનના અર્ધખુલ્લા બારણા તરફ જોયું.

'હા, ચાલો બતાવું' કહીને તે બેન્ટલેમાં ગોઠવાયો. વિજયે મોટર સ્ટાર્ટ કરી. હાઈ ગિયરમાં નાખી અને ચલાવી. વૉક્સવેગનનું બારણું બંધ થયું. જીમી હજુ નાળિયેરી સાથે ચપકાઈને ઊભો હતો. તેનું સમગ્ર ધ્યાન હવે બેન્ટલેમાંથી ઊતરીને સંતાયેલા ઈસમ તરફ હતું. એ ઈસમ પાઈલટ શર્મા હતો પણ જીમીને તે વખતે કોઈ ખ્યાલ ન હતો.

બોરડે ફાર્મમાં દાખલ થતાં પહેલાં જ વિજય, સંજીવ અને શર્માએ પોતાની 'સ્ટ્રેટેજી' ગોઠવી હતી. તે પ્રમાણે વિજય ખુલ્લેઆમ મોટર લઈને દાખલ થયો હતો. શર્મા ડીકીમાં સંતાયો હતો અને સંજીવ બોરડે ફાર્મની બહાર ઊતર્યો હતો. જે રીતે જીમી ફાર્મમાં દાખલ થયો હતો તે જ રીતે સંજીવ પણ દાખલ થયો હતો. સંજીવને ડર એટલો જ લાગતો હતો કે જો ફાર્મમાં કૂતરા હશે તો તેનું આવી બનશે. તે પણ નાળિયેરીઓ પાછળ લપાતો એમ્બુલન્સ વાન તરફ જતો હતો.

બેન્ટલેની ડીકીમાંથી ઊતર્યા પછી પાઈલટ ઑફિસર શર્મા થોડી વાર સ્થિર ઊભો રહ્યો હતો. તેણે પોતાના હાથમાંની મશીન પિસ્તોલ સરખી કરી. જીમીથી એ એટલો નજીક હતો કે જીમી તેને બરાબર જઈ શકતો હતો. તે શું કામ સંતાયો છે તે જીમીને સમજાતું ન હતું. થોડી વારે તે બીજા ઝાડના થડ પાસે સરક્યો. જીમી તેને જોતો રહ્યો. પંદર મિનિટમાં તો એ આદમી વૉક્સવેગનની છેક નજીક પહોંચી ગયો હતો.

બીજી પાંચેક મિનિટમાં વિજય પણ પાછો આવ્યો હતો. તે મોટર મૂકીને આવ્યો હતો. તેની સાથે જનારો આદમી પણ તેની સાથે આવ્યો હતો, પણ આ વખતે તેની સ્થિતિ જુદી હતી. જીમીએ જોયું કે વિજય એ આદમીના ટેકે ચાલતો હોય તેવી રીતે

આવી રહ્યો હતો. થોડે દૂર તે બંને ઊભા રહ્યા. વિજય પણ અટક્યો. વિજયની સાથે ચાલતા આદમીએ ધીરેથી બૂમ પાડી, 'ભોલુ...'

વૉક્સવૅગનનું બારણું ખૂલ્યું. અંદરથી એક આદમી ઊતર્યો. 'શું છે ?' તે બોલ્યો. તે પહેલા જ વિજયે ત્રાડ નાખી.

'બંદૂક ફેંકી દે... નહિ તો આ તારા સાથીને હું વીંધી નાખીશ.' પેલા ભોલુ નામના આદમીએ બંનેને જોયા. વિજયના હાથમાંની પિસ્તોલ પણ જોઈ. તેણે વિચાર કરવાનો પ્રયત્ન કર્યો.

'શું થયું ગુર્દુ...' ભોલુ નામના માણસે પૂછ્યું.

'વાત પછી, પહેલાં બંદૂક નીચે.' વિજયે બૂમ પાડી.

'ઓ.કે.' ભોલુ બોલ્યો. તેણે ખભા પરથી રાઇફલ ઉતારવાો ડોળ કર્યો.

વૉક્સવૅગનથી થોડે દૂર છુપાયેલો જીમી આ જોતો હતો. તેવી જ રીતે શર્મા પણ આ દશ્ય નિહાળી રહ્યો હતો. શર્માએ આવા ઘણા પ્રસંગો જોયા હતા. તેને ખાતરી હતી કે ભોલુ નામનો આદમી કંઈ ચાલાકી કરશે. પોતાના સાથીના જાનની પરવા કર્યા વગર તે જરૂર ગોળી છોડશે, પણ તે કંઈ કરે તે પહેલાં તો ઝડપથી શર્મા તેની પાછળ આવ્યો અને તે ફરે તે પહેલાં તો તેણે ભોલુના પડખામાં મશીન-પિસ્તોલની નળી ખૂંતાવી. કોઈ ભયાનક ફિલ્મ જેવું એ દશ્ય હતું. 'રાઇફલ નીચે...' શર્મા બોલ્યો. તેના ચહેરા પર સ્મિત આવ્યું... તે પળવાર માટે જ.

શર્મા કે વિજય, કોઈને પણ ખ્યાલ ન હતો કે વૉક્સવૅગનનો ડ્રાઇવર આગલી સીટમાં સૂતો છે. એ ડ્રાઇવરે આ ગડભાંજ સાંભળી હતી. તે બેઠો થયો. તે બૂમ પાડવા જતો હતો ત્યાં જ તેણે એ દશ્ય જોયું. તે અટક્યો. તેણે ધીરેથી બારણું ખોલ્યું અને નીચો નમીને ઊતર્યો. વિજય વૅગનની પેલી તરફના પાછલે ખૂણે હતો. શર્મા પણ પાછળ જ હતો. વિજયનું ધ્યાન ગુર્દુ નામના માણસ તરફ હતું અને શર્મા ભોલુના પડખામાં પિસ્તોલ દાબીને ખડો હતો. પણ જીમી બધાને જોઈ શકતો હતો. તેણે ડ્રાઇવરને ચુપકીદીથી ઊતરતો જોયો. જીમીનો શ્વાસ થંભી ગયો. ડ્રાઇવરનું ધ્યાન વૅગનના પાછલા ભાગમાં શું ચાલે છે તેના પર જ હતું. જીમીએ ચાકુ ખોલ્યું. તેની પાસે માત્ર ચાકુ જ હતું. ડ્રાઇવરના હાથમાં પિસ્તોલ હતી.

બે વાત સાથે બની... જીમીએ હતી એટલી તાકાતથી એ ડ્રાઇવરની પીઠમાં ચાકુ ખૂંતાવ્યું. એ સાથે જ ડ્રાઇવરની આંગળીથી પિસ્તોલનો ઘોડો દબાઈ ગયો. ડ્રાઇવર પાસે પીસમેકર કોલ્ટ હતી. તેનો ખાસ્સો ધડાકો થયો, તેમાંથી ગોળી છૂટી... શર્માના હાથમાં, બાઇસૅપ પર મોટું કાણું પાડીને ચાલી ગઈ. શર્મા લથડ્યો. વિજય

જરા હેબતાઈ ગયો હતો. ગોટાળાનો લાભ ભોલુ અને ગુર્ટુ બંનેએ લીધો. ભોલુએ શર્માની મશીન-પિસ્તોલ લેવા પ્રયાસ કર્યો. શર્મા લથડીને પડતો હતો. જીમીએ ડ્રાઈવરના બરડામાં એટલા જોરથી ચાકુ માર્યું હતું કે ખેંચવું મુશ્કેલ હતું. તે પડતું મૂકીને તે ધસ્યો. લથડતા શર્માના હાથમાંથી ભોલુએ પિસ્તોલ પડાવી નાખી હતી પણ જીમી તેનાથી ઝડપી નીકળ્યો. સમય બગાડ્યા વગર ભોલુને તેણે લાત મારી.

આ જ વખતે વિજયે જેને જેર કરી રાખ્યો હતો એ ગુર્ટુ પણ ઊછળ્યો. તેણે પાછળ પગ ઉછાળીને વિજયને લાત મારી. વિજય સમતુલા ખોઈ ચૂક્યો હતો. તે લથડ્યો. વૉક્સવૅગન પાસે ધમસાણ, હાથોહાથની લડાઈ શરૂ થઈ. વિજયને ઘડીભર આશ્ચર્ય થયું હતું કે આ નવો આદમી કોણ હશે ? પણ અત્યારે તેને એક જ વાત સમજાતી હતી કે તે એને પક્ષે હતો, અને ખરેખર જીમી અદ્‌ભુત હતો. તેનો એક મુક્કો ઘણ જેવો પડતો હતો.

ઍમ્બુલન્સ પાસે બેઠેલા બંને આદમીઓ ચોંકી ઊઠ્યા. તેમાંનો એક ધડાકો સાંભળતાં જ વૉક્સવૅગન તરફ દોડ્યો. સંજીવ ઍમ્બુલન્સની છેક નજીક પહોંચ્યો હતો. તે ખચકાયો. પેલો આદમી તેની બાજુએ જ દોડતો આવી રહ્યો હતો. તે પાંચેક ફૂટ દૂર હતો ત્યાં જ બરુના ઘાસના ઝૂંડ વચ્ચેથી સંજીવ ઊભો થયો. માણસ હબકી ગયો. તે કંઈ વિચારે તે પહેલાં જ સંજીવે, પોતાના હાથમાંની બેરેટાની નળી તેના જડબા પર ઠોકી. તે કળ ખાઈ ગયો. તે નીચે પડે તે પહેલાં ફરી વાર સંજીવે તેની ગરદન પર પિસ્તોલનો હાથો માર્યો. સંજીવ વૉક્સવૅગન તરફ દોડ્યો. વૉક્સવૅગનની પાછળ છૂટા હાથની મારામારી થઈ રહી હતી.

'ખતમ કરો... સ્ટૉપ ઈટ... ઓર આઈ વિલ શૂટ' સંજીવે બૂમ મારી. એકાએક બધા થંભી ગયા. પેલો ભોલુ અને ગુર્ટુ બંને હાથ ઊંચા કરીને ઊભા રહી ગયા. શર્મા નીચે પડેલો હતો. જીમીના નાકમાંથી લોહી ટપકતું હતું. વિજયને કેટલું વાગ્યું છે તે દેખાતું ન હતું. ગુર્ટુના માથામાં ઘા થયો હતો અને તેમાંથી ઝરતું લોહી આંખમાં આવતું હતું. વિજય શર્મા પાસે દોડી ગયો. સંજીવે ભોલુ અને તેના સાથીદાર ગુર્ટુને પિસ્તોલની અણીએ એક તરફ કર્યા.

'હલો... મિ. સંજીવ...' જીમી બોલી ઊઠ્યો. તેને ભય હતો કે સંજીવ અંધારામાં તેને ઓળખશે નહિ તો ઉપાધિ થશે. 'હું જીમી છુ...સોલી ઍન્ડ સહગલનો ઑપરેટિવ.'

'થૅન્ક્સ જીમી...' વિજય બોલ્યો. સંજીવે વૉક્સવૅગનનું પાછલું બારણું ખોલ્યું. અંદર ઈન્દ્રજિત હતો. તેનો એક હાથ બેડીમાં જકડેલો હતો. બેડીનું કડું બારીના સળિયા સાથે જોડેલું હતું. વૅગનનું બારણું ખૂલતાં જ ડોરલાઈટ થયું હતું. ઈન્દ્રજિત ક્ષણભર આશ્ચર્યથી જોઈ રહ્યો.

'સંજીવ...?' ઈન્દ્રજિત બોલી ઊઠ્યો.

'પછી બધી વાત... તેણે ઈન્દ્રજિત તરફ ફરીને કહ્યું.

'આની ચાવી ક્યાં છે ?' સંજીવે ભોલુને પૂછ્યું.

ભોલુ આનાકાની કરવા માગતો ન હતો. ભોલુએ વગર આનાકાનીએ બેડીઓની ચાવી આપી. સંજીવે ઝડપથી ઈન્દ્રજિતના હાથ છોડ્યા.

'માઇ ગૉડ ! સંજીવ... તને ખબર નથી... મારા પિતા...' ઈન્દ્રજિત બોલ્યો.

'તારે વાત કરવાની જરૂર નથી. મને ખબર છે. તેણે જવાબ આપ્યો. મિ. જીમી... તમે શર્માને વેગનમાં લઈ લો.' શર્મા ખરેખર ખૂબ જ ગંભીર રીતે ઘવાયેલો હતો.

'તારું નામ શું ?' સંજીવે પૂછ્યું.

'ભોલુ...'

'અચ્છા, વિજય... આ ભોલુને તું લઈ જા. તેની પાસે ઍમ્બુલન્સ ખોલાવ... ઍમ્બુલન્સ પાસે હજુ એક ગાર્ડ સાબૂત છે... મિ. જીમી...'

'મને ખબર છે.' જીમીએ કહ્યું.

'એ ઍમ્બુલન્સના દરવાજાની ચાવી મારી પાસે નથી.' ભોલુ બોલી ઊઠ્યો.

'તો તાળું તોડવું પડશે...'

'નહિ, હું તાળું તોડીશ નહિ... તમે જ જાઓ અને તોડો...' ભોલુ બોલ્યો. 'ગમે તે થાય...'

તે જ વખતે બોરડે ફાર્મના ઝાંપામાં મર્સિડીઝ મોટર દાખલ થઈ... તેનું અજવાળું ડ્રાઇવ-વે પર રેલાયું... બધાની આંખ એ લાઇટના અજવાળાથી અંજાઈ ગઈ.

દૃશ્ય સ્થગિત થઈને ઊભી રહી ગયેલી સિનેમા જેવું હતું. મર્સિડીઝના તગતગતા લાઇટમાં ઘડીભર સૌની આંખો અંજાઈ ગઈ હતી.

કોણ હશે ? સંજીવ, વિજય અને જીમી વિચારમાં પડ્યા. મર્સિડીઝ ધસી આવી. ઘણું મોડું થઈ ગયું હતું. સર્ચલાઇટના અજવાળામાં સંજીવના હાથમાંની પિસ્તોલ, ભોંય પર પડેલો શર્મા અને બેહાલ ગુટ્ટુ અને ભોલુ દેખાતા હતા. રોગન શૈલજાને છેડવામાં મશગૂલ હતો, પણ લખ્ખન ચોંક્યો હતો. રોજ-બ-રોજ હવામાંથી એંધાણ પામતા એ ખંધા આદમીને આ દૃશ્ય પણ અજુગતું લાગ્યું. તેણે ચિચૂડા બોલાવીને બ્રેક

મારી. ધૂળનો ગોટ ઊડ્યો અને તે સાથે જ બારણું ઉઘાડીને તે ઊતર્યા. તેના હાથમાં વેઝન ઍન્ડ સ્મિથની આધુનિક બનાવટની ઑટોમૅટિક પિસ્તોલ હતી.

રોગન પણ મોડો મોડો ચેત્યો. તેણે શૈલજાના મોં પર હાથ દબાવી દીધો હતો. શૈલજા રોગનના હાથ પર નખ મારી રહી હતી, પણ રોગન હસતો હતો. શૈલજાની ગરદન પર અને કાન નીચે રોગને ચુંબનો કર્યાં હતાં તેનાં ચાઠાં ઊપસી આવ્યાં હતાં. વાળ વેરવિખેર થઈ ગયા હતા. ચોળી ફાટી ગઈ હતી. તાઈવાનની બનાવટની, મલમલ જેવી રેશમી બ્રાની એક ખભા પરની પટ્ટી તૂટી ગઈ હતી. સાડીના છેડાથી એક હાથ વડે તે સીનો ઢાંકવા મથી રહી હતી. તેણે બળાત્કારના કિસ્સાઓ વાંચ્યા હતા. નવલકથાઓ અને ફિલ્મમાં પણ બળાત્કારના કિસ્સાઓ જોયા હતા. અત્યારે એ પોતાની જિંદગીમાં એક ભયાનક પરિસ્થિતિમાં આવી પડી હતી. રોગનનો પાવડા જેવો હાથ તેના ચહેરાને ઢાંકી દેતો હતો. તેનું નાક દબાતું હતું. શ્વાસ છાતીમાં ભરાઈ જતો હતો. તે છૂટવા માટે વલખાં મારતી રહી. તેને ખ્યાલ આવ્યો કે કંઈક મુશ્કેલી ઊભી થઈ છે. પણ શું થાય છે તે એ જાણી શકી ન હતી. રોગન તેનું મોઢું એક હાથે દબાવીને, વિન્ડસ્ક્રીન તરફ એકીટસે જોતો હતો.

'ભોલુ...' લખ્ખને બૂમ મારી અને તે સાથે જ તેણે ઑટોમૅટિકમાંથી ત્રણ બાર કર્યા. બધા સ્થગિત થઈ ગયા. લખ્ખન તેમને બરાબર જોઈ શકતો હતો. ભોલુના હાથ અધ્ધર હતા. કોઈ માણસ નીચે પડેલો હતો. ગુર્દુના માથામાંથી લોહી ટપકતું હતું. ઈન્દ્રજિત છૂટો ઊભો હતો અને બીજા ત્રણ આદમીઓ પણ હતા. તે અજાણ્યા લાગતા હતા. ઘડીભર લખ્ખન વિચારમાં પડ્યો. તેને ખ્યાલ આવ્યો હતો કે મર્સિડીઝનું સર્ચલાઇટ એ સૌની આંખો પર પડે છે એટલે જ તે મર્સિડીઝ સાથે ચીપકાઈને ઊભો હતો.

પેલી એમ્બુલન્સ નજીક ઊભેલો ગાર્ડ અકળાઈ ઊઠ્યો હતો. ગોળીબારના અવાજો અને નવી આવેલી મોટરનું અજવાળું... તે મૂંઝાતો હતો. આખરે તેણે હિંમત કરીને નિર્ણય લીધો હતો. તે દોડતો નજીક આવી પહોંચ્યો હતો. તેના હાથમાં વિન્ચેસ્ટર હતી. તે થોડે દૂર ઊભો રહ્યો. તેણે મર્સિડીઝ ઓળખી. મર્સિડીઝના લાઇટના અજવાળામાં દેખાતું દશ્ય પણ જોયું. તેણે નાળિયેરીના ઝાડનું ઓઠું લીધું અને બરાડ્યો :

'લખ્ખન... ગોટાળો છે...'

લખ્ખન ચમક્યો, પણ તેણે અવાજ પારખ્યો. એ ચન્દરનો અવાજ હતો. તેણે આંખ ફેરવીને જોવા પ્રયત્ન કર્યો, પણ ચન્દર દેખાયો નહિ.

'કોણ છો તમે...? કોણ છે આ બધા ભોલુ...?' લખ્ખને બૂમ મારી... પણ ભોલુએ જવાબ ન આપ્યો. તેનાથી જવાબ અપાય તેમ પણ ન હતું. સંજીવે તેના પડખામાં પિસ્તોલ તાકી રાખી હતી.

'તમે કોણ છો?' સંજીવે બૂમ મારી. 'મોટરનું લાઈટ બંધ કરો, નહિ તો તમારા દોસ્તોને જાનથી મારી નાખીશું...'

શૈલજા ચમકી... તેની આંખો પહોળી થઈ... 'ખરેખર... ખરેખર સંજીવનો અવાજ હતો. સંજીવ અહીં ક્યાંથી... શું સ્વપ્ન છે? શું આ ભ્રમણા છે?' શૈલજાએ આંખ મીંચી લીધી. ગરમ ઝાકળથી તેનાં પોપચાં ભરાઈ ગયાં હતાં.

'હું તમને ઓળખતો નથી પણ જોઈ શકું છું... ઈન્દ્રજિત મને દેખાય છે. તમે મારા સાથીને ગોળી મારશો તો ઈન્દ્રજિતને હું વીંધી નાખીશ. ભોલુ... તું ગભરાઈશ નહિ... ગુર્ટુ ક્યાં છે?'

'લખ્ખન...' ગુર્ટુને ભારે પીડા થતી હતી છતાં તે બોલ્યો.

સંજીવ મૂંઝાયો. ઈન્દ્રજિતને એ જરૂર મારી નાખી શકે તેમ હતો. પોતે તો ભોલુની પાછળ ઊભો હતો. વિજય ગુર્ટુની પાછળ હતો. શર્મા અર્ધબેહોશ કે બેહોશ હાલતમાં પડ્યો હતો. જીમી અને ઈન્દ્રજિત તદ્દન અળગા હતા. બંનેને પળવારમાં વીંધી નાખતાં એ ડામીસને વાર લાગે તેમ ન હતી... શું કરવું?

'હથિયારો નાખી દો...' લખ્ખને બૂમ મારી.

પણ કોઈ હલ્યું નહિ. તે સાથે જ જાણે ટેલિપથીથી સંદેશો મળ્યો હોય તેમ નાળિયેરી પાછળ છુપાયેલા લખ્ખનના સાગરીત ચન્દરે ગોળીઓ છોડી...

●

સોલી દસ્તૂર તૈયાર થયા... ઘડીભર તેમણે પોતાના હાથમાં ઉઠાવેલી પિસ્તોલ તરફ જોયું. ખાનામાંથી બે મૅગેઝીન્સ લીધાં અને કોટના ગજવામાં મૂક્યાં. કંઈક અજુગતું હતું. તેમના ચોકઠામાં બેસતું ન હતું. તેમણે મોટર મંગાવી અને ચોવીસ કલાક માટે ચાલતી તેમની ઑફિસની નાનકડી ટેલિફોન કૅબિન પાસે જઈને ઑપરેટરને કહ્યું :

'મને આઈ.જી.પી. પટેલનો નંબર જોડી આપ.'

ઑપરેટરે આશ્ચર્યથી ફોન જોડી આપ્યો.

અડધી રાતે આવતા ફોન હંમેશાં આઈ.જી.પી. પટેલને ત્યાં ડ્યૂટી પર રહેતા ઈન્સ્પેક્ટર ચૌહાણ પાસે જતા અને નવ્વાણું ટકા તો ઈ. ચૌહાણ જ ફોનમાં આવતી ફરિયાદનો નિકાલ કરી લેતા. પણ મિ. દસ્તૂરનો ફોન એક અલગ વાત હતી. એક

જમાનામાં મિ. દસ્તૂર પણ આઈ.જી.પી. હતા.

'સાહેબ...' ઇ. ચૌહાણે પૂછ્યું, 'પટેલસાહેબને ઉઠાડવા પડશે ? મારે લાયક કામ હોય તો...'

'સૉરી ચૌહાણ... તમારે લાયક કામ નથી તેવું હું કહેવા માગતો નથી, પણ મારે ખૂબ અગત્યની વાત કરવાની છે.' દસ્તૂરે કહ્યું.

'ઓ.કે. હોલ્ડ ઑન સર...'

ઇન્સ્પેક્ટર ચૌહાણે આઈ.જી.પી. પટેલને ઉઠાડ્યા. એકાદ મિનિટમાં જ તે લાઈન પર આવ્યા. 'હલો...'

'સૉરી... પટેલ દીકરા... તને અડધી રાતે ઉઠાડવો પડ્યો.' પારસી જબાનમાં દસ્તૂરે કહ્યું. 'પણ મારે તને ખૂબ ગંભીર વાત કરવાની છે.' કહીને મિ. દસ્તૂરે મુદ્દાસર વાત કહી. તેમણે એ પણ કહ્યું કે તેમને ખાતરી છે કે આજે રાતે રિઝર્વ બૅન્કની ટ્રેઝરી પર ગરબડ થવાની છે. અથવા અત્યારે થઈ રહી હશે.

આઈ.જી.પી. પટેલને બીજા કોઈએ આ વાત કરી હોત તો માનત નહિ. તેમણે તરત જ પોતાનો યુનિફોર્મ પહેર્યો અને જીપ કઢાવી. તે મિસ્ટર દસ્તૂરની ઑફિસે પહોંચ્યા. મિ. દસ્તૂરે ઝડપથી આખી વાત પટેલને સમજાવી. પટેલને ખરાબ એ લાગતું હતું કે દસ્તૂરે શા માટે આ વાત પોલીસને જણાવી ન હતી.

'એક કરોડપતિની ઓરત...' દસ્તૂર વધારે કંઈ બોલ્યા નહિ. 'મને લાગે છે કે ઈન્દ્રજિતે કોઈ અજબ કાવતરું ઘડ્યું છે.' દસ્તૂર વાત કહેતા હતા ત્યાં જ ટેલિફોનની ઘંટડી રણકી...

'સાહેબ... ફાઉન્ટન મોબાઈલ તરફથી મૅસેજ છે. પટેલસાહેબ માટે...'

'શું છે ?' પટેલે ફોન હાથમાં લેતાં કહ્યું. તે ઘડીભર સાંભળી રહ્યા. તેમણે ટેલિફોન મૂક્યો અને પળ વાર દસ્તૂર સામે જોયું. 'તમારો કોઈ બેન્દ્રે નામનો ઇન્વેસ્ટિગેટર હતો ?'

'હા છે ને... અમારો ચીફ ઑપરેટિવ છે.'

'તે ગુજરી ગયો છે...' પટેલે કહ્યું.

'ગુજરી ગયો છે ?'

'હા... ઍક્સિડન્ટમાં...' પટેલે કહ્યું.

'પણ તે શક્ય નથી... બેન્દ્રે અને અકસ્માત...?' દસ્તૂર સ્તબ્ધ થઈ ગયા.

●

એલ. કે. નિગમ એ ટોળકીનો સરદાર હતો. વોલ્ટ ખૂલતાંની સાથે જ તેણે બધાને કામે લગાડ્યા હતા. નેવલ ટ્રકની પાછળ સો કિલો વજન ઊંચકાય તેવો ઊંટડો ગોઠવવામાં આવ્યો હતો. વોલ્ટમાંથી સોનાની પાટો ઊંચકીને વોલ્ટના નાનકડા દાદરને મથાળે ગોઠવવામાં આવી રહી હતી. પરચો, રાજા અને એક બીજો આદમી એ ગોઠવતા હતા. નિગમ એ લિફ્ટમાં ધકેલીને ટ્રકના ઊંટડા પાસે લઈ જતો હતો. જાણે કેટલાય વખતથી રિહર્સલ કર્યું હોય તેમ કામ ચાલતું હતું. જોતજોતામાં તો ત્રણ ટન જેટલા વજનની પાટો ટ્રકમાં ગોઠવાઈ ગઈ હતી.

ત્યાં જ કંટ્રોલકાર (જેમાંથી રોગન અને લખ્ખન ઊતરીને બોરડે ફાર્મ ગયા હતા) પરથી સંદેશો આવ્યો. ટ્રકમાં બેઠેલા ડ્રાઈવરે સંદેશો ઝીલ્યો.

'કંટ્રોલ એક્સ રિપોર્ટિંગ... પોલીસ આવી રહી છે. આર્મ્ડ પોલીસ...'

'રિપીટ...' ટ્રકમાંથી ડ્રાઈવરે ફરીથી સંદેશો કહેવા જણાવ્યું. સ્વિચ ઑફ કરીને તે ઊતર્યો. તેણે નિગમને કહ્યું. નિગમની રેખાઓ સહેજ તંગ થઈ. નેવલ કૅપ ઊંચી કરીને તેણે પરસેવો લૂછ્યો. 'કૅરી ઑન...' તેણે પોતાના સાથીઓને હુકમ આપ્યો. તે જરાય ગભરાયો નહિ. તેણે તો આવી અપેક્ષા, આવી શક્યતા ગણતરીમાં લીધી જ હતી. રિઝર્વ બૅન્ક ટ્રેઝરીનું સોનું ઉલેચી જવામાં શું અડચણો આવશે તે એ જાણતો જ હતો.

તેણે કંટ્રોલકારને શિપિંગ કૉર્પોરેશનની ઑફિસ નજીક આવવા જણાવ્યું. ટ્રકની બાજુમાં ઊભેલા પોતાના એક આદમીને પાટો ઊંચકવામાં મદદ કરવા જવાનો હુકમ આપ્યો. તે પોતે ટ્રકની ડ્રાઈવર કેબિનમાં સરક્યો. ડ્રાઈવરને તેણે ટ્રકના છાપરા પર તાડપત્રીથી ઢાંકેલી મશીનગન સજ્જ કરવાનો હુકમ આપ્યો. પોતે ઈઝરાયેલી બનાવટની ઊઝી મશીનગન તૈયાર કરી.

કંટ્રોલ તરફથી પોલીસ અંગેની માહિતી આવ્યા જ કરતી હતી. થોડી વારમાં તો સનસનાટી વ્યાપી ગઈ. રિઝર્વ બૅન્ક ટ્રેઝરીની આજુબાજુના ત્રણે રસ્તા પરથી પોલીસ સાયરનો ગાજી ઊઠી.

એલ. કે. નિગમ હસ્યો. તેની પાસે હુકમનો એક્કો હતો. આખા ગામની પોલીસ પણ તેને હંફાવી શકે તેમ ન હતી. બેલાશક, તે ચુપકીદીથી કામ કરવા માગતો હતો, પણ તેમ કરવું હવે શક્ય ન હતું. ટ્રક પેર એક સ્પીકર ગોઠવેલું હતું. કેબિનમાં બાર વૉટનું ઍમ્પ્લિફાયર પણ હતું.

ત્રણે તરફથી એલ. કે. નિગમે પોલીસકારો આવતી જોઈ. તે સાથે જ તેણે મશીનગન ધણધણાવી. જમણી તરફથી આવતી પોલીસ ટ્રક જાણે એકાએક વીજળી

પડી હોય તેમ લથડાઈને ભયાનક વેગથી એક તરફ ખેંચાઈ. તેનાં બંને ટાયર અને બૉનેટમાં ગોળીઓ ખૂંતી ગઈ હતી. આખો વિસ્તાર ધણધણી ઊઠ્યો હતો. થોડે દૂર ફૂટપાથ પર સૂનારાઓ થડકીને ઊભા થઈ ગયા હતા. બધી જ પોલીસવાનોએ જોરથી બ્રેકો મારી હતી. આઈ.જી.પી. પટેલ પણ અવાચક બની ગયા હતા. થોડી વારમાં સ્મશાન જેવી શાંતિ પથરાઈ ગઈ. બધું સ્થગિત થઈ ગયું હતું. કેવળ એલ. કે.ના આદમીઓ ઝડપથી સોનાની પાટો ટ્રકમાં ગોઠવ્યે જતા હતા.

નિગમે માઈક્રોફોનની સ્વિચ ઑન કરી. ભારતભરમાં આ પ્રથમ બનાવ હતો. 'પોલીસ હઠાવી લો, નહિ તો લોહી વહેશે. હું ફ્લૅગ ઑફિસર ચેટરજી બોલું છું.' નિગમે કહ્યું. બે પોલીસવાનની સર્ચલાઇટો નિગમ જે ખટારામાં હતો તેને ઉજાળી રહી હતી. સ્પીકરમાં આવતો અવાજ આઈ.જી.પી. પટેલને પરિચિત લાગતો હતો. 'પોલીસ હઠાવી લો... નહિ તો તમારે નેવીના માણસો સાથે ધિંગાણું કરવું પડશે.' નિગમ બોલ્યો.

'ઈમ્પૉસિબલ...' પટેલ બબડ્યા. 'એ નેવીનો આદમી નથી, નેવીનો કોઈ આદમી લૂંટફાટમાં ન પડે. ન જ પડે.' તે જોઈ રહ્યા. 'એ આદમીના અવાજને હું ઓળખું છું. એ આદમીનો અવાજ મેં સાભળેલો છે.'

'આઈ.જી.પી. પટેલ... હું તમને પાંચ મિનિટ આપું છું. પાંચ મિનિટમાં જો પોલીસ ખસશે નહી તો અમે ગોળીબાર કરીશું.' નિગમ બોલ્યો.

પટેલે તરત જ મેગાફોન મંગાવ્યું અને જીપમાંથી ઊભા થઈને હિંમતથી જવાબ આપ્યો...'કોણ છે તું...'

'ફ્લૅગ ઑફિસર ચેટરજી...' નિગમે જવાબ આપ્યો.

'જુઠ્ઠી વાત...' પટેલે કહ્યું અને નિગમ હસ્યો. તેના હસવાનો અવાજ માઈક્રોફોનમાંથી સ્પીકરમાં રેલાયો... લાઉડ સ્પીકરમાંથી આવતા તોફાની વાદળોના ગડગડાટ જેવા અવાજથી ભરેલું આ હાસ્ય હતું. આવી રીતે હસનાર આદમી... પટેલને આઠ વર્ષ પહેલાં ભટકાયો હતો... એ જ એ હાસ્ય હતું.

'ફ્લૅગ ઑફિસર ચેટરજી... માય ફૂટ... મને ખબર છે તું કોણ છું... નિગમ... એલ. કે. નિગમ...' પટેલે કહ્યું. નિગમ હસતો જ રહ્યો.

'યસ નિગમ... ઉર્ફે... ઉર્ફે તો તને ખબર છે ને પટેલ... આપણે એક વખત મળ્યા હતા ને !' નિગમે કહ્યું. પટેલના કપાળે પરસેવો વળી ગયો. નિગમ ભયાનક આદમી હતો. એને આઠ વર્ષ પહેલાં નિગમ બૂરી રીતે બનાવી ગયો હતો. તેણે એક નાનકડી છોકરીનું અપહરણ કરીને કાનપુરના એક વેપારી પાસે દસ લાખ રૂપિયા

ઓકાવ્યા હતા અને ફરાર થઈ ગયો હતો. ઘણા માનતા કે તે ચીન ચાલ્યો ગયો હતો. ગમે તેમ પણ નિગમ આંતરરાષ્ટ્રીય સાંધા ધરાવતો આદમી હતો.

'ખેર ! નિગમ, આપણે એક વખત મળ્યા હતા... પણ આ મુલાકાત યાદ કરવા તું જીવતો નહિ રહે...'

'બસ... બસ... બડાશ બંધ કર પટેલ... શું મને એક વાર કરગર્યો હતો તે ભૂલી ગયો ?' નિગમે જોરથી કહ્યું. 'તારા ઠોલા હઠાવી લે.'

'પોલીસ નહિ હઠે, નિગમ... થોડી મિનિટમાં મિલિટરી પોલીસ પણ આવશે. હજુ તારે માટે તક છે...'

'ચૂપ કર... નિગમ કોઈની તક પર જીવતો નથી. ત્રણ એક્કા બગલમાં દબાવીને જ દાવ ખેલે છે. પ્રોફેસર સેલારકાને ઓળખે છે ? તેની બૈરીને ઓળખે છે ?'

'માઇ ગૉડ...' દસ્તૂર બોલી ઊઠ્યા.

'તેનું શું છે નિગમ ?' પટેલે પૂછ્યું.

'તે મારા કબજામાં છે... અને બીજું પંછી પણ પકડાયું હશે. મેં મારા આદમીને... રોગનને મોકલ્યો છે. રોગન તો યાદ છે ને ?' નિગમે પૂછ્યું.

આઈ.જી.પી. પટેલના દાંત સખત થયા. તેને રોગન બરાબર યાદ હતો. કાનપુરના એક માલેતુજાર વેપારીની છોકરીને ઉઠાવી જવાનો કિસ્સો બન્યો ત્યારે પટેલે રોગનને જોયો હતો. જો તે વખતે બુદ્ધિ વાપરીને પટેલ નિગમને કરગર્યા ન હોત તો એ રોગને તેમની પત્ની પર બળાત્કાર કર્યો હોત...

'તું દાટી ભિડાવે છે ?'

'દાટી નહિ, સત્ય... લવર્સ નૂકમાંથી રોગને પંછી પકડ્યું હશે.. ઇન્દ્રજિતનું પંછી... બધાં પંછી મારા પાંજરામાં છે. તેમની ડોક મરડીને ખીમો બનાવવો કે પાંજરું ઉઘાડી નાખવું એ મારા હાથમાં છે...' નિગમે કહ્યું.

આખા વિસ્તારમાં પોલીસ કૉર્ડન થઈ હતી. નેવલ મિલિટરી પોલીસના ખટારા પણ આવી પહોંચ્યા હતા. આખો વિસ્તાર ગાડીઓથી ધમધમી ઊઠ્યો હતો.

મિસ્ટર દસ્તૂર અને આઈ.જી.પી. પટેલે ઝડપથી મસલત કરી. મિ. દસ્તૂરને ખબર હતી કે ઇન્દ્રજિત અને શૈલજા લવર્સ નૂકમાં છે. પોલીસ મોબાઈલ લિંકિંગ રોડ પરની ગાડીનો સંપર્ક સાધવામાં આવ્યો. લવર્સ નૂકમાં શૈલજા છે કે નહિ તેની ખાતરી કરવાનો હુકમ આપ્યો.

'એલ. કે...' પટેલે મેગાફોનમાં કહ્યું, 'મને તારા પર વિશ્વાસ નથી. તેં પકડી રાખેલા માણસો જીવતા છે કે નહિ તેની ખાતરી શી ? એ ક્યાં છે ?'

'મારી સાથે તો ન જ હોય ને ! તે લોકો ક્યાં છે તે તારે જાણવું હોય તો મારી સાથે સોદો કરવો પડશે. કબૂલ છે ?'

'કબૂલ છે.' પટેલે જવાબ આપ્યો.

'તો આપણે એકલા વાત કરવી પડશે.' નિગમે કહ્યું.

'પણ કોઈ ચાલાકી નહિ જોઈએ. હું તને ઓળખું છું.' પટેલે કહ્યું.

અને પછી એલ. કે. નિગમ અને આઈ.જી.પી. પટેલ વચ્ચેની મુલાકાત યોજાઈ. તે પહેલાં લિંકિંગ રોડ બીટ પરની મોબાઈલે ખબર આપ્યા કે લવર્સ નૂકમાં ઈન્દ્રજિત પણ નથી અને શૈલજા પણ નથી. શૈલજા મર્સિડીઝ ગાડીમાં નીકળી છે તેવી વધારાની માહિતી પણ મળી. દસ્તૂરે હાથ ઘસ્યા.

ટ્રેઝરીની સામે નિગમની ટ્રકથી દૂર પટેલ અને નિગમ વાત કરવા મળ્યા. ત્યારે બંને તરફથી હથિયારો તકાઈ રહ્યાં હતાં. નિગમને રહેંસી નાખવો ખૂબ સહેલો હતો... પણ તેણે નિર્દોષોને બાનમાં રાખ્યા હતા.

નિગમ સોદો કરવા માગતો હતો. આઈ.જી.પી. પટેલને તેનો પૂરો પરિચય હતો. તેણે જ્યારે જાણ્યું કે તેણે થોડાં પંખીઓ પોતાના પાંજરામાં પૂર્યાં છે ત્યારે જ પટેલને ખાતરી થઈ ગઈ હતી કે નિગમની સાથે મૂઠભેડ કરવામાં થોડા નિર્દોષોનો જાન જશે. આમેય મૂઠભેડ માટે પોલીસ તો તૈયાર જ હતી. એટલે છેવટે તો એમ કરવું પડશે જ. પણ તે પહેલાં કંઈક ઉકેલ નીકળતો હોય, કોઈ ચાલાકી કરી લેવાતી હોય તો કરી લેવાનો નિર્ધાર આઈ.જી.પી.એ કર્યો અને રિઝર્વ બૅન્કની સામે જ રસ્તા વચ્ચોવચ એ બંને મળ્યા.

'હલો મિ. પટેલ.' નિગમ સફાઈથી બોલ્યો. તેના અવાજમાં રૂક્ષતા હતી. તેના અવાજમાં કંઈક એવું હતું કે, જે સાંભળતાં જ માનવીને કંઈક શંકા, કંઈક દહેશત કે ભય ઊભો થયા વગર રહે નહિ. રોગન જેવા તદ્દન જડશા પહેલવાનને અને રાજા જેવા કાબેલ ગુનેગારોને એલ. કે. નિગમ કાબૂમાં રાખી શકતો હતો. દેખાવમાં તે એટલો રૂક્ષ ન હતો. વળી અત્યારે તેણે ફ્લૅગ ઑફિસરનો નેવલ યુનિફૉર્મ પહેર્યો હતો. એ યુનિફૉર્મમાં તે શોભતો હતો. ઝઘડતા બે દેશના લશ્કરી અધિકારીઓ મોરચા ઉપર મળીને ધિંગાણું કરતા પહેલાં વાટાઘાટોથી ઉકેલ લાવવા પ્રયત્ન કરતા હોય તેમ આઈ.જી.પી. પટેલ અને નિગમ મળ્યા.

'મિ. પટેલ... આપણે આઠ વર્ષે ફરી મળ્યા નહિ ? તમારાં પત્ની હજુ એટલાં જ નમણાં દેખાય છે ?' નિગમે પૂછ્યું. ઘડીભર તો એ નિગમના બચ્ચાને પોતાની પિસ્તોલથી ભૂંજી નાખવાનું મિ. પટેલને મન થઈ આવ્યું. કાનપુરમાં જે અપહરણનો કિસ્સો બન્યો હતો તેમાં પોલીસના હાથ હેઠા નંખાઈ જાય તેવું કાવતરું નિગમે કર્યું હતું. અપહરણના કિસ્સામાં તપાસ કરવા અને અપહરણ કરેલી કાનપુરના એક વેપારીની બાળકીને છોડાવી લાવવાનું બીડું પટેલે ઝડપ્યું હતું, પણ નિગમ તેની જોરદાર ચાલ ચાલ્યો હતો. તેણે પટેલની પત્નીને જ બાનમાં રાખી હતી અને રોગનને સોંપી હતી. જો પટેલ જાતે જઈને તેને કરગર્યા ન હોત તો એ જરૂર તેની પત્ની પર બળાત્કાર કરાવત. પટેલ એ વાત ભૂલ્યા ન હતા. અત્યારે એ ફરી વિવશ હતા. અત્યારે પણ હુકમનાં તમામ પાનાં નિગમની બાજીમાં હતાં.

'મારી કે મારી પત્નીની વાત વચ્ચે લાવવાની જરૂર નથી.' પટેલે કહ્યું.

'નહિ પટેલ સાહેબ, હું કોઈ વાત વચ્ચે લાવવા માગતો નથી. મારે તો તમને એટલું જ યાદ દેવરાવવું છે કે નિગમ હંમેશાં જીતે તેવી જ બાજી ખેલે છે.' નિગમે ડંફાસ મારી.

'તારો ઇરાદો શું છે ?'

'ઇરાદો સાફ છે. આટલું બધું સોનું એક જ જગ્યાએ પડ્યું રહે તે મને પસંદ નથી. રૂપિયાની જેમ સોનું પણ ફરતું રહેવું જોઈએ.'

'સોનું લઈ જવામાં તું ફાવવાનો નથી નિગમ, તેં તારી હેસિયતથી વધારે મોટી ફાળ ભરી છે. આખો વિસ્તાર પોલીસ ઘેરા હેઠળ છે. તું અહીંથી છટકી શકવાનો નથી.'

'મને ખબર છે. તો પછી મારી પાસે જે પંખીડાં છે તે પણ નહિ છટકી શકે. મને પણ ખબર છે, સાહેબ, કે સોનું લઈ જવાનું કામ જોખમ વગર થતું નથી. ખેર ! મારી સ્કિમમાં ઇન્દ્રજિતે, કમબખ્તે થોડી મુસીબત જરૂર કરી છે. મને આશ્ચર્ય લાગે છે કે ઇન્દ્રજિત પાગલ હશે કે કેમ ! આવા વખતે પણ તે પ્યારમહોબ્બતના ચક્કરમાં કેવી રીતે રહી શકતો હશે ?'

'એ પણ તારી ટોળકીનો જ છે ને ?' પટેલે પૂછ્યું.

'ટોળીમાં કોને રાખવા અને કોને નહિ તે તો આવડત પર આધારિત છે, સાહેબ. ઇન્દ્રજિત મારી ટોળકીમાં રહે તો સવાલ નથી. મારે તમને એટલું જ કહેવાનું છે કે તેના પિતા પ્રોફેસર સેલારકા, તેમની પત્ની અને ઇન્દ્રજિતની બાળકી મારા

કબજામાં છે... જે મિનિટે મને અટકાવવાનો પ્રયત્ન થશે તે મિનિટે એ બધાનાં માથાં કાપીને અમે ભેટ મોકલીશું. બાળકીનું માથું સૌથી પહેલું આવશે.' નિગમ બોલ્યો.

'તને ખબર છે... સરકાર તેની ગણનામાં સોનાને મહત્ત્વનું સમજશે...'

'નથી ખબર. કદાચ ગણે તોય એક કરોડપતિને તો તમારે જવાબ આપવાનો રહેશે. તમને મેં કહ્યું ને કે એક કરોડપતિની પત્ની અત્યારે રોગનના કબજામાં છે. અને રોગન તો બેચેન હશે જ. અહીં પહેલી ગોળી છૂટશે કે તરત કંટ્રોલકાર રોગનને સંદેશો આપશે. અને રોગન...'

'શટ અપ. કંટ્રોલકારને ઝડપતાં અમને વાર લાગવાની નથી. એક વાર તું તારી ગાડીમાંથી સંદેશો આપવાનો શરૂ કરીશ કે તરત...'

'મારે ક્યાં લાંબો સંદેશો આપવાનો છે ? નહિ પટેલસાહેબ, આઠ વર્ષે ફરી તમને કહું છું, નિગમ સાથે મૂઠભેડમાં નહિ, સોદામાં જ મજા છે.' નિગમે ખડખડાટ હસીને કહ્યું.

'તારે શું સોદો કરવો છે ?' પટેલે પૂછ્યું.

'અહીંથી મને સલામત જવા દેશો તો હું બધાને છોડી દઈશ. જોકે રોગન થોડો નારાજ થશે... તે વખતે તમારી પત્નીને જવા દેવી પડી ત્યારે પણ...' નિગમે કહ્યું.

'નિગમ... મારી પત્નીની વાતનો ફેંસલો કરવા હું તને ફરી મળીશ...'

'મને ખાતરી છે. ખેર ! હું અહીંથી સલામત નીકળું પછી વાત. જુઓ મિ. પટેલ, બર્માશેલના ડક્કા પર તમે એક પાવરબોટ મંગાવી રાખો. એ બોટમાં હું સોનું ગોઠવી દઈશ. પછી હું, તમે અને તમારાં પત્ની એ બોટમાં સાથે જઈશું. બોટ મારા આદમીઓ ચલાવશે. આ દરમ્યાન હું બાન પકડેલાં પંછીઓને એરપોર્ટ પર મોકલી આપીશ. તેમની સાથે મારા આદમીઓ હશે. ઍરપોર્ટ પર એક વિમાનની વ્યવસ્થા તમારે કરવાની રહેશે. એ બધાંને તમારે દુબઈ પહોંચાડવા પડશે. બેલાશક પેલી કરોડપતિની પત્ની અને રોગન જુદા વિમાનમાં નીકળશે. અથવા ન પણ નીકળે... તે તમારે જાણવાની જરૂર નથી. હું એક વાર સોનું અમુક જગ્યાએ ઉતરાવી લઉં પછી સૌ છૂટા...'

'છૂટા એટલે ?'

'એટલે એમ કે દુબઈથી મારા આદમીઓ છૂટીને મારી પાસે આવે ત્યાં સુધી તમે અને તમારી પત્ની મારી પાસે અને કરોડપતિની બૈરી રોગન પાસે. તે પછી હું અને રોગન ભેગા થઈએ ત્યાં સુધી તમે અને તમારી પત્ની મારી પાસે... પછી જ તમારો છુટકારો.'

'તું છેલ્લે મને મારી ન નાખે તેની શી ખાતરી ?'

'નિગમ જેન્ટલમૅન છે. તેને શબ્દની કિંમત છે.' નિગમે પોતાની જાત માટે જ કહ્યું, 'નહિ તો કાનપુરવાળા વેપારીને તેની બાળકી ન મળી હોત.'

'મારે થોડો વિચાર કરવો પડશે. ગૃહપ્રધાનને વાત કરવી પડશે. આ કાંઈ ખાનગી મામલો નથી.' પટેલે જવાબ વાળ્યો.

'જેટલી વાર કરશો તેટલું તમને નુકસાન છે.' નિગમે કહ્યું અને રિઝર્વ બેન્કનાં પગથિયાં તરફ ગયો. 'મિ. પટેલ...' તે બોલ્યો, 'તમારા બંને છોકરા ગ્વાલિયર પબ્લિક સ્કૂલમાં ભણે છે તેની મને ખબર છે.'

પટેલ થડકી ઊઠ્યા. નિગમે ચોક્કસ પૂરતો બંદોબસ્ત રાખ્યો હશે. નિગમ પોતાની ટ્રક તરફ ગયો અને આઈ.જી.પી. પોતાની સ્ટેશનવેગન તરફ. સોલી દસ્તૂરને તેમણે વાત કરી. અને પહેલાં ગ્વાલિયર પોલીસ હેડક્વાર્ટર્સમાં સંદેશો મોકલ્યો. ગૃહપ્રધાનને રેડિયો ટેલિફોનથી જગાડવામાં આવ્યા અને ચર્ચાવિચારણા શરૂ થઈ.

●

બોરડે ફાર્મ પરનું દશ્ય કોઈ વેસ્ટર્ન ફિલ્મની કલાઈમેક્સ સમું હતું. ઍમ્બુલન્સ વાન પાસેથી દોડી આવીને નાળિયેરીઓ વચ્ચે છુપાયેલા ચન્દરે ગોળીઓ છોડી હતી. વિન્ચેસ્ટર રાઈફલમાંથી છૂટેલી બૂલેટોનાં ચિચૂડાં એ શાંત ફાર્મમાં ભેંકાર અવાજ કરી રહ્યાં હતાં. મર્સિડીઝના અજવાળામાં સંજીવ, વિજય, જીમી અને ઈન્દ્રજિત સ્તબ્ધ થઈ ઊભા રહ્યા. મર્સિડીઝની ઓથમાં લખ્ખન ચસકાઈને ઊભો હતો. સંજીવને ખ્યાલ તો આવી ગયો હતો કે ઍમ્બુલન્સ વાન પાસે જે બીજો ચોકિયાત ઊભો હતો તેણે દોડી આવીને ગોળીબાર કર્યો હતો. ગોળીબારથી કોઈને ઈજા થઈ ન હતી કારણ કે એ માણસે ચેતવણી માટે જ ગોળીઓ છોડી હશે. વળી મર્સિડીઝ લઈને પણ કોઈ આદમીઓ આવી પહોંચશે તેવો તો તેણે ક્યાંથી અંદાજ કાઢ્યો હોય ! મર્સિડીઝનું અજવાળું તેની આંખમાં પડતું હતું, એટલે તેમાં કોણ છે તે પણ તેને સમજાતું ન હતું. રમતનું એક રાઉન્ડ તે બૂરી રીતે હાર્યો છે તેવું તેને લાગ્યું.

તે ભોલુની પાછળ ઊભો હતો. ભોલુને તે ચોક્કસ શૂટ કરી શકે તેમ હતો. અને જ્યાં સુધી તે ભોલુની પાછળ હતો ત્યાં સુધી તે સલામત હતો. પણ બીજાઓનું શું ?શર્મા તો બેહોશ થઈને નીચે પડેલો હતો. જીમીના ચહેરા પરથી ભયાનક રીતે લોહી ટપકતું હતું. સંજીવે વિજય તરફ જોયું. વિજયનું ખમીસ ફાટી ગયું હતું. તેના ખભા પર વાગ્યું હોય તેવું લાગતું હતું. થોડે દૂર ઈન્દ્રજિત પૂતળાની માફક ઊભો હતો. તેના હાથમાં છૂટી બેડી હતી.

'ગોળી ન છોડશો. અમે હથિયાર નાખી દઈએ છીએ.' સંજીવે બૂમ મારી અને તેણે હાથમાંની પિસ્તોલ દૂર ફંગોળી દીધી. શૈલજાએ એ અવાજ સાંભળ્યો. તેને આશ્ચર્ય થતું હતું. ખરેખર એ સંજીવનો અવાજ હતો ! તેણે બૂમ મારવા પ્રયાસ કર્યો પણ રોગનનો રીંછના પંજા જેવો હાથ તેના મોં પર પ્લાસ્ટર ઑફ પૅરિસના ચાપડાની જેમ સજ્જડ લાગેલો હતો.

'એક લાઈનમાં થઈ જાઓ.' મર્સિડીઝને પડખેથી લખ્ખન બોલ્યો. વિજય, સંજીવ અને જીમી તરત જ એક લાઇનમાં ઊભા રહી ગયા.

'ઈન્દ્રજિત તું પણ...' લખ્ખને કહ્યું.

'નહિ... લાઇનમાં નહિ ઊભો રહું... આ લોકોની સાથે નહિ...' ઈન્દ્રજિતે મક્કમતાથી કહ્યું. સંજીવ વિચારમાં પડ્યો.

'તને શૂટ કરી નાખીશ...' લખ્ખને કહ્યું.

'મને પરવા નથી. આમેય આ લોકો મને આજે નહિ તો કાલે મારી જ નાખવાના છે.' ઈન્દ્રજિતે કહ્યું.

'એટલે ?'

'એ તને નહિ સમજાય... તારું મોઢું મને દેખાતું નથી. પણ તું લખ્ખન છે ને !'

'હા, લખ્ખન અને ગાડીમાં રોગન પણ છે.' લખ્ખને કહ્યું. 'તેં હજુ તેને જોયો નહિ હોય...'

'મારે જોવો પણ નથી. આ લોકો ભલે લાઇનમાં ઊભા. લખ્ખન, મારે તારી સાથે વાત કરવી પડશે.' તે બોલ્યો અને એક ડગલું આગળ ચાલ્યો.

પારાવાર દર્દથી નીચે બેસી ગયેલો ગુર્દુ બરાડી ઊઠ્યો : 'એ જૂઠો છે.'

'ઈન્દ્રજિત... આગળ વધીશ તો વીંધાઈ જઈશ...' લખ્ખને કહ્યું.

'પરવા નહિ. પછી તને નિગમ પણ નહિ છોડે. મારે નિગમ સાથે વાત કરવાની છે. ડફોળો, તમે ભારે થાપ ખાઈ રહ્યા છો.' ઈન્દ્રજિત બોલ્યો અને આગળ ચાલવા માંડ્યો. વિજય, જીમી અને સંજીવના શ્વાસ અધ્ધર થઈ ગયા.

'લખ્ખન, તેને આવવા દે...' મર્સિડીઝમાંથી ભયાનક અવાજ આવ્યો. એ અવાજ રોગનનો હતો. હજુ પણ તેનો એક હાથ શૈલજાના મોં પર દાબેલો હતો. ઈન્દ્રજિતે પોતાના હાથમાંની બેડી નીચે ફેંકી. લોખંડની બેડીઓ ત્યાં ભોંય પર પડેલા શર્માના પગ પાસે પડી. શર્માએ આંખ ઉઘાડી. ક્યાંક ઊંડા કૂવામાંથી મહામહેનતે તે ઉપર આવ્યો હોય તેમ તે ભાનમાં આવ્યો. તેણે નજર માંડી... મર્સિડીઝના

અજવાળામાં તેણે ત્રણ જણને હાથ ઊંચા કરીને ઊભેલા જોયા... કોણ હતા એ ? શર્મા બરાબર ઓળખી શકતો ન હતો.

લખ્ખન ઈન્દ્રજિત તરફ નિશાન લઈને ઊભો હતો.

ચન્દર બીજાઓ તરફ નિશાન રાખીને ઊભો હતો.

'રોગન, તું એ ઓરતને મકાનમાં મૂકી આવ, ત્યાં સુધીમાં હું ઈન્દ્રજિતની વાત સાંભળી લઉં છું. ભોલુ, તું મોટર લઈને જા...' 'કોણ ઓરત છે ? ઓરતનું અહીં શું કામ છે ?' ઈન્દ્રજિત બોલ્યો. ભોલુ મર્સિડીઝમાં ગોઠવાયો. રોગન હસ્યો. તેણે શૈલજાને ડેશબોર્ડની નીચે દાબી રાખી હતી. તે ઉશ્કેરાઈ ગયો હતો.

'ગમે તે ઓરત હોય, તારે શું ?' લખ્ખન બોલ્યો અને મર્સિડીઝની આગળ આવ્યો. ભોલુએ મર્સિડીઝ સ્ટાર્ટ કરી અને રિવર્સમાં લીધી અને મોટર વાળી. બોરડે ફાર્મનું ફાર્મહાઉસ ત્યાંથી લગભગ બસો વાર દૂર હતું. સંજીવની બેન્ટલે ત્યાં જ પડી હતી. મર્સિડીઝ દેખાતી બંધ થઈ. ઈન્દ્રજિત વિચારમાં પડી ગયો હતો. મર્સિડીઝ વળી ત્યારે રોગનનું તોલું માથું તેને દેખાયું હતું. તે ભયાનક લાગતો હતો.

'ઓરત કોણ હતી ?' તેણે પૂછ્યું. તેને શંકા હતી કે એ લોકો પ્રેમાને તો નહિ ઉઠાવી લાવ્યા હોય !

'તારે શી પંચાત ? તારે શી વાત કરવાની છે ?' લખ્ખને પૂછ્યું. મર્સિડીઝનું અજવાળું ચાલી ગયું હતું. એટલે એકાએક ઘડીભર અંધકાર છવાયો હતો.

'મારે તને એટલું કહેવાનું છે કે નિગમ પાંચ વાગ્યે લવર્સ નૂકમાં આવશે. અને મારે પાંચ વાગ્યે ત્યાં જવાનું છે. તને ખબર છે ને મારી માશૂકા ત્યાં છે...' ઈન્દ્રજિતે કહ્યું. તે સમય કાઢવા માગતો હતો. તેને ખ્યાલ આવ્યો હતો કે શર્મા હોશમાં આવ્યો છે.

'તારી માશૂકાની ચિંતા કરવાનો નિગમે અમને કોઈ હુકમ આપ્યો નથી...' લખ્ખને કહ્યું.

'તું મૂરખ છું. બેન્કના લૉકરની ચાવી આપવા તે લવર્સ નૂક પર આવશે...'

'મને ખબર નથી.' લખ્ખને મૂંઝાઈને કહ્યું.

'આ લોકો માટે તારે કંઈ કરવું પડશે ને ?' ઈન્દ્રજિતે કહ્યું.

'રોગન પાછો આવશે એટલે તેમનો બંદોબસ્ત કરું છું.' લખ્ખન બોલ્યો.

શર્માએ સહેજ માથું ઊંચું કર્યું. જીમી તેની નજીક ઊભો હતો. શર્માએ અંગૂઠો

ઊંધો કરીને કંઈ સંજ્ઞા કરી પણ જીમી સમજી શક્યો નહિ. ઈન્દ્રજિત એવી રીતે ઊભો હતો કે શર્મા શું કરે છે તે લખ્ખનને દેખાય નહિ. ચન્દર વિજય અને સંજીવ તરફ તાકીને ઊભો હતો. ગુર્દુ ટૂંટિયું વાળીને એક તરફ બેઠો હતો. શર્માએ ફરીથી સંજ્ઞા કરી, જીમી થોડી વારે સમજ્યો હતો. લખ્ખન અને ઈન્દ્રજિત વાત કરતા હતા છતાં લખ્ખન બેધ્યાન ન હતો. ઈન્દ્રજિતને ખાતરી હતી કે અત્યારે જ કંઈ કરી શકાય તેવો સમય હતો. પેલો ભોલુ અને બીજો તોલિયો રોગન નામનો આદમી પાછો આવે પછી કંઈ જ થઈ નહિ શકે. સંજીવ, જીમી અને વિજય પણ એ સમજતા હતા. બધા આત્મા એક જ હોય તેમ સૌ તંગ થઈને તકની રાહ જોતા હતા. ઈન્દ્રજિતને ભય હતો કે આ લોકો પ્રેમાને પણ ઉપાડી લાવ્યા છે.

ત્યાં જીમી સહેજ ખસ્યો. 'ડૉન્ટ મૂવ...' ચન્દર તાડૂકી ઉઠ્યો. પણ જીમી તો જાણે તમ્મર આવતાં હોય અને મહાપ્રયત્ને ઊભો રહેતો હોય તેમ લથડતો હતો.

'તેને ખૂબ વાગ્યું છે... લોહી ખૂબ વહી ગયું છે.' સંજીવ બોલી ઊઠ્યો.

'શટ અપ...' લખ્ખને કહ્યું.

'તેને તમ્મર આવતાં લાગે છે.' ઈન્દ્રજિત લખ્ખનની નજીક સર્યો. તે જ વખતે જીમી લથડ્યો અને બાજુમાં ઊભેલા વિજય તરફ ઢળ્યો. વિજયે તેને ઝીલી લીધો પણ ખરેખર તો વિજયે ઝીલી લેવાનું નાટક કર્યું હતું. જેટલા જોરથી જીમી ઢળ્યો તેના કરતાં બમણું વજન ઝીલતો હોય તેમ વિજય પણ તેની સાથે લથડ્યો. એ જ મિનિટે શર્માએ મોટી ચીસ નાખી અને ઊછળ્યો. તેના હાથમાંથી બેડી પણ તે સાથે ઊછળી. લખ્ખનનું ધ્યાન પલટાયું અને ઈન્દ્રજિત પણ ઊછળ્યો. પાસે ઊભેલા લખ્ખનના હાથમાં પકડાયેલી રિવૉલ્વર પર કસીને તેણે લાત મારી. તે જ મિનિટે સંજીવ તેની પાછળ ઊગેલા નાળિયેરીના નાના છોડ પર પડ્યો. ચન્દરે ગોળીઓ છોડી...

●

ભોલુએ મોટર ઊભી રાખી. રોગને શૈલજાના મોં પરથી હાથ ઉઠાવી લીધો. 'સંજીવ...' શૈલજાએ બૂમ પાડી અને રોગન ખડખડાટ હસ્યો. ભોલુએ મર્સિડીઝમાંથી ઊતરીને બારણું ખોલ્યું. નાનકડી ઢીંગલીને ઉઠાવે તેમ રોગને શૈલજાને ઉઠાવી અને બોરડે ફાર્મના ફાર્મહાઉસના એક કમરામાં લઈ ગયો. શૈલજા ધમપછાડા કરતી રહી. ભોલુ રોગનની પાછળ રૂમમાં આવ્યો. 'તું જા ભોલુ... લખ્ખન પાસે, હું આવું છું.' રોગને કહ્યું અને શૈલજાને પલંગમાં નાખી. શૈલજા કળ ખાઈને ઘડી વાર પડી રહી. ભોલુ બહાર નીકળ્યો.

રોગન ખડખડાટ હસ્યો. તેણે બારણું બંધ કર્યું. કમરાના એક ટેબલ પર પડેલી

શરાબની બૉટલ ઉઠાવી એક જ ઘૂંટડે એ બૉટલમાં હતી એટલી શરાબ તે પી ગયો અને બાંયથી મોં લૂછ્યું. ગલિયારીમાં ફસાયેલી બિલ્લીની જેમ શૈલજા એ રૂક્ષ રોગન તરફ તાકી રહી.

રોગન નજીક સર્યો. એક જ ઝાટકે તેણે શૈલજાના શરીર પરથી સાડી ખેંચી લીધી.

લશ્કરી કમાન્ડોની મરણિયા ટુકડી જેવું દશ્ય સર્જાયું હતું. ચન્દરને સમજાયું ન હતું કે શું થયું. તેણે તો ફક્ત ગોળીઓ જ છોડી હતી. જીમી ભોંય પર પટકાયો હતો. ઈન્દ્રજિત લખ્ખન પર ઝીંકાયો. લખ્ખન ઊભો થઈ શકે તેમ ન હતો, કારણ જોતજોતામાં ઈન્દ્રજિતે તેની ગરદન પર પકડ લીધી હતી.

કમાલ શર્માએ કરી હતી. તે ઘવાયેલો હતો. તેના બાઈસેપ્સ(બાહુ)માં ગોળી વાગી હતી છતાં તેણે ડાબે હાથે પોતાના પગ પાસે પડેલી બેડી ઉછાળી હતી. બેડી કોઈને વાગી ન હતી, પણ લખ્ખનનું ધ્યાન ફેરવવા માટે કાફી હતી. અને એ પળનો લાભ ઈન્દ્રજિતે ઉઠાવ્યો હતો. લાત મારીને તેણે લખ્ખનના હાથમાંથી પિસ્તોલ પાડી હતી. ચન્દર ઈન્દ્રજિતને ગોળી મારી શકે તેમ ન હતો, કારણ લખ્ખન વીંધાઈ જાય તેવો તેને ભય હતો. તેમ છતાં તેણે બેફામપણે બંદૂક ચલાવી હતી. તેના મૅગેઝિનમાંથી શૉટ્સ ખલાસ થઈ ગયા હતા, પણ તેમાંની એક ગોળી જીમીને વાગી હતી. જીમી અને વિજય સાથે પટકાયા હતા. વિજય નીચે પટકાયો ત્યારે તેનું લમણું ત્યાં પડેલા પથ્થર સાથે ટિચાયું હતું. જીમીને જે ગોળી વાગી તે બરાબર તેના ચામડાના બેલ્ટમાં અથડાઈ અને તીરછી ઘૂસી હતી. તેના ડાબા પેઢામાં ગોળી ખૂંતી હતી પણ તે મરણતોલ ન હતી.

ગણતરીની સેકન્ડમાં જ બધું બની રહ્યું હતું. ચન્દરે ફરીથી મૅગેઝિન ભરવા માંડ્યું હતું, પણ તે પહેલાં જ થાંભલાની જેમ ઘાસમાં પડેલો સંજીવ ઊભો થઈ ગયો હતો અને ચન્દર પર ત્રાટક્યો હતો. ચન્દરના હાથમાંથી મૅગેઝિન પડી ગયું હતું. તેણે બીજા હાથે રાઈફલ ઊંચકી હતી. પણ સંજીવને ફટકારે તે પહેલાં તો સંજીવે ચન્દરના પેઢામાં ગોઠણ માર્યો હતો.

ત્યાંથી થોડે દૂર લખ્ખન અને ઈન્દ્રજિત જાન પર આવીને એકબીજાને ગૂંગળાવી નાખવા પ્રયાસ કરી રહ્યા હતા. એકમેકનાં શરીર નાગચૂડમાં ચુસ્ત રીતે ગંઠાઈ ગયાં હતાં. જો તે વખતે કોઈ તટસ્થતાથી જોનાર પ્રેક્ષક હોય તો એમ જ લાગે કે બંને જણ ગુજરી ગયા છે. બંને જણ ભયાનક જોર કરી રહ્યા હતા, છતાં તેમના શરીર સહેજ પણ હાલતાં ન હતાં. મોટી તોતિંગ ધમણની માફક તેમનાં ફેફસાંમાંથી કેવળ હવા જ છૂટતી હતી અને દબાઈ ગયેલી સ્વરપેટીમાંથી કર્કશ ઊંહકારા નીકળતા હતા.

શ્વાસોચ્છ્વાસનો ઘેરો અવાજ અને ચિરાતા કાપડના જેવા ઊંહકારા જ કેવળ બંને જીવતા હોવાની પ્રતીતિ કરાવતા હતા.

આ તરફ શર્મા પાછો અર્ધબેહોશ થઈ ગયો હતો. તેનાથી આઠેક ફૂટ દૂર જીમી અને વિજય પડ્યા હતા. સંજીવ અને ચન્દર જે વખતે લડી રહ્યા હતા તે વખતે વિજય ઊભો થવાનો પ્રયાસ કરતો હતો. પણ તે ઊભો થાય અને જીમીને ક્યાં વાગ્યું છે તે તપાસે તે પહેલાં જ ત્યાં ટૂંટિયું વાળીને બેઠેલો ગુર્દુ ઊભો થયો હતો. વિજયે તેને ઊભો થતાં જોયો. તે ખૂંખાર થઈ ગયો. ગુર્દુ હજુ કંઈ વિચારે તે પહેલાં તો વિજયે, જીમીની બાજુમાં પડેલો પથ્થર ઉઠાવ્યો હતો. એ પથ્થર તેને લમણામાં વાગ્યો હતો. ગુર્દુ તેના પર હલ્લો કરે તે પહેલાં જ વિજયે એ પથ્થર તેની છાતીમાં ઝીંક્યો હતો. ગુર્દુ ગોઠમડું ખાઈ ગયો હતો. વિજયને એક ક્ષણ મળી ગઈ હતી અને આખાય દશ્ય પર તેણે ઝડપથી નજર કરી હતી. સૌથી તાકીદની મદદ ઈન્દ્રજિતને આપવાની જરૂર હતી.

ઈન્દ્રજિત અને લખ્ખન જિંદગીની છેલ્લી પળે આવી પહોંચ્યા હતા. વિજય દોડ્યો. તેણે મડાગાંઠમાં ગંઠાઈ ગયેલા લખ્ખન અને ઈન્દ્રજિતના શરીરમાંથી લખ્ખનનો પગ શોધી કાઢ્યો અને કોઈ મોટી ઑઈલ ટૅન્કરનું સુકાન ફેરવતો હોય તેમ લખ્ખનનો પગ પહોંચાથી પકડીને મચડ્યો. લખ્ખનના મોંમાંથી ચીસ નીકળી ગઈ. ઈન્દ્રજિત પરની તેની પકડ છૂટી ગઈ. પાંચ સેકન્ડ ઈન્દ્રજિત તેમ ને તેમ પડી રહ્યો. પછી એકાએક ઊભો થયો. વિજય લખ્ખનના પગને જાણે તોડી નાખવા માગતો હોય તેમજ મચડી રહ્યો હતો. લખ્ખન તેને પોતાને છોડી દેવા બૂમ પાડતો હતો. જમીન સાથે રગદોળાતા તેના મોઢામાંથી લાળ પડતી હતી.

ચન્દરને વધુ પીટવાની હવે સંજીવને જરૂર લાગતી ન હતી. તે ભયાનક રીતે કણસતો પડ્યો હતો. ઈન્દ્રજિતે લખ્ખનની પિસ્તોલ શોધી કાઢી હતી અને મિનિટોમાં જ દશ્ય પલટાયું હતું.

ગુર્દુ, ચન્દર અને લખ્ખનને ઘસડીને વૉક્સવૅગન પાસે લઈ જવામાં આવ્યા.

'સંજીવ... પ્રેમા ફાર્મહાઉસમાં છે.' ઈન્દ્રજિત બોલ્યો. ત્યાં જ વૉક્સવૅગનમાં મૂકેલા વાયરલેસ ફીલ્ડ ટેલિફોનનું બઝર ગુંજી ઊઠ્યું.

'એ શું છે ?' વિજયે પૂછ્યું.

'ફિલ્ડ ટેલિફોન... પણ ચિંતા નહિ. તમે જાઓ... પ્રેમા ફાર્મહાઉસમાં છે.' તેણે વિજય અને સંજીવ તરફ ફરીને કહ્યું, 'અને લખ્ખન, તું ફોન ઉઠાવ – જરા પણ ચાલાકી કરી છે તો વીંધી નાખીશ.' ઈન્દ્રજિતે પિસ્તોલ તેના લમણામાં ધરી.

'એક મિનિટ...' સંજીવ બોલ્યો. 'વિજય, તું અહીં રહે. જીમીને ગોળી વાગી લાગે છે. શર્માની હાલત ખરાબ છે અને આ ત્રણ જણ...' કહીને સંજીવે ચન્દરના હાથમાંથી પડાવેલી રાઈફલ અને સ્પેર મૅગેઝીન વિજયને આપ્યું.

'હલો. લખ્ખન સ્પીકિંગ...' લખ્ખને ટેલિફોન રિસીવરમાં કહ્યું. ઈન્દ્રજિતનું સમગ્ર ધ્યાન લખ્ખન તરફ હતું.

'હા... રાજા...બરાબર... બધું બરાબર છે. હું રાહ જોઉં છું. કેટલી મિનિટ? અચ્છા...' કહીને લખ્ખને ફોન મૂક્યો.

'શું છે સંદેશો?'

'રૂટિન...' લખ્ખન બોલ્યો. તે સાથે જ ઈન્દ્રજિતે આડે હાથે પિસ્તોલનો ફટકો લખ્ખનના ચહેરા પર માર્યો. લખ્ખનના બે દાંત તૂટી ગયા. તેની આંખમાંથી આંસુ સર્યા.

'રૂટિન... કમબખ્ત, બોલ શું છે?'

'નિગમનો સંદેશો બે મિનિટમાં આવે છે.' તે જરા પણ રાહ જોયા વગર બોલ્યો.

'પ્રેમાને કેમ લઈ આવ્યા છો?' ઈન્દ્રજિતે પૂછ્યું.

'પ્રેમાને! યુ મીન તારી પત્નીને?' તોતડાતા અવાજે લોહી થૂંકીને લખ્ખને પૂછ્યું.

'હા... મેં તમને કહ્યું ન હતું કે તેને હાથ અડાડ્યો છે તો આખી સ્કિમ...' ઈન્દ્રજિતે હાથ ઉગામ્યો. ઝડપથી લખ્ખન બોલી ઊઠ્યો.

'નહિ... તારી પત્ની નથી... નહિ. એ કરોડપતિની પત્ની છે. તારી માશૂકા... લવર્સ નૂકમાં...' લખ્ખન બોલે તે પહેલાં ઈન્દ્રજિત ચમક્યો.

'શૈલજા...'

'શૈલજાને ઉઠાવી લાવ્યા છો?' સંજીવ ચોંકી ઊઠ્યો. અને કશીય વધારે પૂછપરછ કર્યા વગર તેણે વિજયના હાથમાંથી રાઈફલ લીધી.

'વિજય, તું અહીં રહેજે. ઈન્દ્રજિત એકલો છે. હું આવું છું.' સંજીવે કહ્યું. વિજય જવાબ આપે એ પહેલાં તો તે પચ્ચીસ કદમ દોડી ગયો હતો. વિજયને ખ્યાલ ન રહ્યો કે તેના હાથમાં સ્પેર મૅગેઝિન એમનું એમ જ રહ્યું. તેણે રાઈફલમાં કારતૂસો ભરી ન હતી.

'સંજીવ...' તેણ બૂમ પાડી તે પહેલાં તો સંજીવ અંધારામાં ગાયબ થઈ ગયો હતો.

વૉક્સવેગનમાં વાયરનું ગૂંચળું પડ્યું હતું. માઈક્રોફોન, વાયરલેસ સેટ અને બીજો થોડો સામાન પણ પડ્યો હતો. વાયર ખાસ લાંબો ન હતો, પણ ગુર્દુ અને ચન્દરના હાથ બાંધવા માટે પૂરતો હતો. ઈન્દ્રજિતે લખ્ખનને છૂટો રાખવા કહ્યું. વિજયે ગુર્દુ અને ચન્દરના હાથ, બે પગના ઢીંચણ વચ્ચે લાવીને ખૂબીથી બાંધ્યા અને સંજીવના ગયા પછી ત્રણ-ચાર મિનિટે તે પણ ફાર્મહાઉસ તરફ દોડ્યો.

●

રોગને ભોલુને બહાર મોકલી દીધો હતો.

ભોલુ બારણામાંથી નીકળીને બહાર આવ્યો, પછી રોગને બારણું અંદરથી વાસી દીધું હતું. ભોલુ માથું હલાવતો પગથિયાં ઊતરીને વૉક્સવેગન તરફ આવવા નીકળ્યો હતો. ત્યાં જ તેણે ધડાકા સાંભળ્યા હતા. તે સાથે જ તે ખચકાઈને ઊભો રહી ગયો હતો. તેણે પગથિયાં ચડી રોગનને બોલાવવાનો વિચાર કર્યો, પણ આખા જગતને આગ લાગે તોપણ રોગન તેનું કામ ખતમ કર્યા વગર કમરામાંથી નીકળવાનો ન હતો. ધડાકા કેવી રીતે થયા હશે ? પોતે શું કરવું ? એ વિચારતો થોડી વાર ત્યાં જ ઊભો રહ્યો. અને પછી કાંઈક નિર્ણય લીધો હોય તેમ ફાર્મહાઉસના પાછળના ભાગમાંથી નાળિયેરીઓ વચ્ચે થઈને વૉક્સવેગન તરફ જવાનો તેણે નિર્ણય લીધો.

સંજીવ તો સીધોસીધો, ફાર્મહાઉસના ડ્રાઈવ-વે પર થઈને દોડતો ફાર્મહાઉસ પાસે પહોંચ્યો હતો. પણ વિજયે બુદ્ધિ વાપરીને પાછલા ભાગમાંથી જવાનું વિચાર્યું.

●

શૈલજાના શરીર પરથી કપડાં ખેંચાઈ ગયાં હતાં. રોગન શરાબનો ઘૂંટ લેતો તેની સામે ઊભો હતો. શૈલજાએ પલંગ પરની ચાદર ખેંચી લીધી હતી અને શરીર પર ઓઢી લીધી હતી. તે ધ્રૂજતી હતી અને મદદ માટે ચીસો પાડતી હતી.

રોગને બૉટલ બાજુ પર મૂકી અને નજીક સર્યો. શૈલજાએ ચાદર પરની પોતાની પકડ સખત કરી. તે બૂમ પાડતી અટકી. તેણે પણ ધડાકા સાંભળ્યા હતા. રોગને પણ સાંભળ્યા, પણ રોગનને પરવા ન હતી. તેણે પોતાનો એક હાથ તોલા માથા પર ફેરવ્યો અને ડોકું હલાવ્યું. શૈલજાની તદ્દન નજીક જઈને હળવેથી તેણે એક હાથે ચાદર પકડી. બીજો હાથ તેણે શૈલજાના ગાલ પર ફેરવ્યો અને દુઃશાસન દ્રૌપદીનાં વસ્ત્રો ખેંચતો હોય તેમ તેણે ચાદર ખેંચી. શૈલજા ઝાટકો ખાઈને પલંગમાં પડી. શૈલજાના શરીર પર ખભાપટ્ટી તૂટેલી બ્રા અને કૉર્સેટ જ પહેરેલાં હતાં. ગૌર બદન, સુંદર જીવતી કવિતા જેવાં તેનાં બિલકુલ સપ્રમાણ અંગો... રોગન જોઈ રહ્યો, પણ તેની નજરમાં કવિતા માણતા આદમીનો આનંદ ન હતો. કદીય ન જોઈ હોય, કદીય

હાથમાં આવી ન હોય તેવી ઓરતના દિલચસ્પ શરીરને તે જાણે ખાવા માગતો હોય તેમ જોઈ રહ્યો.

શૈલજાએ બૂમ પાડવાનું છોડી દીધું હતું. તેને ખાતરી હતી કે કોઈ સાંભળવાનું નથી. તેને એ પણ ખાતરી થવા માંડી હતી કે તેણે સંજીવનો અવાજ સાંભળ્યો તે ભ્રમ હતો. ખેર... હવે તેની પાસે એક જ રસ્તો હતો આપઘાત... પણ આપઘાત કરવાનો મોકો પણ તેને દેખાતો ન હતો.

'મજાની છું ઓરત... ઈન્દ્રજિત બડો નસીબદાર લાગે છે. કેટલી રાતો તેની સાથે ગાળે છે ?'

રોગન બોલ્યો અને પોતાનું શર્ટ ઉતાર્યું. બાંડિયું પણ ઉતાર્યું. શૈલજા થડકી ઊઠી. રોગન કેવળ મહાકાય જ ન હતો, પણ તેના સ્નાયુઓ પણ રાક્ષસી કદના હતા. શૈલજા તેની સામે નાનકડી ઢીંગલી સમી જ લાગતી હતી. તોલા રાક્ષસી આદમી તરફ તે ફાટી આંખે જોઈ રહી.

તે જોરથી બેઠી થઈ. તેણે બારી પરનો પડદો ખેંચ્યો, પણ પડદો ચૅનલમાંથી નીકળ્યો નહિ. રોગન હસ્યો. તેણે શૈલજાને ખભેથી પકડી. તેની પકડ લોખંડના સીગરા જેવી હતી.

'સંજીવ... સંજીવ' તે બરાડી ઊઠી. તેની આંખમાંથી ગરમ આંસુ નીકળી આવ્યાં. 'છોડ મને... તારે શું જોઈએ છે રાક્ષસ...'

'મારે જોઈએ તે હું લઈ જ લઉં છું.' રોગન બોલ્યો. તેના કાળા હોઠ પર ભયાનક હાસ્ય ફરક્યું. તેણે શૈલજાના શરીર પરની બ્રા પણ ખેંચીને ઉતારી લીધી. બંને હાથ સીના પર ઢાંકીને તે પલંગની નીચે પડી. રોગને તેને બચ્ચાની માફક ઉઠાવી અને પલંગમાં નાખી અને તેના પર ઝૂક્યો.

'રોગન...' શૈલજા તેનું નામ જાણી શકી હતી. 'રોગન... તને હું તું કહે તે રકમ આપવા તૈયાર છું... તારી કલ્પનામાં ન આવે તેટલા પૈસા મારી પાસે છે.'

'અચ્છા...?' રોગને તેના કૉર્સેટનો બેલ્ટ પકડ્યો.

'હા... તને... તને જોઈએ તેટલા પણ પ્લીઝ મને છોડ...' શૈલજાએ વિનંતી કરી.

'તે પૈસા તો તારે આપવા જ પડવાના છે. બચ્ચી... એક વાર તને ચૂસી લઈશ અને પછી તારો વર તને છોડાવવા પૈસા આપશે...' રોગને કૉર્સેટ ખેંચ્યો. શૈલજાએ હતી એટલી તાકાતથી તેના જડબા પર લાત ઠોકી... રોગન સહેજ હઠ્યો. તેના હોઠના ખૂણે સહેજ લોહી તરી આવ્યું. શૈલજાએ ચીસો પાડવા માંડી. રોગન તેના

તરફ ઘડીભર જોઈ રહ્યો. અને પછી કોઈ પણ જાતના ભાવ વગર તેણે ઊંધે હાથે શૈલજાને એક ઝાપટ મારી. શૈલજાના કાનમાં તમરાં બોલવા માંડ્યા. તેને તમ્મર આવી ગઈ.

●

રિઝર્વ બૅન્ક ટ્રેઝરી પાસેનું દૃશ્ય બદલાયું ન હતું. નિગમ પાછો ટ્રેઝરીના વોલ્ટમાં ચાલ્યો ગયો હતો. ખટારામાં ઝડપથી સોનું ભરાઈ રહ્યું હતું. ગૃહપ્રધાન સાથે આઈ.જી.પી.એ મસલત કરી હતી. ગ્વાલિયર હેડક્વાર્ટર્સમાંથી ખબર આવી કે પબ્લિક સ્કૂલમાં ભણતા પટેલના છોકરાઓ સલામત છે. મિ. દસ્તૂરે સલાહ આપી કે નિગમનો સોદો મંજૂર રાખવો. નેવલ કમાન્ડો અને લશ્કરી દળોના અફસરો એની વિરુદ્ધ હતા. તેમ છતાં ગૃહપ્રધાને પરિસ્થિતિનો અહેવાલ જાણીને તાત્કાલિક નિર્ણય લેવાની પટેલને પરવાનગી આપી.

'નિગમ...' આઈ.જી.પી.એ મેગાફોનમાં બૂમ પાડી. નિગમ બહાર આવ્યો. તેને વીંધી નાખવો આસાન હતો, પણ પટેલ કે દસ્તૂર ધીરજવાળા માણસ હતા.

'પટેલ... હું નિગમ છું. નિગમના હાથ પહોળા છે. નિગમ કબરમાંથી પણ બેઠો થશે. કોઈ ચાલાકી નહિ જોઈએ.'

'જો તેં કોઈ નિર્દોષનો જાન લીધો છે તો હું મારી જિંદગીની પરવા નથી કરવાનો નિગમ... તારી બોટ દરિયામાં ફૂંકી મરાશે.' પટેલે કહ્યું.

'બેલાશક...' નિગમ બોલ્યો અને તેણે પોતાના આદમીઓને હુકમ આપ્યો અને બોરડે ફાર્મનો ટેલિફોન જોડ્યો.

એરફોર્સ વાયરલેસ ડિટેક્ટર સર્વિસ કામે લગાડવામાં આવી હતી. ગ્રાઉન્ડ યુનિટે ફ્રિકવન્સી ખોળી હતી. મુંબઈના નકશા પર વરસોવાના સાગરકાંઠા પર એક વર્તુળ કરવામાં આવ્યું, પણ હેલિકૉપ્ટરમાં ચકરાવો મારી રહેલા સિગ્નલ્સના કેપ્ટન જયરામ નિશ્ચિત કરી શકે તે પહેલાં નિગમે બોરડે ફાર્મ પર સંદેશો મોકલ્યો હતો. અલબત્ત, નિગમને ખબર ન હતી કે લખ્ખન એ સંદેશો પિસ્તોલની નળી સામે સાંભળી રહ્યો છે. રિઝર્વ બૅન્ક પાસે ખડકાયેલા અફસરોમાંથી પણ કોઈને ખબર ન હતી.

'શું કહ્યું...' લખ્ખને રિસીવર મૂક્યું પછી ઇન્દ્રજિતે પૂછ્યું.

'પોલીસ સાથે સોદો થયો છે.' કહીને લખ્ખને વિગતો સમજાવી.

કેટલીક વારમાં ઍરપોર્ટ પર જવાનું છે ?' ઇન્દ્રજિતે પૂછ્યું.

'બરાબર એક કલાકમાં. ત્યાં વિમાન તૈયાર હશે...' લખ્ખન બોલ્યો.

●

સંજીવે ચીસો સાંભળી હતી. ફાર્મહાઉસનાં પગથિયાં પાસે આંબાનું ઝાડ હતું. ઝાડના થડ પાસે તે અટક્યો. તેના માથામાં ઘણ વાગતા હતા. મર્સિડીઝમાં બે આદમીઓ ગયા હતા. બંને અંદર હોવા જોઈએ. તેને ઘણું મન થઈ આવ્યું કે તે બૂમ પાડીને કહે કે હું આવું છું, પણ તે બોલી ન શક્યો. ચુપકીદીથી તે પગથિયાં ચડ્યો અને તેણે શૈલજાનો અવાજ સાંભળ્યો.

ફાર્મહાઉસના બે-ત્રણ કમરામાં બત્તીઓ જલતી હતી, પણ કોઈ દેખાતું ન હતું. તેણે હાથમાંની બંદૂક સાબદી કરી... પગથિયાં ચડીને તે વરંડા પર પહોંચ્યો. હવે તેને શૈલજાના શબ્દો પણ સ્પષ્ટ સંભળાતા હતા. પૅસેજની ડાબી બાજુના કમરામાંથી તે અવાજ આવતો હતો. શૈલજા કોઈને વિનંતી કરી રહી હતી, તે બારણા પાસે ગયો. ત્યાં જ તેણે તમાચો મારવાનો અવાજ સાંભળ્યો. શૈલજા એકાએક બોલતી બંધ થઈ ગઈ હતી. સંજીવના આખા શરીરમાં આગ ઊમટી. તેણે પોતાની સમગ્ર તાકાત લગાડીને બારણા પર લાત મારી... ફાર્મહાઉસનું જૂનું ટીક-બોર્ડનું બારણું આગળા પાસેથી તૂટીને ઝૂકી ગયું... રોગન ચોંકી ઊઠ્યો. તૂટેલા બારણામાંથી તેની સામે એક નમણો જુવાન બંદૂક તાકીને ઊભો હતો... સંજીવે ઘોડો દબાવ્યો.

માઇ ગૉડ... બંદૂક ખાલી હતી. સંજીવ થડકી ઊઠ્યો.

તેની નજર બંદૂક તરફ ઝૂકી. પોપચાં ક્ષણવાર માટે જ નીચાં થયાં હતાં. બંદૂક ખાલી હતી. તૂટેલા... લાત મારીને તોડી નાખેલા બારણાની ભીતરમાં જે આદમી ઊભો હતો તેને વીંધી નાખવા માટે જ તેણે બંદૂકનો ઘોડો દબાવ્યો હતો. શૈલજાના શબ્દો તેના મગજમાં પડઘા બનીને ઘૂમતા હતા. તે શબ્દો, તે આર્તનાદ, તે ચીસથી તેનામાં પારાવાર શક્તિ આવી હતી.

પણ જ્યારે તેણે પોપચાં ઉઠાવ્યાં, ઝૂલતા એક મિજાગરામાંથી છૂટા પડેલા બારણાના પાટિયાની પેલી તરફ નજર પડી ત્યારે... ત્યારે તેના રોમેરોમમાં લોહી ઊભરાયું. તેની આંખો સાક્ષાત્ શંકરના ત્રીજા નેત્રની માફક પ્રજવળી ઊઠી.

શૈલજા અર્ધનગ્ન પડી હતી. તે બેહોશ હતી કે ભાનમાં એ તેને તે વખતે સમજાયું ન હતું. વિચારવાનો સમય પણ ન હતો. વિચારી શકાય તેમ પણ ન હતું. તેના શરીરમાંથી જિગરનો ટુકડો કાપીને ત્યાં પલંગમાં નાખવામાં આવ્યો હોય, તેના પોતાના હાથપગ કાપીને ત્યાં નખાયા હોય તેવી નિઃસહાયતા ક્ષણવાર માટે તેના હૃદયના ધબકારાઓ બંધ કરી ગઈ. એ પળ યુગ જેવડી હતી.

રોગનને જિંદગીનું આશ્ચર્ય થયું હતું. રાઈફલ તકાયેલી હતી. બારણું કોઈ અજબ ઝડપથી તૂટ્યું હતું. તૂટેલા બારણામાં ઓળંબેથી ખસી ગયેલી બારસાખ વચ્ચે એક દેખાવડો આદમી ઊભો હતો એટલું જ નહિ, પણ તેના હાથમાં રાઈફલ હતી. રોગન રૂક્ષ હતો. માનવસહજ લાગણીઓ તેના વિકૃત માનસમાં શોધી જડે તેમ ન હતી. છતાંય સહજવૃત્તિઓ તો તેનામાં હતી. આત્મરક્ષણની વૃત્તિ તો અદના પશુમાં પણ એટલી જ તીવ્ર હોય છે. તેના હાથ ઊંચા થઈ ગયા હતા. તેને પણ એ બંદૂકની ભૂરી ગજવેલની નળીમાં મોતનાં દર્શન થઈ ગયાં હતાં. પળવાર માટે તે જાણે મડદું થઈ ઢળી પડ્યો હોય એમ જ સ્થિર થઈ ગયો હતો. એ પળ તેને માટે પણ યુગ જેવડી જ હતી. તેના માંસલ મહાકાય શરીરના એક એક છિદ્રમાંથી પરસેવાનાં બુંદ તરી આવ્યાં હતાં. અરે, તેના તોલિયા માથા પર પણ એક જ ક્ષણમાં પરસેવાનાં ટીપાં બાઝી ગયાં હતાં.

પણ ગોળીથી મરવાનું તેને માટે નિરમાયું ન હતું. જે પળે સંજીવને ખ્યાલ આવ્યો કે બંદૂકમાં ગોળી નથી તે પળે જ રોગનને પણ ખ્યાલ આવ્યો હતો કે કંઈક ખોટું છે. બંદૂક વાપરનારો રાહ જોતો નથી. જે રાહ જુએ છે તે પહેલો ઘા કરી શકતો નથી. જે પહેલો ઘા કરતો નથી તે જીવતો નથી, રોગનનું આ સાદું ગણિત હતું. તેમ છતાં મનમાં ખાતરી ન હતી. તેને ખ્યાલ ન હતો કે બંદૂકમાં ગોળી નથી એટલે જ ગોળી છૂટતી નથી. તેને કેવળ એક જ ખ્યાલ આવ્યો હતો કે બારસાખમાંના જવાને ગોળી ચલાવી નથી. ચલાવવામાં વિલંબ કર્યો છે. તે હાથ ઊંચા રાખીને સંજીવની નજીક આવ્યો.

સંજીવ માટે એ પરિસ્થિતિ વિચિત્ર હતી. આ રાક્ષસી કદનો આદમી ૧૬ x ૧૨ ફૂટના કમરામાં કેટલો મોટો, કેટલો ભયાનક લાગતો હતો ! આમ તો રોગન ફક્ત બે ડગલાં ચાલ્યો હતો. અને તે પણ મોત તરફ જતા, ફાંસીના ગાળિયા તરફ જતા આદમીની માફક, એ બે પગલાં ભરતાં તેને પારાવાર ભીતિ હતી કે બંદૂકમાંથી ગોળી છૂટશે. પણ એ ગોળી છૂટી નહિ. સંજીવે બંદૂક તાકેલી જ રાખી હતી, કારણ તે પણ સમજતો હતો કે જ્યાં સુધી બંદૂક તેના હાથમાં છે (ભલે ગોળી વગરની છે) ત્યાં સુધી રોગન તેના કાબૂમાં છે.

રોગને ધંધાદારી મારાઓ જોયા હતા. તેણે મોતને અનેક વાર જોયું હતું. મોતના મુખમાંથી છટકી જતા આદમીઓને પણ જોયા હતા. તેની નજર સંજીવના હાથમાંની બંદૂકની નળી પર ચોંટી રહી હતી.

માનવી હવામાં ઊડી શકે છે, જરૂર ઊડી શકે છે. આજે સંજીવને પૂછે તો તે

કહેશે. પણ હવામાં ઊડતો માણસ તેણે તે વખતે પહેલી જ વાર જોયો. રોગન બે ડગલાં આગળ આવ્યો હતો કારણ ત્યાં પડેલી કુશનવાળી ખુરસી તેને નડતી હતી. બંદૂકની કાળી નળીમાં તેનો અંજામ તો નિશ્ચિત હતો. તો પછી શા માટે ડરવું ? રોગનની એ ફિલસૂફી હતી. જીવ પર આવી ગયેલા પ્રાણીની એ ફિલસૂફી હતી... ન માની શકાય તેવું એ હતું.

જે થયું તેનું પૃથક્કરણ તો અઠવાડિયા બાદ થયું, પણ રોગન ઊડ્યો હતો. સચમુચ ઊડ્યો હતો. સંજીવ તેનાથી લગભગ દસ-અગિયાર ફૂટ દૂર હતો. આંખના પલકારામાં સરકસનાં કોઈ અદ્‌ભુત ઍથ્લેટની માફક એ નાના કમરામાં રોગન દડાની માફક ઊછળ્યો હતો. ગોઠણ અને માથું છાતીસરસાં નાખીને જાણે પાણીમાં ડાઈવ મારતો હોય તેમ તેણે હવામાં, તદ્દન હવામાં ગુલાંટ ખાધી હતી... ઝાડના થડ જેવા તેના પગ જ્યારે સીધા થયા ત્યારે સંજીવની છાતી પર એક ટન વજનનો પથ્થર પડ્યો હોય તેવો ઝાટકો વાગ્યો હતો. સંજીવ બારસાખમાંથી રૂમની બહારના પૅસેજમાં ફેંકાઈ ગયો હતો. સાંકડા પૅસેજની સામેની દીવાલ સાથે તેનો બરડો ટકરાયો હતો... એ લગભગ અંત જ હતો પણ... પણ નસીબ તેની સાથે હતું. રોગન અડધો બારણાની બહાર અને અડધો અંદર પડ્યો હતો. તેનો ખભો તૂટેલા બારણા સાથે ટકરાયો હતો. તે સાથે જ બારણું તૂટી પડ્યું હતું અને તેના પર કોઈ અજબ રીતે પડ્યું હતું. જૂના વખતનાં લોખંડનાં ત્રણ મિજાગરાંમાંથી બે ઊખડી પડ્યાં હતાં, અને ત્રીજા મિજાગરાને આધારે પણ બારણું લટકી રહ્યું હોય તેમ લાગતું હતું. જોકે રોગનના શરીરને આધારે જ તે લટકી રહ્યું હતું. રોગન બારણાની નીચે પડ્યો હતો અને બારણું તેના ધડ પર જાણે તેને વહેરી નાખતી કરવતની જેમ ઊભું તોળાઈ રહ્યું હતું.

સંજીવ જીવતો હતો, મતલબ તેનું મગજ જીવતું હતું. તેની એક પાંસળી તૂટી ગઈ હતી અને બરડા પર જે ઈજા થઈ હતી તેનાથી તેની સ્વરપેટીમાંથી ઉઉઉ... અવાજ આપોઆપ નીકળતો હતો. તે શી રીતે, કયા જોરે, કોને આધારે ઊભો થયો તેની આજે પણ તેને ખબર ન હતી. તે ક્ષણભર માટે ગુજરી ગયો હતો. યમરાજા સાથે હાથ મિલાવીને તે પાછો આવ્યો હોય તેમ ઊભો થયો હતો. તેના હાથમાંની બંદૂક હજુ છૂટી ન હતી. છૂટી ન હતી તેનું કારણ એ નો'તું કે તે વજ્રકાય હતો, પણ તેની આંગળી બંદૂકના ઘોડાની કડીમાં ફસાઈ ગઈ હતી અને જ્યારે તે ભીંત સાથે અથડાયો ત્યારે પણ તે છૂટી ન હતી. તેની આંખે ઝાંખ વળતી હતી. ત્રણ ફૂટ જ દૂર પડેલો રોગન તેને વાદળોની વચ્ચે સેંકડો કદમ દૂર પડેલો દેખાતો હતો. દૂરબીનના ઊંધા છેડેથી તે જોતો હોય તેવું લાગતું હતું, છતાં તેના રોમેરોમમાં સળગતી આગ બુઝાઈ ન હતી. ત્યાં તૂટેલા બારણાની ભીતરમાં ઢગલો થઈને પડેલો તેનો જિગરનો ટુકડો તેનાથી ભુલાયો ન હતો.

બારસાખના ચોકઠામાં, ત્રાંસમાં પડેલું બારણું અજબ રીતે ફસાયું હતું. અને એ ફસામણમાંથી બેઠો થવા રોગન પ્રયત્ન કરતો હતો. સંજીવ અડધી ક્ષણ માટે જોઈ રહ્યો. રોગનના પગ તેની તરફ હતા. સંજીવે મોટો ઘણ ઊંચકતો હોય તેમ બંદૂક ઉઠાવી અને ઝીંકી. તે સાથે જ રૂંવાડાં ખડાં થઈ જાય તેવી ચીસ રોગને પાડી હતી. સંજીવે રાઈફલનો ફટકો તેના ઢીંચણ પર માર્યો હતો અને ઢીંચણની કચ્ચરો થઈ ગઈ હતી. રોગને બારણા નીચેથી નીકળવા બારણું સહેજ ઊંચક્યું હતું. સંજીવે ફટકો માર્યો તે સાથે બારણું ફરી પાછું તેના પર ઝીંકાયું હતું. એક જ લાત મારીને સંજીવે બારણું હઠાવી દીધું હતું. રોગન હજુ ભાનમાં હતો. રોગન મોતને જોતો હતો. રોગન કોઈ દેખાવડા આદમીને નહિ પણ કોઈ માનસિક તાકાતથી ઊભા થયેલા દૈત્યને જોતો હતો...

●

પાનના ખખડાટથી વિજય થંભી ગયો હતો. તેણે શ્વાસ પણ થંભાવી દીધો હતો. ભોલુ ઝડપથી દોડતો હતો. વૉક્સવૅગન આગળથી બંદૂકના ધડાકા આવ્યા હતા અને રોગન શૈલજાને છોડીને, તેની પાશવી ભૂખ છિપાવ્યા વગર નીકળવાનો ન હતો. એટલે જ ભોલુ દોડ્યો હતો. તે ઉતાવળમાં હતો એટલે જ બેધ્યાન હતો.

ભોલુને પાડી દેવાનું કામ તદ્દન સહેલું નીકળ્યું. વિજય પાંદડાંના સંચારથી, પગથી પરથી આવતા બૂટના થડકારાથી પામી ગયો હતો કે કોઈ દોડતું આવી રહ્યું છે. પણ જે કોઈ દોડતું આવતું હતું તે આટલે નજીકથી પસાર થશે તેવો તેનો અંદાજ ન હતો. ભોલુ વિજયને જુએ તે પહેલાં જ કામ પતી ગયું હતું. ટેનિસના બૅક-હૅન્ડ શૉટની માફક જ વિજયે બૅક-હૅન્ડ ચોપ માર્યો હતો. ભોલુના નાક અને ઉપલા હોઠની વચ્ચે વિજયની હથેળી કાતરિયાની જેમ વાગી હતી. ભોલુ ચક્કર ખાઈ ગયો હતો. બીજો ફટકો એની બોચીમાં વાગ્યો હતો અને ધસમસતા પૂરમાં નદીની ભેખડ તૂટી પડે તેમ તે તૂટી પડ્યો હતો. વિજયે તેના કાનની બૂટ પાસે લાત મારી હતી અને તે જ વખતે હૃદય ચીરી નાખે તેવી ચીસ ફાર્મહાઉસના મકાનમાંથી ઊઠી હતી. વિજય થડકી ઊઠ્યો હતો. એ કોઈની છેલ્લી ચીસ હતી તેમાં તેને શંકા ન હતી... કોની હશે એ ચીસ ! સંજીવની ?...

ભોલુ ડૉક્ટરની સારવાર વગર ઊભો થઈ શકે તેમ ન હતો. થઈ શકે તો પણ વિજયને પરવા ન હતી. તેને માત્ર સંજીવની ચિંતા હતી. તે દોડ્યો. ફાર્મહાઉસના રસોડા બાજુ પડતું પાછલું બારણું ખુલ્લું હતું. ક્ષણ વાર તે અટક્યો... કંઈક વિચિત્ર અવાજ તેને સંભળાતો હતો... અવાજ વિચિત્ર હતો... વિચિત્ર જ હોય ને ! તેણે

બંદૂકના ફટકાથી કોઈ માણસના ટુકડા થતા હોય તેવો અવાજ ક્યાંથી સાંભળ્યો હોય !

'સંજીવ...' તેણે બૂમ પાડી.

●

રોગન ગુજરી ગયો ત્યારે તેના હાથ જોડેલા હતા. ઈશ્વરને વિનંતી કરતો હોય તેમજ તેના હાથ જોડાયેલા હતા. તેના ચહેરા પરના ભાવો કેવા હતા તે ક્યારેય કોઈ કળી શકવાનું નથી કારણ તેનું માથું ફાટી ગયું હતું. તેના તોલા માથામાં ત્રણ દેખી શકાય તેવી તિરાડ પડી હતી. તેની માંસલ છાતીનો એક ભાગ વધુ પડતો સામાન ભરેલી થેલીની માફક ઊપસી આવ્યો હતો.

'સંજીવ....' અનંત ઊંડાણમાંથી તેણે અવાજ સાંભળ્યો.

'સંજીવ... સ્ટૉપ ઇટ... સ્ટૉપ ઇટ...' આજે પહેલી વાર વિજયને તેને 'બૉસ' કહ્યો ન હતો. તે હેબતાઈ ગયો હતો. મરી ગયેલા રોગનના શરીર પર કોઈ મૂર્તિમંત હેવાનની માફક સંજીવ ફટકા મારી રહ્યો હતો. પરદેશી બનાવટની, સારામાં સારી સીસમના સીઝન કરેલા લાકડાના હાથાવાળી એ રાઈફલ વળી ગઈ હતી અને લાકડાનો હાથો ચિરાઈ ગયો હતો.

'સ્ટૉપ ઇટ... ઈશ્વરને ખાતર સંજીવ... હી ઇઝ ડેડ... (ગુજરી ગયો છે.)' વિજયે સંજીવના હાથ પકડી લીધા. તેના હાથમાંથી બંદૂક પડી ગઈ. વિજયને જાણે પહેલી જ વાર જોતો હોય તેમ સંજીવ જોઈ રહ્યો.

'રિલેક્સ બૉસ...' વિજય બોલ્યો અને તેની નજર રૂમમાં ફરી. શૈલજા પલંગ પર પડી હતી. તેનો એક પગ નીચે લબડતો હતો. તેનો અડધો ચહેરો વાળથી ઢંકાયેલો હતો. તેના એક હાથ નીચે દબાયેલું તેનું સ્તનયુગ્મ દમ...બ...દમ ઊંચુંનીચું થતું હતું. શૈલજા જીવતી હતી. વિજયે તેના શરીર તરફ જોયું. સંજીવે પણ જોયું.

'તું જા વિજય...' સંજીવ બોલ્યો, 'તું જા... આ ઘરમાં ક્યાંક ફોન હશે... દસ્તૂર અંકલને ફોન કર.' આટલાં વાક્યો બોલતાં સંજીવને અડધી મિનિટ લાગી. તેના મોઢામાં બોલતાં થૂંકને બદલે લોહી આવતું હતું.

વિજય બહાર નીકળ્યો. સંજીવ શૈલજાની નજીક આવ્યો. પલંગ પરથી લબડતો તેનો પગ ઊંચો કરી તેને સરખી સુવાડી. શૈલજાના કાનમાં હજુ તમરાં બોલતાં હતાં. તેણે આંખ ઉઘાડી.

'શૈલજા...'

'સંજીવ...' તેણે સંજીવનો લોહી ખરડાયેલો ચહેરો જોયો. એકાએક તે સંજીવને ગળે વળગી અને ત્યાં જ તેની નજર રોગનના મૃત શરીર પર પડી અને તે ચિત્કારી ઊઠી...

●

વિજયે ફોન શોધી કાઢ્યો હતો. ફાર્મહાઉસના બીજા કમરામાં ફોન હતો. વિજયે સોલી ઍન્ડ સહગલ એજન્સીની ઑફિસે ફોન જોડ્યો. સોલી દસ્તૂરની ઑફિસ પણ અત્યારે એટલી જ તંગ હતી.

'હલો.' ઑપરેટરનો અવાજ આવ્યો.

'મારે મિ. દસ્તૂર સાથે વાત કરવી છે.' વિજયે કહ્યું.

'ક્યાંથી બોલો છો ?' ઑપરેટરે પૂછ્યું.

'તમે સમય બગાડો છો.' વિજય ચિડાઈને બોલ્યો. 'સોલી દસ્તૂર સિવાય હું કોઈની સાથે વાત કરવા નથી માગતો. તમે એમને કહો કે સંજીવ સાગર વાત કરવા માગે છે.'

'એક મિનિટ...' ઑપરેટરે કહ્યું અને ફોન બીજા કોઈને આપ્યો.

'હલો...'

'મિ. દસ્તૂર ?' વિજયે પૂછ્યું.

'નહિ, હું જોય દસ્તૂર બોલું છું, તેમનો ભત્રીજો...' ફોનમાં જવાબ આવ્યો.

'હેલ વિથ યુ... તમે મને મિ. સોલી દસ્તૂર સાથે વાત કરાવો આ ખૂબ અગત્યનું છે.' વિજયે કહ્યું, 'નહિ તો મારે પોલીસને ફોન કરવો પડશે.'

'ઓહ... તમારો નંબર આપો, હું બે મિનિટમાં ફોન કરાવું છું.'

વિજયે બોરડે ફાર્મના ટેલિફોન ડાયલ પર લખેલો નંબર વાંચ્યો અને કહ્યો અને ફોન મૂક્યો. ત્રણેક મિનિટમાં ફોનની ઘંટડી રણકી.

'હલો...' વિજયે ફોન ઉઠાવ્યો. 'મિ. દસ્તૂર...'

'યસ... દસ્તૂર સ્પીકિંગ.' ખૂબ દૂરથી અવાજ આવતો હોય તેવું વિજયને લાગ્યું. મિ. દસ્તૂર પોલીસ એક્સ્ચેન્જ થ્રૂ ફીલ્ડ ટેલિફોનથી વાત કરી રહ્યા હતા.

'વેલ, મિ. દસ્તૂર... હું બોરડે ફાર્મ વરસોવાથી વાત કરું છું. સંજીવ અહીં છે. શૈલજા પણ છે. અમારે ઍમ્બુલન્સ જોઈશે અને પોલીસની મદદ પણ...'

'એક મિનિટ...'

'હું વિજય બોલું છું. આપણે સંજીવની ઑફિસમાં મળ્યા હતા. તમારો આદમી જીમી અમારી સાથે છે અને ઈન્દ્રજિત પણ... નાઉ હરી અપ...'

'પણ આ અશક્ય છે... અશક્ય, સાંભળ દીકરા...' દસ્તૂરે આશ્ચર્ય વ્યક્ત કર્યું. દસ્તૂર જમાનાનો ખાધેલો માણસ હતો. તેણે ફોન ચાલુ રાખ્યો. વાત ચાલુ રાખીને અને સાથે સાથે આઈ.જી.પી. પટેલ પણ ફોન પર લગાડેલા સાઉન્ડ મૅગ્નિફાયરમાં સાંભળતા રહ્યા. તદન યાંત્રિક વ્યવસ્થાની માફક ધડાધડ સંદેશા છૂટતા રહ્યા. વરસોવા પર ચકરાવો લેતા સિગ્નલ્સના કેપ્ટન જયરામને પણ આ સંદેશો પહોંચાડવામાં આવ્યો. વિજયનો ફોન પૂરો થાય તે પહેલાં તો સિક્યોરિટી ફોર્સની ગાડીઓ બોરડે ફાર્મ જવા રવાના થઈ ચૂકી હતી.

●

સંજીવને વારે વારે કમરાની બારીમાંથી બહાર થૂંકવું પડતું હતું. તેના મોઢામાંથી લોહી પડતું હતું. તેની એક પાંસળી તૂટી ગઈ હતી અને પારાવાર દર્દ થતું હતું. શૈલજા ફરી વાર બેહોશ થઈ ગઈ હતી. સંજીવે તેને પલંગમાં વ્યવસ્થિત સુવાડી. ચાદર પણ ઓઢાડી. કમરાનો એક પરદો જે શૈલજાએ પોતાનું શરીર ઢાંકવા માટે ખેંચ્યો હતો તે પરદો સંજીવે રોગનના મૃત શરીર પર ઓઢાડ્યો. સંજીવે તે પછી બાથરૂમમાં જઈને ઊલટી કરી હતી.

'બૉસ...' વિજય આવ્યો હતો. 'એ લોકો આવી રહ્યા છે.'

વિજય જોઈ રહ્યો હતો. સંજીવે તેનું કહેલું સાંભળ્યું હતું. પણ તે તેને સમજાયું ન હતું. સંજીવ માટે તેને અનહદ લાગણી હતી. જીવનમાં ક્યારેય તેણે સંજીવને ગુસ્સે થયેલો કે માંદો પડેલો જોયો ન હતો. અત્યારે તે બંને ચીજો જોઈ રહ્યો હતો. તેનો ગુસ્સો અલબત્ત દુખાતો ન હતો પણ તેના ગુસ્સાનું પરિણામ તે જોઈ શકતો હતો. કેવી આસુરી તાકાતથી તેણે રોગનને માર્યો હશે !

સંજીવ થૂંક્યો. તેના મોઢામાંથી લોહીના ગળફા પડતા. 'તું જા વિજય, ઈન્દ્રજિતને તારી જરૂર હશે.' તે બોલ્યો. વિજયને આ બધા બનાવો અંગે વિચારવાનો સમય મળ્યો ન હતો. પણ સંજીવે વિચાર્યું હશે એટલે જ તે તરત તે કહે તેમ કરતો હતો. પણ અત્યારે એ જોઈ શકતો હતો કે ઈન્દ્રજિત કરતાં સંજીવની પાસે રહેવાની જરૂર હતી. તેને કેટલું વાગ્યું હશે તેનો અંદાજ તેને આવતી ખાંસી અને લોહીના ગળફાથી આવતો હતો. 'તું ઊભો ન રહે વિજય, જા... અને હા... ઍમ્બ્યુલન્સમાંથી કોઈને બહાર કાઢવાની જરૂર નથી. તું ધ્યાન રાખજે. જા જલદી...'

વિજય સહેજ ખચકાયો. તેણે વરંડા તરફનું બારણું બંધ કર્યું અને પાછલા બારણેથી બહાર નીકળ્યો. સંજીવને ઊબકા આવતા હતા. તેનાં ફેફસાં ધમણની જેમ અવાજ કરતાં હતાં. જમણા પડખામાંથી ભયાનક સણકા ઊપડતા હતા. તેના મજ્જાતંત્રમાં જાણે એ સણકાના પડઘા પડતા હોય તેમ તેનું માથું દુખતું હતું. તેના કાન પકડીને તેનું માથું વાળી નાખવાની કોઈ મહેનત કરતું હોય તેમ તેની બોચીમાં ભાર... દબાણ... વધતાં જતાં હતાં. તે ઊભો હતો તેનું કારણ કોઈ અપાર શક્તિઓ ન હતી. તેનું એકમાત્ર કારણ પત્ની હતી. તેને એટલી ખાતરી હતી કે તે જીવતી હતી.

રોગન એ નાનકડા કમરામાં મરેલી તોતિંગ માછલીની જેમ પડ્યો હતો. હજુ તેના નાકમાંથી લોહી ઝરતું હતું. સંજીવ તેની પત્ની પાસે ગયો... એકાએક તેણે વિચાર બદલ્યો. બારસાખમાંથી તૂટી પડેલું બારણું તેણે થોડી મહેનતે હઠાવ્યું. મોંમાં ફરી લોહી આવ્યું. તે કમરાના ખૂણામાં થૂંક્યો. તેણે રોગનના થાંભલા જેવા પગ પકડ્યા. જમણા હાથથી તે બરાબર ઊંચકી શકતો ન હતો. મહામહેનતે તેણે પોતાની છાતીમાં શ્વાસ ભર્યો અને રોગનના મૃતદેહને ખેંચ્યો.

શૈલજા જાગી ઊઠે ત્યારે તે રોગનનું મોં ન જુએ તેવી તેની ઇચ્છા હતી. મોટી મોટરને ખસેડી જતો હોય તેટલું જોર તેને વાપરવું પડ્યું. રોગન પર તેણે રૂમનો તૂટી પડેલો પડદો ઓઢાડ્યો હતો. રોગનના શરીર પરથી તે પડદો હઠ્યો. તેનો ચહેરો ભયાનક લાગતો હતો. તેનું તોલિયું માથું લોહીથી ખરડાઈ ગયેલું હતું. તેણે તેનું શરીર ખેંચ્યું ત્યારે પણ એ તોલિયા માથા પર ઊભરાયેલું શોણિત ફરસ પર પથરાયું. ફરસ પર વિચિત્ર રીતે અથડાતાં અથડાતાં તેનું માથું હાલતું હતું. ઘડીભર સંજીવને લાગ્યું કે રોગન હમણાં ઊભો થઈ જશે.

બારસાખની બહાર પૅસેજને છેડે તે પહોંચ્યો ત્યારે તે હાંફી ગયો હતો. તેની આંખે અંધારાં આવી ગયાં. રોગનના પગ છોડી દઈને તેણે ભીંતનો ટેકો લીધો. તેના શરીરને ત્યાં જ પડતું રહેવા દઈને તે પાછો પેલા કમરામાં આવ્યો. શૈલજા પલંગમાં પડી હતી. તેણે પોતાની પત્ની તરફ જોયું. તેની આંખમાં ઝાંખ વળતી હતી.

'શૈલજા' તે બોલ્યો. તે સાથે જ તેનાં ફેફસાંમાંથી ફરી લોહીનો કોગળો મોઢામાં આવ્યો. તે થૂંક્યો. તેણે શૈલજાને ઢંઢોળી. શૈલજા સફાળી બેઠી થઈ અને ચીસ પાડી ઊઠી. એક ક્ષણ પછી તે સંજીવને ઓળખી શકી હતી. તેના શરીર પર ઓઢેલી ચાદર હઠી ગઈ હતી. શૈલજાના વક્ષઃસ્થળ પર ઊઝરડા દેખાતા હતા. અને જાણે કોઈએ ગણી ગણીને ટપકાં પાડ્યાં હોય તેમ લોહીનાં ટીપાં એ ઉઝરડા પર ઊપસ્યાં હતાં.

એક ક્ષણ... તેણે સંજીવને ઓળખ્યો. ધીરેથી તે ઊભી થઈ. બીજી એક ક્ષણ વીતી અને એકાએક ધસમસતા ઝરણાંની જેમ તે સંજીવને વળગી પડી.

●

વિજય જે રસ્તે આવ્યો હતો તે જ રસ્તે પાછો ફર્યો હતો. ભોલુ હજુ પગદંડીમાં જ પડ્યો હતો પણ તેનામાં ચેતન આવ્યું હતું. વિજયે તેને વાળ પકડીને ઊંચો કર્યો અને હચમચાવ્યો. ભોલુમાં શક્તિ રહી ન હતી. વિજયના ટેકાથી તે ઊભો થયો. વિજય તેનો વિશ્વાસ રાખે તેવો આદમી ન હતો, પણ ભોલુમાંથી સામે થવાની એષણા ચાલી ગઈ હતી. તે બકરીની માફક ઊભો થયો હતો. વિજયે તેને આગળ કર્યો. ભોલુ ધ્રૂજતો હતો. થોડી વારમાં તે ઈન્દ્રજિત પાસે આવ્યો હતો. ઈન્દ્રજિતને હજુ લખ્ખનની ચિંતા હતી. વાયરલેસ સંદેશાની ચિંતા હતી. વિજયને પાછો આવેલો જોઈને તેને નિરાંત થઈ. સંજીવ ક્યાં છે તે પૂછવાની તેનામાં હિંમત ન હતી.

પણ તેને પૂછવાની જરૂર ન રહી. વિજયે ભોલુને બાંધ્યો અને લાત મારીને ભોંય પર ગબડાવ્યો હતો. શર્માની સ્થિતિ ગંભીર હતી. જીમીના પેઢામાં ગોળી વાગી હતી. બેલ્ટને કારણે તે બચી ગયો હતો પણ તેના ઘામાંથી સારું એવું લોહી વહી ગયું હતું. વિજય જીમીની પાસે ગયો અને તેની નાડી તપાસી. શર્મા બેહોશ ન હતો.

'આપણે જલદીથી હૉસ્પિટલમાં આ લોકોને ખસેડવા પડશે.' વિજય બોલ્યો.

'અહીં ઍમ્બુલન્સ છે. તું એ લોકોને લઈ જઈ શકીશ...' ઈન્દ્રજિત બોલ્યો.

'નહિ... સંજીવે ઍમ્બુલન્સમાંથી કોઈને બહાર કાઢવાની ના પાડી છે.'

'પણ તેમાં તો...' ઈન્દ્રજિતનું વાક્ય અડધું જ રહી ગયું. ડ્રાઈવ-વે પરથી સન-બીમ સીટરનું બીમ દેખાયું. ઈન્દ્રજિતે એ તરફ જોયું. થોડી જ વારમાં મોટર નજીક આવીને ઊભી રહી. શૈલજા મોટર ચલાવતી હતી. સંજીવ બાજુમાં બેઠો હતો. શૈલજા ઝડપથી ઊતરી; બીજી તરફ ફરીને તેણે બારણું ઉઘાડ્યું. ઈન્દ્રજિત હજુ ત્યાં જ ઊભેલો રહ્યો. લખ્ખન છૂટો જ હતો. સંજીવ ધીરેથી ઊતર્યો. મોટરના બારણાનો ટેકો લઈને તે બોલ્યો :

'વિજય, તું એ ડામીસ પાસે રહે. ઈન્દ્રજિત...' તેનાથી વધારે બોલાયું નહિ. તે થૂંક્યો. શૈલજા કંઈ બોલવા જતી હતી પણ તેણે હાથ ઊંચો કરીને તેને અટકાવી.

સંજીવને જોઈને ઈન્દ્રજિતને ખ્યાલ તો આવી ગયો હતો કે ફાર્મહાઉસમાં શું થયું હશે. પણ વગર ગોળીની બંદૂક સાથે સંજીવે રોગનને શી રીતે હંફાવ્યો હશે તેની એ કલ્પના કરી શકતો ન હતો. વિજયે ઈન્દ્રજિત પાસેથી પિસ્તોલ લીધી અને લખ્ખનની

સામે તાકીને ઊભો રહ્યો. આ બધું શું હતું તે શૈલજા સમજી શકતી ન હતી. સંજીવ વધારે વાત કરવાના મિજાજમાં ન હતો.

'પ્રેમા ઍમ્બુલન્સમાં છે ?' તેણે ઈન્દ્રજિતને પૂછ્યું.

'નહિ... પ્રોફેસર, મારી મા અને મારી નાનકી...' ઈન્દ્રજિત બોલ્યો.

'નેવર માઈન્ડ... પણ પ્રેમા ક્યાં છે ?'

'તે પાંચ વાગ્યે લવર્સ નૂક પર આવશે.' ઈન્દ્રજિતે કહ્યું.

'તું જા... શૈલજા, તું પણ જા... મોટર લઈ જાઓ.'

'પણ સંજીવ...' શૈલજા બોલી ઊઠી. સંજીવે તેની સામું જોયા વગર જ કહ્યું : 'તમે જાઓ... બંને...'

'પણ સંજીવ... ઍમ્બુલન્સમાં મારા પિતાજી...'

'મને ખબર છે... મને ખબર છે. તમે સમય ન ગુમાવો...' મહામહેનતે સંજીવ બોલ્યો.

'તમે દલીલો ન કરો.' વિજય ગરજી ઊઠ્યો, 'તમે સંજીવ કહે તેમ કરો...'

'પણ આ ઘવાયેલા...'

'સમય ન બગાડો કહ્યું ને !' વિજય બોલ્યો.

તેને ખ્યાલ આવ્યો હતો કે સંજીવ કોઈ કારણસર જ આમ કહેતો હશે. ઈન્દ્રજિતે ડોકું ધુણાવ્યું અને નિર્ણય લીધો. સંજીવે તેને ઉશ્કેરાઈને ખતમ કરી નાખ્યો નહિ, એ જ નસીબની વાત હતી. 'તમારાં મા અને પિતા અને બાળકો સલામત છે.' વિજયે તેને આશ્વાસન આપ્યું. શૈલજાએ પોતાના પતિને પહેલી જ વાર નવા સ્વરૂપે જોયો હતો. તે દલીલ કરવા તૈયાર ન હતી. તે હેબતાઈ ગઈ હતી. તે બાજુની સીટમાં હઠી. ઈન્દ્રજિતે ડ્રાઈવરની સીટમાં બેઠક લીધી. પળવારમાં એ રેસર ગાડી બોરડે ફાર્મમાંથી બહાર નીકળી ગઈ.

●

ફ્લૉરા ફાઉન્ટનથી બેલાર્ડ એસ્ટેટ અને લાયન ગેટથી એલેકઝાન્ડ્રિયા ડોક સુધીનો વિસ્તાર બંધ કરાવી દેવામાં આવ્યો હતો. સવાર પડતામાં તો આખા મુંબઈમાં સમાચાર પ્રસરી ગયા હતા, કે કોઈ વિનાશક ભાંજગડ એ વિસ્તારમાં થઈ રહી હતી. નિગમ અત્યાર સુધી 'વિન'માં હતો. છેલ્લો સંદેશો તેણે લખ્ખનને મોકલ્યો હતો અને તેની પોતાની કંટ્રોલકારને હઠી જવાની સૂચના આપી હતી. નિગમે જગ્યા બરાબર પસંદ કરી હતી. પાવર બોટ બર્મા શેલના ડક્કા પર એટલે જ મંગાવવામાં આવી હતી

કે જેથી ત્યાં કોઈ પણ જાતની લડાઈ થઈ શકે નહિ. જો થાય તો ક્રૂડ ઑઇલની ટાંકીઓ અને પાઈપલાઇન તેમજ ટૅન્કરો, આજુબાજુના વિસ્તારને ભસ્મીભૂત કરી નાખે. નિગમની યુક્તિ 'ફૂલપ્રૂફ' હતી. એક વાર સોનું પાવર બોટમાં ચડાવવામાં આવે અને સાથે આઈ.જી.પી. અને તેની પત્ની બાનમાં આવે; બીજી તરફ ઇન્દ્રજિતનાં માતાપિતા અને તેની નાનકડી દીકરીને તેના સાથીદારો સાથે બાનમાં પકડીને સાદી 'કૉમર્શિયલ ફ્લાઇટ'માં ચડાવીને દુબઈ લઈ જવામાં આવે તો વગર રોકટોકે તે સોનું લઈ જઈ શકે. નિગમે બે નિશ્ચિત પ્લાન બનાવ્યા હતા. જે મિનિટે તેણે જાણ્યું કે ઇન્દ્રજિત એક કરોડપતિની પત્ની સાથે કોઈ લફરાબાજીમાં છે તે મિનિટથી તેનો પહેલો પ્લાન નબળો પડી ગયો હતો. અને તેને બીજો પ્લાન અમલમાં મૂકવો પડ્યો હતો. પણ ખેર ! એ બધું તેની ગણતરીમાં હતું. નિગમ અનુભવી હતો. કોઈ પણ યોજના સંપૂર્ણ હોતી નથી. ગમે તેટલી ચોકસાઈથી બનાવેલી યોજનામાં પણ અણચિંતવી પરિસ્થિતિ આવી જાય. ઇન્દ્રજિત અને તેની સાથે સંકળાયેલી શૈલજા એ જ અણચિંતવી પરિસ્થિતિ હતી. નિગમે તાત્કાલિક તેનો નિકાલ રોગનને મોકલીને આણ્યો હતો. અને એ ચાલ પર તે મુસ્તાક હતો કારણ બાનમાં લેવાયેલી વ્યક્તિમાં વજનનું પલ્લું વધુ નમ્યું હતું.

આઈ.જી.પી. પટેલે સોદો કર્યો હતો અને એ જ પ્રમાણે નિગમની સોનું ભરેલી ટ્રક ટ્રેઝરી પાસેથી નીકળવા દેવામાં આવી. તેની પાછળ એક જીપમાં પટેલ અને તેમનો ડ્રાઇવર, તેમનો એક મદદનીશ એટલા જ જણા ગયા.

●

સિગ્નલ્સના કૅપ્ટન જયરામને સંદેશો મળી ચૂક્યો હતો. તેણે માર્ગદર્શન મુજબ હેલિકૉપ્ટરને બોરડે ફાર્મ નજીકના દરિયાકાંઠે ઉતરાવ્યું. બીજી તરફથી સી.એસ.એફ.નો નાનકડો કાફલો પણ બોરડે ફાર્મ પર ધસી ગયો હતો. જોકે તે લોકોને આવતાં થોડી વાર થઈ હતી. તે દરમિયાન સંજીવે ત્યાં ઊભેલી ઍમ્બુલન્સ ચારે તરફથી તપાસી જોઈ. વિન્ડસ્ક્રીનમાંથી અને ત્યાર પછી ડ્રાઇવરની સીટનું બારણું ખોલીને તેણે અંદર ડોકિયું કર્યું. અંદર અંધારું હતું છતાં તેને પ્રોફેસર સેલારકા અને તેમનાં પત્નીની આકૃતિઓ દેખાતી હતી. તેણે પ્રોફેસરને બૂમ પાડી.

'કોણ ?' પ્રોફેસરના અવાજમાં રોષ હતો.

'હું સંજીવ... સંજીવ સાગર... બધું સલામત છે. તમે ચિંતા નહિ કરતા.' સંજીવે રહી હતી એટલી બધી તાકાત એકઠી કરીને કહ્યું. દર મિનિટે તેના પડખામાં ઊપડતા સણકા તેને હચમચાવી નાખતા હતા. 'ધીરજ રાખજો, ઇન્દ્રજિત સલામત છે.'

પ્રોફેસર સેલારકા બુદ્ધિશાળી માણસ હતો. ઍમ્બુલન્સમાંથી બેઠાં બેઠાં તેમણે ગોળીબારના અવાજો સાંભળ્યા હતા. તેમને એ પણ ખ્યાલ આવ્યો હતો કે ઍમ્બુલન્સ પાસે છેલ્લી પચીસ મિનિટ કે અડધા કલાકથી કોઈ ગાર્ડ ન હતો, તેમ છતાં ઍમ્બુલન્સમાંથી તેમણે બહાર નીકળવાનો પ્રયાસ કર્યો ન હતો. તેમને મનમાં જે આશંકાઓ હતી તે જ આશંકાઓ સંજીવને હતી.

●

આઈ.જી.પી. પટેલની ગણતરી પ્રમાણે જ નિગમે પોતાની જીતના આનંદમાં થાપ ખાધી હતી. જે મિનિટે નિગમે પટેલને તેમની જીપમાં જ પોતાની ટ્રકની પાછળ આવવા દેવાની રજા આપી તે જ મિનિટે નિગમનું ભાવિ નિશ્ચિત થઈ ગયું હતું. પટેલે બે રસ્તા વિચાર્યા હતા. જો નિગમ પટેલને પોતાની ટ્રકમાં બેસાડીને ડક્કા પર લઈ જાય તો ડક્કાના દરવાજે ગેટ પાસ કઢાવતી વખતે છટકવું અને છેલ્લું પગલું ભરવું. જો નિગમ થાપ ખાય અને પટેલને પોતાની જીપમાં આવવા દે તો લાયન ગેટના બૅન્ડ આગળ જ તેને જેર કરવો. અલબત્ત, તેમનો પ્રવેશ લાયન ગેટમાંથી જ કરવાનો હતો. નિગમે એ થાપ ખાધી હતી. પણ તેને ખાતરી હતી કે તેની પાસે બાનમાં પકડાયેલા માણસો જગતની મોટામાં મોટી વીમા કંપની આપે તે કરતાં વધુ સલામત 'પૉલિસી' હતી. તેને પરવા ન હતી. એ સલામતીના નશામાં જ એ લાયન ગૅટમાં પ્રવેશ્યો. એ એની જિંદગીનું આખરી પગલું હતું. જ્યારે એને ખ્યાલ આવ્યો ત્યારે મોડું થઈ ગયું હતું. ખૂબ મોડું.

●

શૈલજા અને ઈન્દ્રજિત ખૂબ સ્તબ્ધ થઈ ગયાં હતાં. શા માટે સંજીવે તેમને બંનેને રવાના કરી દીધાં હતાં ? શા માટે... ઈન્દ્રજિત કરતાં શૈલજાને સંજીવના એ છેલ્લા વર્તનથી આશ્ચર્ય થયું હતું. ઈન્દ્રજિતને તો હજુ પણ ખબર પડી ન હતી કે સંજીવ બોરડે ફાર્મ પર કેવી રીતે આવી ચડ્યો હતો. પણ ગમે તેમ હોય સંજીવે જ ઈન્દ્રજિતને એક ભયાનક આપત્તિમાંથી ઉગાર્યો હતો. સંજીવે જ શૈલજાને ઉગારી હતી.

લવર્સ નૂક પર પોલીસવાન ખડી હતી. ઈન્દ્રજિતે મોટર અંદર લીધી. લવર્સ નૂકના કંપાઉન્ડમાં શાંતિ હતી. રોજની જેમ જ થોડી મોટરો પાર્ક થયેલી હતી. થોડી અવરજવર પણ શરૂ થઈ હતી.

હોટેલની લાઉન્જમાં ચારેક માણસો બેઠા હતા. તેમની સાથે પ્રેમા બેઠી હતી. શૈલજા અને ઈન્દ્રજિત જેવાં પ્રવેશ્યાં કે તરત જ પ્રેમા આશ્ચર્યથી ઊભી થઈ.

'શૈલજા...' બોલીને તે દોડી અને શૈલજાને વળગી પડી. તેના કાળજામાંથી હૃદય વલોવી નાખે તેવાં ડૂસકાં નીકળતાં હતાં.

'શાંત રહે... પ્રેમા... વર્સ્ટ ઇઝ ઑવર...' ઇન્દ્રજિતે કહ્યું.

ત્રણે જણને અંદરના એક કમરામાં લઈ જવામાં આવ્યાં અને હોટેલમાંથી કંઈક પીણાં મંગાવવામાં આવ્યાં. શૈલજા તદ્દન 'નર્વસ' હતી. તેને સંજીવની ચિંતા હતી.

●

સી.એસ.એફ. કમાન્ડર કોષ્ટિ અને નાયબ પોલીસ કમિશ્નર સુબ્બારાવની ટુકડી બોરડે ફાર્મ પર પહોંચી ગઈ હતી. જોતજોતામાં જવાનોએ પરિસ્થિતિ કાબૂમાં લઈ લીધી હતી. ચન્દર, ગુટ્ટુ, ભોલુ, લખ્ખનને પકડીને વાનમાં પૂરવામાં આવ્યા હતા. ભારે પહેરા હેઠળ વાન હેડક્વાર્ટર્સ પર રવાના કરવામાં આવી હતી. ડૉક્ટર લેફ્ટનન્ટ સાધુએ જિમી અને શર્માને તાત્કાલિક સારવાર પૂરતાં ઇન્જેક્શનો આપ્યાં હતાં અને સી.એસ.એફ.ની ઍમ્બુલન્સ ગાડીમાં રવાના કર્યા હતા. આશ્ચર્યની વાત એ હતી કે સંજીવે દઢતાપૂર્વક કોષ્ટિનો હુકમ પાળવાની ના કહી હતી. જે ઍમ્બુલન્સમાં પ્રોફેસર સેલારકા અને તેમનાં પત્નીને પૂરવામાં આવ્યાં હતાં તેની નજીક તે પથ્થરની માફક ઊભો રહ્યો હતો.

'ઍમ્બુલન્સનો દરવાજો હું ખોલવા દેવાનો નથી.' તેણે બરાડીને કહ્યું અને તે સાથે મોઢામાં આવેલો લોહીનો કોગળો તે થૂંક્યો.

'તું પાગલ થઈ ગયો છે.'

'પાગલ તમે છો. ઍમ્બુલન્સ સલામત નથી. તેમાં બૉમ્બ છે. બૂબી-ટ્રેપ છે...' સંજીવ બોલ્યો.

'હું પાગલ... નથી... નથી... હું કહું છું તેમ કરો...' સંજીવ બરાડ્યો. હવે તેનાથી બોલાતું ન હતું. તેની છાતી જમણી તરફથી સૂજી ગઈ હતી. વારંવાર તે ખાંસી ખાતો હતો અને મોંમાંથી લોહી પડતું હતું. કમાન્ડર કોષ્ટિ વિચારમાં પડ્યો. 'તને શી ખબર અંદર બૉમ્બ છે ?' તેણે પૂછ્યું.

'મને ખબર છે.' તેણે લાપરવાહીથી જવાબ આપ્યો. વિજય, પ્રોફેસરને આપણે ડ્રાઇવર-કેબિનમાંથી બહાર કાઢવા પડશે...' સંજીવ બોલ્યો. તેણે બાજુમાં નાળિયેરીના થડ પર ટેકો લીધો. કમાન્ડર કોષ્ટિ કંઈ બોલે તે પહેલાં સિગ્નલ્સના કૅપ્ટન જયરામ આવી પહોંચ્યા હતા. વાયરલેસ સંદેશામાં તેમને પણ સૂચના મળી હતી કે ઍમ્બુલન્સમાંથી કોઈને બહાર કાઢવા નહિ.

તે પ્રમાણે જ કરવામાં આવ્યું. ડ્રાઇવર-કેબિન અને પૅસેન્જર સ્પેસ વચ્ચેની જાળી તોડવામાં આવી અને પ્રોફેસર સેલારકા અને તેમનાં પત્ની તથા ઇન્દ્રજિતની

નાનકડી બેબલીને બહાર કાઢવામાં આવ્યાં. પ્રોફેસર સેલારકા ગળગળા થઈ ગયા હતા. તેમનાથી આભારના શબ્દો પણ બોલાતા ન હતા.

થોડી જ મિનિટોમાં સંજીવને પણ સી.એસ.એફ.ની ટ્રકમાં હૉસ્પિટલ રવાના કરવામાં આવ્યો. જે મિનિટે તેને ટ્રકમાં ચડાવવામાં આવ્યો તે જ મિનિટે તે લથડ્યો અને બેહોશ થઈ ગયો હતો.

●

લાયન ગેટના વિશાળ પ્રવેશમાં નિગમે ગાડી લીધી. અંદર પેસતી વખતે તેણે ગેટની બહાર બસસ્ટૅન્ડ પાસે બસ ઊભેલી જોઈ હતી. બસસ્ટૅન્ડ પર બસ હોય તે સ્વાભાવિક હતું. પાછળ આઈ.જી.પી. પટેલ જીપમાં આવતા હતા. નિગમની ટ્રક જેવી અંદર દાખલ થઈ કે તરત બે બાબતો સાથે બની. પેલી બસ ઊપડી અને લાયન ગેટ ઉપર આડી ઊભી રહી. તે જ મિનિટે પટેલે મોટર વાળી લીધી અને ડાબી તરફ લઈ લીધી. નિગમ ખચકાયો. તેણે ટ્રક ધીમી પાડી, પણ પેલી બસ તો આગળ જવાને બદલે ત્યાં જ ઊભી રહી ગઈ હતી. પટેલની જીપ તેની પેલી તરફ હતી. નિગમને થયું કે કંઈક ખોટું છે. તેણે પોતાની કંટ્રોલકારમાંથી તો આદમીઓને હઠાવી લીધા હતા અને બર્મા શેલના ડક્કે મોકલ્યા હતા. તેણે રાજાને વાયરલેસથી લખ્ખનને કૉન્ટેક્ટ કરવાની સૂચના આપી. તે જ મિનિટે તેને ખ્યાલ આવ્યો કે કોઈ જબરી થાપ ખવાઈ છે. લાયન ગેટથી થોડે દૂર ઍડ્મિનિસ્ટ્રેટિવ બિલ્ડિંગમાંથી એકાએક મશીનગનની ધણધણાટી થઈ અને નિગમની સોના ભરેલી ટ્રકનાં ટાયર બેસી ગયાં.

'રાજા—' નિગમ ડૅશબોર્ડની નીચે બેસી ગયો હતો.

'શૂટ...' તેણે બૂમ પાડી.

રાજાએ ટ્રકમાં બેઠેલા આદમીઓને હુકમ આપ્યો.

'લખ્ખનને કહે કે બાનમાં પકડેલી બાળકીને શૂટ કરીને ટુ-વન પર મોકલી આપે...'

'કોઈ મૅસેજ પકડતું નથી.' રાજા બેબાકળો થઈ બોલ્યો.

'ઈમ્પૉસિબલ... ટ્રાય અગેઈન.' તેણે કહ્યું. રાજાએ ફરી પ્રયત્ન કર્યો પણ રિસેપ્શન આવતું ન હતું.

'કન્ટ્રોલકાર પર...' નિગમ બોલ્યો.

'કન્ટ્રોલકાર પર ?' રાજાએ આશ્ચર્ય ઠાલવ્યું. કન્ટ્રોલકારના માણસોને તો નિગમે બર્મા શેલના ડક્કા પર પહોંચાડી દીધા હતા.

'ટુ-વન પર મૅસેજ મોકલ...' નિગમ ખરેખર મૂંઝાયો હતો.

'શક્ય નથી, નિગમ, તને ખ્યાલ નથી ટુ-વન તો બોરડે ફાર્મથી જ કૉન્ટેક્ટ થઈ શકે, વાયરલેસ સંદેશા પરથી જગ્યા નક્કી ન થઈ શકે તે માટે તેમણે "કૉમ્યુનિકેશન્સ"નું જે જાળું ગોઠવેલું તે જાળું જ અત્યારે તેમને નડી રહ્યું હતું. ઍરપૉર્ટને પેલે છેડે તેમણે ટુ-વન સ્ટેશન બનાવ્યું હતું જે કેવળ ઇમર્જન્સીમાં જ વાપરવાનું હતું. ઇમર્જન્સી વખતે બોરડે ફાર્મથી જ સંદેશો ડમોકલવો પડશે એટલે બોરડે ફાર્મથી જૂહુના નાનકડા ઍરપૉર્ટ સુધીનો સંદેશાવ્યવહાર તેમને માટે બસ થઈ રહેવાનો હતો.

ફરી એક વાર મશીનગન ધણધણી ઊઠી. જે રીતે ગોળીઓ છૂટતી હતી તે રીતે લશ્કરી પોલીસનો ઇરાદો નિગમને કે તેના માણસોને ઢાળી દેવાનો ન હતો તે નિશ્ચિત હતું. નિગમે બોરડે ફાર્મ સાથે સંપર્ક કરવાનો ઝનૂની પ્રયત્ન કર્યો પણ એ નિરર્થક નીવડ્યો. તેણે ડ્રાઇવરને ટ્રક રિવર્સમાં લેવાનો હુકમ આપ્યો અને તે સાથે ટ્રકમાં ગોઠવાયેલી મશીનગન ચલાવવાનો પણ હુકમ આપ્યો. મોટરનાં ટાયરોમાં ભયાનક ચિચૂડા બોલ્યા કારણ બધાં ટાયર ફ્લેટ થઈ ગયાં હતાં. ટ્રક આંચકા ખાતી રિવર્સમાં પડી તે સાથે જ વિન્ડસ્ક્રીન પર ગોળીઓ વાગી. કાચની કચ્ચરો વરસાદની માફક ઊડી. રાજા, ડ્રાઇવર અને નિગમ ત્રણે જણના શરીર પર એ કચ્ચરો ખૂંચી ગઈ. નિગમ જીવ પર આવ્યો હતો. તેની ટ્રકના ડ્રાઇવરે જેટલા જોરથી એક્સેલેટર અપાય તેટલા જોરે ગાડી પાછી લીધી હતી. સી.એસ.એફ.ના જવાનોએ આ અપેક્ષા રાખી જ હતી અને એટલે જ લાયન ગેટની વચ્ચોવચ્ચ બે માળની બસ ખડી કરી દેવામાં આવી હતી.

ધાર્યા કરતાં થોડી જ મિનિટોમાં આખાય કાવતરાનો અંત આવ્યો. ભયાનક ગતિથી સોનું ભરેલી ટ્રક ત્યાં આડશમાં ઊભી કરાયેલી બસ સાથે ભટકાઈ. ટ્રકમાંથી સોનાની પાટો ઊછળી. બસ ઊથલી પડી પણ હટી નહિ. તે સાથે જ રાજા અને નિગમે 'ફાયરિંગ' શરૂ કર્યું પણ તેમાં કશું વળે તેમ ન હતું. સી.એસ.એફ. અને લશ્કરી દળના જવાનોને ખાતરી હતી કે નિગમ આમ જ કરશે. પણ નિગમ નાનોસૂનો બદમાશ ન હતો. ગોળીબારના રાઉન્ડ ચાલુ કરીને તે ટ્રકમાંથી આબાદ રીતે ઊતરી ગયો હતો. સવાર પડી ગઈ હતી છતાં એકદમ ચોખ્ખું વાતાવરણ થયું ન હતું. દરિયાકાંઠાની ધૂંધળાશ પણ હતી. વળી જવાનો 'બૅરિકેડ્ઝ' પાછળ હતા. ગોળીબારનો તેમણે જવાબ તો વાળ્યો પણ દરવાજાની કમાનને કારણે અને બંધ ટ્રકના કદને કારણે દૃશ્ય પર સંપૂર્ણ નજર રહે તેમ ન હતી.

કાન ફાડી નાખે તેવી કોઈની ચીસ સંભળાઈ ને પછી તરત જ રાજાએ મોટેથી બૂમ મારી...

'ડૉન્ટ શૂટ... ગોળીઓ નહિ છોડો. અમે તાબે થઈએ છીએ.' લશ્કરી ટુકડીના અફસરે હુકમ આપ્યો. લાયન ગેટની ધણધણી ઊઠેલી ધરતી પર પૂરી એક મિનિટ સન્નાટો છવાયો. ટ્રકની ડ્રાઈવર-કૅબિનમાંથી ઉઝી (UZI) સબમશીનગન ઉછાળીને કોઈએ ટ્રકની આગળ રસ્તા પર ફેંકી. બીજી જ સેકન્ડે બીજી એક ઑટોમેટિક લુગર પણ ત્યાં આવીને પડી.

'નિગમ ક્યાં છે ?' અફસરે પૂછ્યું.

'તે ઘવાયો લાગે છે. ટ્રકમાંથી ઊતર્યો છે.' રાજાએ જવાબ આપ્યો.

'ડૉન્ટ શૂટ... હું બહાર આવું છું.' કહીને રાજા બહાર આવ્યો. હાથ ઊંચા કરીને તે ઊભો રહ્યો. તે સાથે જ ટ્રકમાંથી ડ્રાઈવર ઊતર્યો. તેનો ચહેરો કાચની કચ્ચરો વાગવાથી લોહિયાળ બન્યો હતો. ટ્રકમાં બીજા ચાર આદમીઓ પણ હતા. તેમાંના એકને પગમાં ગોળી વાગી હતી. બદમાશો મોટે ભાગે જીવતા પકડાય એ જોવાની લશ્કરી યુનિટને તાકીદ આપવામાં આવી હતી. પરિણામે જ એ જીવતા બચ્યા હતા.

એ લોકો તાબે થયા હતા તે દરમિયાન નિગમ બીજી તરફ ઊતર્યો હતો. ઊંધી પડી ગયેલી બસને ઓઠે તે ઘડીવાર વિચારતો ઊભો રહ્યો હતો.

બસની પેલી તરફ બેલાર્ડ એસ્ટેટ તરફ જવાનો રસ્તો સૂમસામ હતો. પટેલ તેની જીપ લઈને કઈ તરફ ગયા છે તે તેને ખબર ન હતી. બીજી તરફના રસ્તે બસ ટર્મિનસની કૅબિન અને ડક્કાની તોતિંગ દીવાલ હતી. નેવલ ઑફિસની બાજુમાં જતો એ રસ્તો પણ સૂમસામ હતો. પટેલની જીપ ક્યાંય દેખાતી ન હતી.

નિગમે આજુબાજુ જોઈને દોટ મૂકી.

'નિગમ...' કોઈએ ત્રાડ મારી. નિગમ ચમક્યો. તેના હાથમાં UZI મશીનગન હતી. તેણે સામેના મકાન તરફ દોડ મૂકી ત્યાં જ તેની બાજુમાં ગોળીઓનો વરસાદ વરસ્યો. તે ખચકાયો. બીજી તરફ દોડ્યો. બસ ટર્મિનસની કૅબિન તરફ ભાગ્યો. પણ ત્યાંથીય ગોળીઓનો એક રાઉન્ડ આવ્યો. નિગમ જીવ પર આવી ગયો હતો. તેણે પોતાના હાથમાંની મશીનગન ઊંચી કરી પણ તે જ વખતે કોઈની પિસ્તોલમાંથી એક જ ગોળી આવી અને નિગમના હાથમાંથી સબમશીનગન ઊછળી પડી. તેનો જમણો હાથ કોણી આગળથી છૂટો પડી ગયો હતો. તે નેવલ ઑફિસ તરફ દોડ્યો. નેવલ ઑફિસની બારીમાંથી બંદૂકની નળીઓ તેના તરફ તાકી રહી હતી. નિગમનો જન્મારો પૂરો થયો હતો. ઊથલી પડેલી બસમાંથી આઈ.જી.પી. પટેલ બહાર આવ્યા હતા. તેમના ચહેરા પર ધિક્કાર હતો. તેમનું ચાલ્યું હોત તો નિગમના તેમણે ટુકડા કર્યા હોત.

●

લવર્સ નૂકમાં સૌ ગદ્‌ગદિત થઈ જાય તેવું દશ્ય સર્જાયું હતું. પ્રોફેસર સેલારકા અને તેમનાં પત્ની ઈન્દ્રજિતને વળગી પડ્યાં હતાં. ઉન્નત અને સાઠ વર્ષની ઉંમરે પણ ચપળ, તરવરતા દેખાતા પ્રોફેસર ધ્રુસકું ખાઈને રડ્યા હતા. ઈન્દ્રજિત અને પ્રેમા પણ ક્યાંય સુધી તેમની બાળકીને વળગી રહ્યાં હતાં.

'સંજીવ ક્યાં છે ?' શૈલજા ચિંતામગ્ન હતી.

'તેમને સારવાર માટે મોકલવામાં આવ્યા છે.' કમાન્ડર કોષ્ટિએ જવાબ આપ્યો.

શૈલજા ધસમસતી બહાર નીકળી. તેની પાછળ કમાન્ડર દોડ્યા. કોઈને પણ સશસ્ત્ર પોલીસ વગર ક્યાંય જવાની રજા નહોતી. કોષ્ટિએ શૈલજાને અટકાવી. ઈન્દ્રજિત પણ બહાર દોડી આવ્યો.

'શૈલજા...' તે બોલ્યો.

'મને અટકાવવાની જરૂર નથી. હું મારા વર પાસે જાઉં છું. લેટ મી ગો...' તે બરાડી.

'નહિ... તમારાથી ક્યાંય નહિ જવાય.' કમાન્ડર કોષ્ટિએ સખત છતાં નમ્ર અવાજે કહ્યું. શૈલજા ક્રોધથી ધમધમી ઊઠી. ઈન્દ્રજિતને ખ્યાલ આવ્યો કે શૈલજાને બળજબરીથી જ રોકવી પડશે. વાત વણસે તે પહેલાં જ સોલી દસ્તૂર સહારે આવ્યા હતા.

'શૈલજા, હું તને લેતો જઈશ... એક વાર લાયન ગેટથી સમાચાર આવી જવા દે...'

એ સમાચાર આવતાં વાર ન લાગી. લાયન ગેટ પાસેથી નિગમ અને તેના સાથીઓ જીવતા પકડાયા હતા. સોલી દસ્તૂરે એવી આશા રાખી ન હતી. બર્મા શેલના ડક્કા પરથી પણ નિગમના બાકીના માણસો પકડાયા હતા. સવારના સાડાપાંચ વાગતામાં તો કોટ વિસ્તાર રાબેતા મુજબનો થઈ ગયો હતો. લાયન ગેટ પાસે ઊંધી પડેલી બસ છતી કરવામાં આવી હતી. ટ્રકમાંથી વેરાયેલી સોનાની પાટો પાછી મૂકવામાં આવી હતી. ટ્રકને સિક્યોરિટી સ્ટાફના લોકોએ સંભાળી લીધી હતી. છ વાગતામાં તો ઈન્દ્રજિત, શૈલજા અને પ્રોફેસર વગેરે માટેની કાયદાકીય કાર્યવાહી કરવામાં આવી હતી. અને પછી સૌ સંજીવ અને જીમી પાસે પહોંચ્યા હતા. પ્રેમાએ જીદ કરીને ઘવાયેલાઓને જેસ્મિન હૉસ્પિટલમાં ખસેડાવ્યા હતા. ચિંતામાં ડૂબી ગયેલી પ્રેમામાં એક અનેરું જોમ આવ્યું હતું. ફરીથી તે કુશળ ડૉક્ટર બની ગઈ હતી.

સોલી દસ્તૂર શોકમગ્ન હતા. એમણે બેન્દ્રેને ગુમાવ્યો હતો. તેમનો માનીતો ઑપરેટિવ જીમી જીવન-મરણ વચ્ચે ઝમઠોલાં ખાતો હતો.

જેસ્મિન હૉસ્પિટલના સ્વચ્છ સુઘડ ઍરકન્ડિશન્ડ રૂમમાં સંજીવને લાવવામાં આવ્યો હતો. તે બેહોશ હતો અને લવરી કરતો હતો.

'ઈન્દ્રજિત... ઈન્દ્રજિત – મને ખબર છે.' તે બબડતો હતો. શૈલજા તેની પાસે આવી. તેનાં પોપચાં હેઠળ ઝાકળ તરી આવી.

'પ્રેમા... સાચું કહે, તેની તબિયત કેમ છે ?' શૈલજાએ પૂછ્યું.

'ચિંતા ન કર શૈલુ. તેને કંઈ જ થવાનું નથી.' પ્રેમા બોલી. ઈન્દ્રજિત મૂંઝાતો હતો. તેની પરિસ્થિતિ વિચિત્ર હતી. કાયદેસર કાગળિયાં થયાં હતાં અને તેને નજરબંધ રખાયો હતો. બધાને નવાઈ લાગતી હતી કે ઈન્દ્રજિતે આ શું કર્યું ? સોલી દસ્તૂરને અને આઈ.જી.પી. પટેલને માટે સંજીવ રહસ્ય સમો હતો. તેમાંય જ્યારે એક્સ્પ્લોઝિવ સ્ક્વૉડે બોરડે ફાર્મમાં રખાયેલી ઍમ્બુલન્સના બારણા સાથે લગાડેલી બૂબી-ટ્રેપ શોધી કાઢી. ત્યારે તો સૌ અવાચક થઈ ગયા હતા.

નિગમે એ પણ તૈયારી રાખી હતી. કંઈ ગોટાળો થાય તો બાનમાં પકડાયેલા સૌ એક જ ઝાટકે ઊડી જાય તેવી ગોઠવણ કરવામાં આવી હતી. ખેર, અત્યારે આખાય કિસ્સાના પૃથક્કરણનો સમય ન હતો. પાઇલટ શર્મા, જીમી અને સંજીવ ત્રણેને ઑપરેશન કરવાનાં હતાં. બદમાશોમાંથી ઘવાયેલાઓને સારવાર આપવાની હતી. નિગમને પણ હૉસ્પિટલમાં ખસેડાયો હતો. નિગમે જે અકસ્માત કરાવીને બેન્દ્રેને મરાવી નખાવ્યો હતો તેના પણ કાગળિયાં કરવાનાં હતાં.

સવાર પડતાં પહેલાં તો છાપાંવાળાનું ઝુંડ જેસ્મિન હૉસ્પિટલ પર ઊતરી આવ્યું હતું. શૈલજાના પિતા પણ આવી પહોંચ્યા હતા. સંજીવના ભાઈઓ, ચિરંજિતલાલ સૌ મુંબઈ આવવા નીકળી ગયા હતા. જોતજોતામાં તો આખાય દેશમાં રિઝર્વ બૅન્ક ટ્રેઝરીની લૂંટના સમાચારો ફેલાઈ ગયા હતા.

પ્રેમાએ ડૉક્ટરોની પૅનલ ખડી કરી દીધી હતી. જેસ્મિન હૉસ્પિટલનું વાતાવરણ યુદ્ધમોરચા જેવું થઈ ગયું હતું. શૈલજાને ફરજિયાત ઈન્જેક્શન આપીને ઊંઘાડી દેવામાં આવી હતી.

સાંજ સુધી ચાલેલાં ઑપરેશનો અને સારવારના રિપોર્ટ આઈ.જી.પી. પટેલે મેળવ્યા હતા. શર્મા હવે કદી વિમાન ચલાવી શકવાનો ન હતો. તે ખડતલ આદમી હતો. ઘણુંબધું લોહી વહી જવા છતાંય તે સ્વસ્થ રહ્યો હતો. સંજીવની એક પાંસળી તૂટી ગઈ હતી અને ઑપરેશનથી તે કાઢી નાખવી પડી હતી. નિગમને માટે પણ હાથ પર મલ્ટીપલ સર્જરી કરવી પડે તેમ હતી. જીમીની હાલત સૌથી ગંભીર હતી તેમ છતાં ઑપરેશન દરમિયાન તેના શરીરે ભારે ટક્કર ઝીલી હતી.

બોરડે ફાર્મ પર પોલીસ-તપાસનું કામ પૂરું થયું હતું. રોગનના મૃતદેહને જોઈને પોલીસ વડા પટેલને કોઈ અજબ ઘૃણા અને ઈર્ષ્યા થતી હતી. સંજીવે આવા ભયાનક આખલા જેવા રાક્ષસને શી રીતે માર્યો ? અને આવી ભયાનક રીતે મારતી વખતે સંજીવ કેવો રૌદ્ર થયો હશે ! પટેલને ઈર્ષ્યા આવી. આ કામ તે કરી શક્યા હોત તો !

રિઝર્વ બૅન્ક ટ્રેઝરી ખાસ જાહેરનામાથી બંધ રાખવામાં આવી હતી. સોનાની અનામતો ચેક કરવાનું, ફિંગર પ્રિન્ટ્સ લેવાનું, ત્યાં મરાયેલા સંત્રીના ફોટો, બેલિસ્ટિક રિપાર્ટ્સ વગેરે કામમાં અનેક અફસરો લાગી ગયા હતા.

સોલી દસ્તૂરે આખાય કિસ્સા બાબતમાં પોતે શું જાણતા હતા તેનો રિપોર્ટ તૈયાર કર્યો હતો. ભારતના ગૃહપ્રધાન તરફથી પણ ફોન આવ્યો હતો. મહારાષ્ટ્રની કેબિનેટ મિટિંગ બોલાવાઈ હતી. ચિરંજિતલાલને આઘાત લાગ્યો હતો. તે હજુ સમજી શકતા ન હતા કે તેમનો વ્યવસાયી પુત્ર અને પુત્રવધૂ – ઈન્દ્રજિત અને તેની પત્ની શી રીતે આ કાવતરામાં ફસાયેલાં હતાં. તેમણે પૂછપરછ કરી પણ હજુ ખુલાસો થવાનો બાકી હતો. સૌ પ્રથમ કામ તો ઘવાયેલાઓને જિવાડવાનું હતું.

સાંજ પડતામાં તો બધાં ઑપરેશનો થઈ ચૂક્યાં હતાં. કેવળ જીમી સિવાય બધાની સ્થિતિ સુધારા પર હતી. જીમીને ઑક્સિજન ટેન્ટમાં રાખવામાં આવ્યો હતો. ઈન્દ્રજિત અને પ્રેમા બાર કલાકથી તેની તહેનાતમાં હતાં. તે રાતે કોઈ ઊંઘ્યું ન હતું. બીજે દિવસે સવારે જેસ્મિન હૉસ્પિટલના એક કમરામાં પોલીસે કામચલાઉ સ્ટેશન ઊભું કર્યું હતું અને જવાબો લેવાનું શરૂ કર્યું હતું. ઈન્દ્રજિતના ચહેરા પરથી ચિંતા ચાલી ગઈ હતી, પણ થાક વર્તાતો હતો.

સંજીવની શંકા સાચી પડી હતી. ઍમ્બુલન્સના દરવાજા સાથે જોડેલાં સ્ફોટકો એક્સ્પ્લૉઝિવ્સ સ્ક્વૉડે શોધી કાઢ્યાં હતાં. જો ગફલત થઈ હોત અને પ્રોફેસર સેલારકાને એ બારણેથી ઉતારવામાં આવ્યા હોત તો ધડાકો થાત અને ઘણાંબધાં માણસો ગુજરી ગયાં હોત. સોલી દસ્તૂરે મનમાં જ સંજીવને ધન્યવાદ આપ્યા.

સંજીવ હજુ ઘેનની અસરમાં હતો. આખીયે ઘટનામાં સંજીવે જે બુદ્ધિ વાપરી હતી તેને કારણે જ અનેક દુર્ઘટનાઓ અટકી હતી. સોલી દસ્તૂરની માફક શૈલજાને પણ આશ્ચર્ય થતું હતું કે પોતાના આ અજોડ વરને તેણે કશું કહ્યું ન હતું છતાં શી રીતે તે બધું પામી શક્યો હતો.

ઈન્દ્રજિત શંકાથી પર નહોતો. આઘાત, ગોળીબારો અને જાનહાનિને કારણે પોલીસ હજુ પૂરું ચિત્ર ઉપસાવી શકી ન હતી. અને એટલે જ ઈન્દ્રજિતને પણ પોલીસનજર હેઠળ જ રાખવામાં આવ્યો હતો. પણ સંજીવ સાચી વાત જાણતો હતો, મતલબ કે સાચી વાત શું હોઈ શકે તે કલ્પના કરી શકતો હતો, તેની ઈન્દ્રજિતને ખાતરી હતી અને જ્યારે સંજીવ એનેસ્થેટિકના ઘેનમાંથી બહાર આવ્યો ત્યારે ડૉક્ટર અને પોલીસની મનાઈ છતાં તે સંજીવના કમરામાં ધસી ગયો હતો. ખાટલા પાસે ઊભા રહીને તેણે સંજીવનો હાથ પોતાના હાથમાં લીધો હતો. ઈન્દ્રજિત સંજીવને ઘણું કહેવા માગતો હતો પણ તેનાથી બોલાયું નહિ. ઈન્દ્રજિતની આંખમાંથી કેવળ આંસુ સરતાં હતાં. એ દૃશ્ય ખરેખર ગમગીન હતું. સંજીવે ઈન્દ્રજિતની સામે જોયું અને જાણે તે ઈન્દ્રજિતની વેદના સમજતો હોય તેમ તેણે સ્મિત આપ્યું અને પાછો ઘેનમાં સરી ગયો.

●

'હું દિલગીર છું, ઘણો જ દિલગીર છું...' ઈન્દ્રજિતે આઈ.જી.પી. પટેલને કહ્યું. ઈન્દ્રજિતે કોઈ પણ ભોગે, ગમે તે સજા કરવામાં આવે તો પણ જેસ્મિન હૉસ્પિટલમાંથી ખસવાની ના પાડી હતી. વળી જીમીની હાલત ખૂબ ગંભીર હતી. શર્મા અને સંજીવ હજુ ઘેનમાં હતા. નિગમ, રાજા અને નિગમના બીજા સાથીઓ પણ ઈજા પામ્યા હતા. પરિણામે જેસ્મિન હૉસ્પિટલમાં જ પ્રાથમિક તપાસ શરૂ થઈ હતી. સોલી દસ્તૂર, આઈ.જી.પી. પટેલ, નેવલ મિલિટરી પોલીસ, સી.એસ.એફ. કમાન્ડર વગેરે એક કમરામાં એકઠા થયા હતા.

'પણ તમે શા માટે આ વાત છુપાવી ?' મિ. પટેલે ફરીથી એ જ પ્રશ્ન કર્યો.

'તમને એમ લાગે છે સાહેબ, કે નિગમ જેવા આદમીના ઈશારે હું નાચું એવો આદમી છું ? તમને એમ લાગે છે કે હું ભોળવાઈ જાઉં તેવો આદમી છું ? નિગમ જ્યારે સૌથી પહેલો મને મળવા આવ્યો ત્યારે જ તેણે મને તેની બાજીનાં પાનાં બતાવી દીધાં હતાં. નિગમને માહિતી હતી કે રિઝર્વ બૅન્કની ટ્રેઝરીની તમામ તિજોરીઓ અને વોલ્ટનાં ફિટિંગ્સ તેમજ ઈલેક્ટ્રૉનિક લૉકર્સ, અમે એટલે કે જે કંપનીમાં હું નોકરી કરું છું તે કંપનીએ ડિઝાઈન કરેલાં છે. રિઝર્વ બૅન્કની ટ્રેઝરી ધોળે દિવસે લૂંટ કરીને પણ તોડી શકાય નહિ. તેને માટે ઈલેક્ટ્રૉનિક્સ લૉકરનું જ્ઞાન જોઈએ. નિગમે તપાસ કરીને જાણ્યું હતું કે જે વોલ્ટમાં સોનું રખાય છે તે વોલ્ટનું ડિઝાઈનિંગ – જે. બી. ઈલેક્ટ્રૉનિક્સ દ્વારા થયું હતું. તેમાં હું ચીફ એન્જિનિયર છું. તે આજથી ચાર મહિના પર મને મળવા આવ્યો હતો.' ઈન્દ્રજિતે પોતાનું બયાન રજૂ કર્યું.

કમરામાં ટેપરેકર્ડર ગોઠવેલું હતું જેથી ઝડપથી બધાનાં સ્ટેટમેન્ટ્સ લઈ શકાય. આઈ.જી.પી. પટેલ ઈન્દ્રજિતને ધ્યાનથી સાંભળી રહ્યા હતા. પટેલ બાહોશ આદમી

હતો. તેણે પોલીસ ખાતામાં જિંદગી વિતાવી હતી. ઈન્દ્રજિતને જે કહેવું હોય તે કહેવા દેવું અને પછી તેને સવાલો પૂછવાની પદ્ધતિ તેમણે રાખી હતી. એટલે જ વચ્ચે વચ્ચે સવાલો પૂછવાને બદલે તે નોંધ કરી રાખતા હતા.

'યસ... કેરી ઑન... મારે બધી જ વિગતો સાંભળવી છે, મિ. સેલારકા.' પટેલે કહ્યું.

'નિગમ મને ચારેક મહિના પર મળ્યો ત્યારે તેણે મને કહેલું કે તે ઝવેરી છે અને તેને એક "ફૂલપ્રૂફ" લૉકર સિસ્ટમવાળું વોલ્ટ બનાવવું છે. આવા ઘણા વેપારીઓ અમને મળવા આવે છે. સામાન્યતઃ વોલ્ટમાં શું રાખવું છે તેની માહિતી અમે માગતા હોઈએ છીએ. જોકે ભાગ્યે જ એ વિગતો કાગળ પર રખાતી હોય છે. નિગમે મને તે વખતે એમ કહેલું કે કેટલુંક અણમોલ ઝવેરાત તેની પાસે છે અને તે સાચવવા તેને વોલ્ટ બનાવવું છે. મેં તેને સાહજિક રીતે પૂછ્યું હતું કે શા માટે બૅન્કના લૉકરમાં તે પોતાનું ઝવેરાત મૂકતો નથી ? ત્યારે તે હસ્યો હતો. મેં તેને વધુ પ્રશ્નો પૂછ્યા ન હતા. તેણે મને આ વાતની ચર્ચા કરવા તાજમાં ડિનર માટે આમંત્ર્યો હતો.

તે પછી અમે અઠવાડિયા બાદ તાજમાં મળ્યા હતા. ત્યારે તેની સાથે રાજા નામનો આદમી પણ હતો. (એ જ રાજા, જે નિગમની સાથે ઘવાયો હતો.) નિગમે તે વખતે મને કહેલું કે આ રીતે તાજમાં મુલાકાત કરવાનો એટલો જ હેતુ હતો કે જે વાત ઑફિસમાં ન કહેવાય તે એને કહેવી હતી. હૈદરાબાદનું વિલીનીકરણ થયું ત્યારે નિગમ હૈદરાબાદમાં હતો. અને પોલીસ ઍક્શન લેવાયું ત્યારે નિઝામની અનુમતિથી તેણે મોટા જથ્થામાં શાહી ખજાનો ખસેડી લીધો હતો.

'પણ એ વાતને તો વર્ષો થયાં. અત્યાર સુધી એ ક્યાં રાખ્યું હતું ?' મેં નિગમને એવો પ્રશ્ન પણ કર્યો હતો.

'મિ. સેલારકા, તમે એન્જિનિયર છો, ભલા આદમી છો એટલે જ આવા સવાલો પૂછો છો.' નિગમે હસીને જવાબ આપ્યો હતો, 'ઝવેરાત કોની પાસે છે તે જ્યાં સુધી જાહેર ન થયું હોય ત્યાં સુધી એ સલામત હતું.'

'જાહેર એટલે ? જાહેર થયા પછી સરકાર તમને એ રાખવા ન જ દે.' મેં સવાલ કર્યો.

'સરકારની વાત નથી. ઝવેરાતના સોદાગરો અને ચોરો વચ્ચેની જાહેરાત, સમજ્યા ...?' નિગમ બોલ્યો. મને નવાઈ લાગતી હતી કે આ બધી ખરેખર સાચી વાત હોય કે નહિ. બસ તે પછી બેત્રણ વખતે તેણે મારી મુલાકાત લીધી. મેં તેને વી. નરોત્તમ ઍન્ટિક ઈન્ડિયા, એક્સપ્રેસ સિક્યોરિટીઝ વગેરે જગ્યાઓએ બનાવેલા વોલ્ટ દેખાડ્યા હતા. બેલાશક તેનાં કૉમ્બિનેશન્સ ખાનગી રહે તેવી રીતે જ તેને બધી વાત

કરી હતી. તેની સાથેનો પ્રાથમિક કરાર પણ કંપનીએ કર્યો હતો. તે પેટે પાંચ હજાર રૂપિયા પણ નિગમે ભર્યા હતા. એક મહિના સુધી તે વારંવાર મારી મુલાકાતે આવ્યો હતો. તેણે એ દરમિયાન ક્યારેય રિઝર્વ બૅન્ક ટ્રેઝરીની વાત કરી ન હતી.

આ દરમિયાન જ નેવલ યુનિટ માટે એક વોલ્ટ બાંધવાનું કામ કંપનીને મળ્યું હતું. તેમની સાથે પણ વાટાઘાટો ચાલતી હતી. નેવીને જે કામ માટે વોલ્ટ્સની જરૂર હતી તેવું વોલ્ટ કેવળ રિઝર્વ બૅન્ક ટ્રેઝરીમાં જ બનાવેલું હતું. અને એ પ્રમાણે વોલ્ટ બનાવવું તેવું નેવીના અફસરોને અમે સૂચન કર્યું હતું. તેની ચર્ચાઓ ચાલતી હતી. આ દરમિયાન નિગમે મારી બાબતમાં બધી માહિતી મેળવી હતી. હું ક્યાં રહું છું, મારી પત્ની પ્રેમા શું કરે છે, મારા પિતા કોણ છે, ક્યાં રહે છે વગેરે મારા કુટુંબ વિશે પણ રજેરજ વાત એકઠી કરી હતી. તે વખતે મને ખબર ન હતી કે તેણે મારા પર ચોવીસ કલાક નજર રખાય તેવો બંદોબસ્ત કર્યો હતો.

નૌકાદળ માટે વોલ્ટની ડિઝાઇન તૈયાર થઈ ગઈ હતી. તેની પણ માહિતી નિગમે મેળવી હતી. તેમાં પણ તેણે અમારા ઑફિસના એક કર્મચારીને બનાવીને એ વાત મેળવી હતી. (ઇન્દ્રજિતના બયાન પછી એ કર્મચારીનું પણ સ્ટેટમેન્ટ લેવામાં આવ્યું હતું.) પછી તો વાત ખૂબ ઝડપથી બની. જેસ્મિન હૉસ્પિટલમાંથી સૌ પ્રથમ તેણે પ્રેમાને ઉઠાવી. નિગમને ખબર હતી કે પ્રેમા કઈ ગાડી લઈને આવે છે. પ્રેમાના ઘેર જવાના સમય પહેલાં ગાડીના આગલા વ્હીલમાંથી હવા કાઢી નાખવામાં આવી હતી અને પ્રેમાને ટૅક્સી પકડવી પડી હતી. એ ટૅક્સીમાં રોગન હતો. પ્રેમાને એ લોકો ઉઠાવી ગયા હતા. તમે જાણો છો રોગન કેવો આદમી હતો. અલબત્ત, તે વખતે મેં તેને જોયો ન હતો. પછી મને નિગમ મળવા આવ્યો. તેણે સીધી જ વાત કરી...

'મિ. ઇન્દ્રજિત... મને ખબર છે કે રિઝર્વ બૅન્ક ટ્રેઝરી જેવું જ લૉકર તમે નેવલ યુનિટ માટે બનાવવાના છો.'

'તેનું શું છે ?'

'મારે ટ્રેઝરીના વોલ્ટની વિગત જોઈએ છે.' નિગમે કહેલું.

'તમે પાગલ છો ?' મેં ચિડાઈને કહ્યું. બરાબર તે જ વખતે ટેલિફોનની ઘંટડી રણકી ઊઠી હતી અને મેં ફોન ઉપાડ્યો હતો. ફોન પ્રેમાનો હતો. તે ગભરાયેલી હતી.

'ઇન્દ્ર, કોઈ માણસો મને બળજબરીથી ઉઠાવી લાવ્યા છે. હું ક્યાં છું તેની મને ખબર નથી. તે કહે છે કે —' બસ પ્રેમા એટલું જ બોલી હતી અને પછી તેણે ચીસ પાડી હતી. હું ઉશ્કેરાઈ ગયો હતો. નિગમ તે વખતે હસતો હતો.

'તમારી પત્ની પ્રેમાનો વાળ પણ વાંકો નહિ થાય. અલબત્ત, તમારે મને થોડી મદદ કરવી પડશે, મિ. સેલારકા.' નિગમે ખંધાઈથી કહ્યું હતું. હું ઘણો ગરમ થયો. પોલીસને ફરિયાદ કરવાની ધમકી આપી. નિગમને જાનથી ખતમ કરવાની ધમકી આપી, પણ હું જાણતો હતો કે પ્રેમા ખતરામાં હતી.

'પ્રેમાને છોડી દેવામાં આવશે તો જ હું તમારી સાથે વાત કરી શકીશ...' મેં જીવ પર આવીને કહ્યું.

'તેની કોણ ના કહે છે ?' નિગમે કહ્યું. અને ખરેખર બે કલાક પછી પ્રેમાને છોડવામાં આવી હતી. હું સીધો પોલીસને ખબર આપવાનો હતો, પણ પ્રેમા જે મિનિટે પાછી આવી તે મિનિટે ફોન ઉપર મને બીજી ખબર આપવામાં આવી. હું ઠરી ગયો. મારાં પિતા, મા અને બાળકીને બદમાશો ઉઠાવી ગયા હતા. પ્રેમાને એ લોકોએ એટલા માટે જ છોડી હતી કે તેની વધુ પડતી ગેરહાજરી ઈસ્પિતાલમાં વર્તાઈ આવે અને ક્યાંક મુસીબત થાય. બસ એ દિવસથી નિગમ જે કહે તે કર્યા વગર મારો છૂટકો ન હતો. મને ખ્યાલ આવી ગયો કે નિગમ કોઈ ઝવેરી ન હતો. પાક્કો બદમાશ હતો. નિગમ અને તેના બે સાથીઓ તો મારા ઘરમાં પણ રહેવા આવી ગયા હતા. મારા પિતા અને માને તેમણે બહુ જ સારી રીતે રાખ્યાં હતાં. છતાં ચોવીસ કલાક મોતનો ભય તોળાતો રહ્યો હતો.

નિગમ ટ્રેઝરીમાંથી સોનું ગાયબ કરવા માગતો હતો. તેની યોજના સાવ સાદી જ હતી. નેવલ યુનિટ માટે જે ડેમોન્સ્ટ્રેશન રાખવાનું હતું એ ડેમોન્સ્ટ્રેશન શનિવારે રાખવું અને એ વખતે મારે સિફતથી કૉમ્બિનેશનની ક્લૉક નિગમ કહે તે પ્રમાણે સેટ કરી આપવી.'

'પણ મિ. ઈન્દ્રજિત....' આઈ.જી.પી.એ પૂછ્યું, 'તમે ધારો કે એ સેટ કરી શક્યા ન હોત તો ?'

'તો નિગમ બૅન્કના કસ્ટોડિયનની હાલત પણ મારા જેવી કરત. તેણે કસ્ટોડિયનને પહેલેથી પકડમાં ન લીધો, કારણ તેને ખબર હતી કે કસ્ટોડિયન વિધુર છે અને તેમનો પુત્ર અમેરિકામાં છે. કસ્ટોડિયનને દબાવી શકાય તેવું "લિવર" તેની પાસે ન હતું. વળી, કસ્ટોડિયન જીવને જોખમે પણ આ કામ ન કરે તેવો આદમી હતો. હું પણ એવો આદમી છું, પણ પ્રેમા કે મારા કુટુંબને ભોગે નહિ. વેલ, ક્લૉક સેટ કરવામાં મને મુશ્કેલી ન નડી. બહુ જ આસાનીથી એ થઈ શક્યું, પણ મને આનંદ છે કે નિગમ તેમાં ફાવ્યો નહિ...'

'નિગમ ફાવે તેવું જ તમારા મગજમાં હતું ને ?' પટેલે પૂછ્યું.

'હા. કારણ, નહિ તો એ મારા બાપને, મારી માને, મારી છોકરીને મારી નાખત...' ઈન્દ્રજિતે જવાબ આપ્યો. 'તમે મને નબળો ગણો તો નબળો, ગુનેગાર

ગણો તો ગુનેગાર, પણ હું મારા કુટુંબનો ભોગ આપવા માગતો ન હતો. મેં નિગમને બધી જ મદદ કરી હતી. મને ખાતરી હતી કે એ આબાદ રીતે ચોરી કરી શકશે.'

'તો પછી તમે શૈલજાને શા માટે...'

'તમને એ સવાલ સ્વાભાવિક થાય જ. મને ખાતરી હતી કે નિગમ સોનું લઈને પોબારા ગણશે. પછી તપાસમાં હું જ પકડાઈશ. હું પકડાઉં ત્યારે કદાચ મારી વાત કોઈ માનવા તૈયાર પણ ન થાય. અને એટલે જ મારે એલીબીની જરૂર હતી. મારી જાતને સલામત રાખવી હતી. મારાથી કોઈને વાત થાય તેમ ન હતી. એટલે જ મેં શૈલજાને બ્લૅક-મેઈલ કરવાની તરકીબ વિચારી હતી, જૈથી જ્યારે પણ તપાસ થાય ત્યારે હું શૈલજાની મદદથી સાબિત કરી શકું કે ગુનાને સમયે હું નિગમની સાથે ન હતો. વળી, તે જ દિવસે શૈલજા મારી સાથે હોય તો નિગમને અચૂક વહેમ આવે. એટલે જ, જ્યારથી તેણે મને ધમકી આપી ત્યારથી જ મેં શૈલજાને બોલાવવાની યુક્તિ ઘડી હતી. ઘણા ટેન્શન હેઠળ હું વિચારી રહ્યો હતો. મારે બૅન્કની લૂંટમાં સામેલ થવું ન હતું. પણ નિગમ સાથે હું એવી રીતે વર્તતો હતો કે તેને એમ લાગે કે હું ખરેખર તેને સહકાર આપવા માગું છું. પરિણામે શૈલજા સાથેની મારી મુલાકાતોને તે કેવળ એક લફરા તરીકે જોતો હતો. મને ખબર હતી કે તેણે મારી પાછળ માણસો મૂક્યા છે. મને એ ખબર ન હતી કે સંજીવે પણ સોલી દસ્તૂરને વાત કરી હતી.

બોરડે ફાર્મ પર સંજીવને મેં જોયો ત્યારે હું ચકિત થઈ ગયો હતો. પણ તે વખતે પ્રેમા સલામત હતી અને બાનમાં પકડાયેલાં મારાં પિતા અને મા, તેમ જ બાળકી પણ ત્યાં જ હતાં. જો એ લોકો ત્યાં ન હોત તો હું સંજીવની સામે જ થઈ ગયો હોત...' ઈન્દ્રજિતે તે પછી એકેએક પ્રશ્નના જવાબ આપ્યા હતા. સૌને આશ્ચર્યની વાત એ લાગી કે સંજીવે કોઈ અત્યંત બાહોશ ડિટેક્ટિવની માફક વિચાર્યું હતું.

બરાબર દસ દિવસ સુધી દિવસ-રાત સ્ટેટમેન્ટ લેવાયાં હતાં. જીમી અને શર્માની તબિયત સુધારા પર હતી. સંજીવને આજે હૉસ્પિટલમાંથી ડિસ્ચાર્જ કરવાનો હતો. સવારથી તે ખુશનુમા હતો. છાતી પર પાટો અને પાટા ઉપર ખમીશ પહેર્યા પછી કોઈ કહી શકે નહિ કે દસ દિવસ પહેલાં એનું ઑપરેશન કરવામાં આવ્યું છે. છાતી પર જાણે થોડી ભીંસ દઈને તેને બાંધ્યો હોય તેથી વિશેષ કોઈ દર્દ તેને થતું જ ન હતું.

આવતી કાલે તે સાગરમહાલમાં પાછો જવાનો હતો. હૉસ્પિટલના મેસ રૂમમાં આજે એક અનેરું દશ્ય સર્જાયું હતું. પ્રેમાએ સૌને ડિનર પર આમંત્ર્યા હતા. પણ કોઈ હોટેલમાં ડિનર યોજાય તેનો વિરોધ સંજીવે કર્યો હતો. જીમી અને શર્મા પણ એ

ડિનરમાં સામેલ થવા જોઈએ. આખરે હૉસ્પિટલમાં જ એ ડિનર ગોઠવાયું. મિ. પટેલ અને હોમ મિનિસ્ટર પણ હાજર રહ્યા હતા.

સંજીવે ભૂરો સૂટ પહેર્યો હતો. ઈન્દ્રજિતે બ્રાઉન સૂટ. કોઈનાં લગ્ન થવાનાં હોય, લગ્નનું રિસેપ્શન હોય તેવું એ દશ્ય હતું. શૈલજા કિરમજી બુટ્ટાવાળી લાલ કિનારની સાડી પહેરીને આવી હતી. જાણે પાનેતર પહેરીને અત્યારે પરણવા બેસવાની હોય તેવી એ લાગતી હતી. પ્રેમા પણ જાજરમાન લાગતી હતી. દસ જ દિવસના ગાળામાં તેની આંખો નીચેથી ચિંતાનાં કૂંડાળાં ચાલી ગયાં હતાં. પ્રોફેસર સેલારકા, શ્રીમતી સેલારકા, સોલી દસ્તૂર વગેરે અનેક આ કિસ્સા સાથે સંકળાયેલાં માણસો આવ્યાં હતાં. શર્મા અને જીમી માટે ખાસ વ્યવસ્થા કરવામાં આવી હતી.

સંજીવે પોતાનું બયાન આપી દીધું હતું. સોલી દસ્તૂર અને પટેલ એ આશ્ચર્યથી સાંભળી રહ્યા હતા.

'યસ દસ્તૂર અંકલ, મારી પત્નીને હું કિતાબની માફક વાંચી શકું છું. તે ખૂબ નમણી છે. તદ્દન ભલી છે. ઈન્દ્રજિતનો પ્રથમ ફોન આવ્યો તે વખતે મને કોઈ વાતની ખબર ન હતી. પણ મને ખ્યાલ આવ્યો કે કંઈક ખોટું છે. મારી પત્નીને કાંઈક ચિંતા છે. બસ ત્યારથી જ મેં એનું નિરીક્ષણ કરવા માંડ્યું અને તેમાં મને થોડી કડીઓ પ્રાપ્ત થઈ.

મને પહેલાં તો મૂંઝવણ થઈ. ઈન્દ્રજિત બ્લૅક-મેઈલ કરે તે વાત મારા માન્યામાં આવતી ન હતી. શૈલજા જ આવા દમ વગરના બ્લૅક-મેઈલથી ગભરાઈ જાય. કારણ તેને પોતાના કરતાં અમારા કુટુંબની આબરૂની વધુ ચિંતા છે. મને પ્રશ્ન એ મૂંઝવતો હતો કે ઈન્દ્રજિત બ્લૅક-મેઈલ શા માટે કરે ? મેં અંકલ તમને કામ સોંપ્યું તો ખરું, પણ મને લાગતું હતું કે તમે ક્યાંક ભૂલ કરો છો. તમારા ઑપરેટિવના રિપોર્ટની એક જ વાત મને અસર કરી ગઈ હતી, અને તે એ કે શૈલજા સૌ પ્રથમ મુંબઈ ગઈ ત્યારે શા માટે કોઈ માણસ તેનો પીછો કરે... બસ એ જ પ્રશ્ન અગત્યનો નીવડ્યો. તે પછી તો બનાવો બનતા ગયા અને મને લાગ્યું કે ઝડપ જ જરૂરી છે.

મેં એક પછી એક અંકોડા ગોઠવવા માંડ્યા. ઈન્દ્રજિત શૈલજાને બ્લૅક-મેઈલ કરે છે, પણ શા માટે ? શૈલજા જેવી ઓરત એક રાત એક જ કમરામાં કોઈ પુરુષ સાથે આવી રીતે ગાળે અને એ પુરુષ સંયમ રાખીને બેસી રહે તે વાત જ મારા ગળે ઊતરતી ન હતી. મતલબ સ્પષ્ટ હતો. ઈન્દ્રજિત શૈલજાના જિસ્મ પાછળ ન હતો. તે શૈલજાને બ્લૅક-મેઈલ કરી પૈસા પડાવવા માગતો ન હતો.

તો પછી એ કરવા શું માગતો હતો ? મેં મારી જાતને એ સવાલ પૂછ્યા કર્યો. મને બે જ પર્યાય દેખાતા હતા, એક તો એ કે ઈન્દ્રજિત એવું કાંઈ કરવા માગતો હતો કે જેમાં તે શૈલજાને સાથે રાખવા માગતો હતો. અને બીજું એ કે શૈલજા દ્વારા કંઈ

ન કહી શકાય તેવી સમસ્યામાંથી બહાર આવવા માગતો હતો. પણ સૌથી વિચિત્ર વાત એ હતી કે શૈલજાને બ્લૅક-મેઈલ કરવાના કારસ્તાનમાં પ્રેમા સામેલ હતી.

પ્રેમા અને ઈન્દ્રજિત બંનેને હું બરાબર ઓળખું છું. પ્રેમા શૈલજાને બ્લૅક-મેઈલ કરવાના કાવતરામાં સામેલ થાય તેનાથી વાહિયાત અને અશક્ય બાબત બીજી કોઈ મને દેખાતી ન હતી. તો ? એનો અર્થ એ કે એવું કંઈક છે જેમાં પ્રેમાને પણ સંડોવાવું પડે. એવું શું હોઈ શકે ? શું હોઈ શકે ? મેં મારી જાતને વારંવાર સવાલ પૂછ્યો અને મને એકાએક જવાબ મળ્યો. જોકે તે વખતે જે જવાબ મળ્યો તે ખોટો જ હતો.

મને ખ્યાલ આવ્યો કે ખરેખર ઈન્દ્રજિત અને પ્રેમાને કોઈ બ્લૅક-મેઈલ કરે છે. અને એ દ્વારા શૈલજાને બ્લૅક-મેઈલ કરવાની એ બંનેને ફરજ પાડે છે. ખરેખર એવા વિચારથી જ મેં જાતે તપાસ કરવાનું વિચાર્યું હતું. પણ ટૂંક જ સમયમાં એ 'થિયરી' તૂટી પડી હતી. તેમ છતાં એક વાત સ્પષ્ટ થઈ ગઈ હતી કે પ્રેમા અને ઈન્દ્રજિત કોઈ ભયાનક દબાણ હેઠળ છે. એ દબાણ શું હોઈ શકે ? બંને વ્યવસાયી પતિ-પત્ની છે. તેમનો કોઈ 'ઈતિહાસ' નથી; તેમની પાસે એવી કોઈ સંપત્તિ નથી તો શું ? તેનો એક જ જવાબ હતો અને તે અંગત સલામતી. પણ બંને સલામત તો હતાં, તો પછી ? એ પ્રશ્ન થતાં જ મેં તલાશ કરી. પ્રોફેસર સેલારકા માથેરાનમાં ન હતા. તેમનાં પત્ની પવાઈમાં ન હતાં. વિજય અને શર્મા એ તલાશ કરી આવ્યા હતા. પરિણામે મને લાગ્યું કે એ ક્યાં હોય ? તેમને જો બાનમાં રાખવાંમાં આવ્યાં હોય તો ઈન્દ્રજિતનું ઘર જ સૌથી સલામત જગ્યા બની રહે. એ અમે ચેક કર્યું. પણ ઈન્દ્રજિત અને પ્રેમા ઘરમાં જમતાં ન હતાં. અમે ઘર પર ત્રાટક્યા હતા. મને પ્રથમથી જ ખાતરી હતી કે ઈન્દ્રજિતના ઘરમાં કોઈ હોવું જ જોઈએ, નહિ તો પ્રથમ શનિવારે જ્યારે શૈલજા મુંબઈ આવી ત્યારે ત્યાંથી જ તેનો પીછો કોઈ કરી ન શકે. બદમાશો એ વખતે વિચારમાં જ પડી ગયા હશે કે આ નવી બાઈ વળી કોણ આવી ?

દરમિયાનમાં મેં ઝડપથી પગલાં લીધાં. દસ્તૂર અંકલ, તમે કદાચ મારી વાત માની ન હોત અને મિ. પટેલે જાહેર પોલીસપગલું ભર્યું હોત... પછી તો શું બન્યું તે તમે જાણો છો.'

'પણ ઍમ્બુલન્સમાં બૂબી-ટ્રેપ છે તેવી તમને કેવી રીતે ખબર પડી ?' મિ. પટેલે પૂછ્યું.

'કેવળ કલ્પના. બાનમાં રખાયેલા માણસો ઍમ્બુલન્સમાં રાખવામાં આવ્યા હતા. કોઈને બહાર કાઢતા ન હતા. કોઈ પણ બદમાશને છેલ્લાં કેસરિયાં કરવાની ગણતરી હોય જ પણ નિગમે તો અનેક ગણતરીઓ કરી હતી. તમને એમ લાગે છે કે નિગમ બાનમાં પકડાયેલાંને જીવતા છોડત ? ખેર ! મેં અનેક થ્રિલરો વાંચી છે મિ. પટેલ.' સંજીવે જવાબ આપ્યો.

'તો તું પણ ક્યાં ઓછી રૂપાળી છું... ચાલ ઊભી થા...' કહીને પ્રેમાને તે ઊભી કરી દીધી. તેની બેબલીને પણ હાથમાં ઉઠાવી લીધી. ત્રણે જણાં હોજને કિન ઊભાં રહ્યાં.

શૈલજા સરતી હતી.

'શૈલજા... બેન્દ્રેની પત્ની આખરે માની છે...' સંજીવે કહ્યું.

'ખરેખર !' શૈલજા આનંદથી બોલી ઊઠી. જ્યાં સંજીવ અને પ્રેમા ઊભાં હ ત્યાં આવી.

'હા... તેને ખૂબ આઘાત લાગેલો છે. પણ મેં તેને વિનંતી કરી અને તેણે સ્વીકારી છે.' સંજીવે કહ્યું, 'તે આવતી કાલે અહીં આવશે.'

બેન્દ્રેની પત્નીને માટે આખી જિંદગી ખૂબ જ સુખમાં... આર્થિક સુખમાં જાય તેવી વ્યવસ્થા સંજીવે કરી હતી.

આ વાત ચાલતી હતી ત્યાં જ એકાએક શૈલજાએ પ્રેમાના પગ પકડ્યા અને ખેંચી. પ્રેમાએ સંજીવનો ટેકો લેવા પ્રયાસ કર્યો. હોજનું પાણી ઊછળ્યું.

'તું મારી પત્નીથી દૂર રહેજે...' કોઈનો અવાજ આવ્યો. એ ઈન્દ્રજિત હતો, 'તું તો યાર, નૅશનલ હીરો છું.'

'તારી પત્ની મારાથી કાંઈ પલળે તેવી નથી.'

ભીંજાયેલાં કપડાં સાથે સંજીવ બહાર આવ્યો.

●

'તું એવી ને એવી જ છું શૈલજા... તે દિવસે મેં તને પહેલી વાર જોઈ તેવી જ...' સંજીવ તેના પડખેથી બોલ્યો અને કાનની બૂટ પર ચુંબન કર્યું.

'હંમ... પણ થોડા વખત પછી એવી નહિ રહું...'

'કેમ ?'

'એમ જ !' શૈલજાએ જવાબ આપ્યો.

'આન્ટી... આન્ટી...' એકાએક બારણામાંથી પ્રેમાની બેબી દોડી આવી. શૈલજા તેને ઉઠાવે તે પહેલાં સંજીવે તેને ઉઠાવી લીધી.

'આ જ કહેતી હતી ને !' સંજીવે શૈલજા સામે જોયું. શૈલજાના શરીરમાં ઉષ્મા આવી. તેની આંખમાં નવું જ ઓજસ હતું. મમતાનું ઓજસ... માતૃત્વનું સૌંદર્ય.

●●●

'અને રોગન...' દસ્તૂર અંકલ કંઈ બોલવા ગયા... સંજીવના શરીરમાં ધ્રુજારી પ્રગટી. તેને એ દશ્ય ફરી યાદ આવ્યાં... પોતાની નિઃસહાય પત્ની અને સામે ઊભેલા એ નરરાક્ષસનું ચિત્ર...

'મને ખબર નથી સોલી અંકલ... તે વખતે હું સંજીવ ન હતો. હું માનવી પણ ન હતો. રોગન શી રીતે મર્યો... હું તેને શી રીતે મારી શક્યો તેની મને ખબર નથી. તે વખતે કયું તત્ત્વ કામ કરતું હતું તેની મને ખબર નથી.'

●

શૈલજાને તેનો જવાબ ખબર હતો... પ્રેમ... અનર્ગળ પ્રેમ... સંજીવ શૈલજાને જે આસક્તિથી ચાહતો હતો તે આસક્તિથી કોઈ ચીજને ચાહતો ન હતો.

આજે પહેલી વાર તેનો પાટો છોડવામાં આવ્યો હતો. તેણે જાતે કપડાં પહેર્યાં હતાં અને ઑફિસે પણ ગયો હતો. પ્રેમાએ અને ઇન્દ્રજિતે રજાઓ લીધી હતી. ઇન્દ્રજિતને અઢાર જગ્યાએ સ્ટેટમેન્ટ્સ આપવાં પડ્યાં હતાં. નિગમ પરનો કેસ સેશન્સ કમિટ થયો હતો. જીમી અને શર્મા ઊગરી ગયા હતા પણ હજુ સારવાર હેઠળ હતા. વિજય પાછો સ્વસ્થ થઈ ગયો હતો.

સાગરમહાલના ભવ્ય દીવાનખાનાની સોનલ કાર્પેટ પર શૈલજા ઊંધી પડી હતી. તેના પગ પરથી સાડી સરી ગઈ હતી અને તે પગ ઉલાળતી પ્રેમાની દીકરી સાથે વાતો કરતી હતી. પ્રેમા મેડિકલ જર્નલ વાંચતી સોફા પર બેઠી હતી. દીવાનખંડની ભવ્ય ઘડિયાળમાં ટંકારવ થયો. શૈલજાએ ઘડિયાળ તરફ જોયું. સાડાચાર વાગ્યા હતા. તે મલકીને ઊઠી. આજે તે ખૂબ આનંદમાં હતી. સંજીવ ફરી પાછો સ્વસ્થ થઈને ઑફિસે ગયો હતો.

તે પોતાના કમરામાં ગઈ. અરીસા સામે જોઈને ઘડીભર પોતાની જાતને આવરી જોઈ. માથા પર ગોળ હાથ ફેરવીને સાડીનો છેડો ફેરવી તેણે સાડી ઉતારી. એક પછી એક કપડાં ઉતારીને તેણે ખાનામાંથી ટુ પીસ સ્વિમિંગ કૉસ્ચ્યૂમ કાઢ્યો અને પહેર્યો. સ્કિન કલરનો એ કૉસ્ચ્યૂમ તેની સોનલ કાયા સાથે એક થઈ જતો હતો. ટુવાલ ઓઢીને તે સ્વિમિંગ પુલ તરફ ચાલી.

આસમાની ઝાંયવાળા પાણીમાં તે ધીરેથી સરી... તેનાં ભીંજાયેલાં અંગો કોઈ અજબ સૌંદર્ય ફેલાવતાં હતાં.

સંજીવ ઑફિસેથી આવ્યો ત્યાં સુધી તે તરતી જ રહી હતી.

'શૈલજા... શૈલજા' તે બૂમ પાડતો દાખલ થયો.

'તારી બેધિંગ બ્યુટી સ્વિમિંગ પુલમાં છે.' પ્રેમાએ કહ્યું.